ಭಾರತದ ಜನ ಇತಿಹಾಸ ೧

ಪೂರ್ವೇತಿಹಾಸ

ಪ್ರೊ. ಇರ್ಫಾನ್ ಹಬೀಬ್

ಕನ್ನಡಕ್ಕೆ

ಪ್ರದೀಪ್ ಬೆಳಗಲ್

ಚಿಂತನ ಪುಸ್ತಕ

PURVETHIHASA- Kannada translation of PREHISTORY by
Prof. Irfan Habib; Tr: Pradeep Belagal

Publication of Kannada translation of this title is authorised by Aligarh Historians Society who have the copyright of the original publication in English.

© Author

ಮೊದಲನೆಯ ಮುದ್ರಣ : ಅಕ್ಟೋಬರ್ 2008
ಎರಡನೆಯ ಮುದ್ರಣ : ಡಿಸೆಂಬರ್ 2014

ISBN No. : 978-93-81187-27-2

ಪುಟಗಳು : 116+4

ಬೆಲೆ : ರೂ.90/-

Paper	:	Demi 1/8, 70GSM
Coverpage	:	Artboard 300GSM
Copies	:	1000
Cover Page Design	:	M.RAMU

ಲೇಖಕರು : ಪ್ರೊ. ಆರ್. ಕೆ. ಹುಡಗಿ (ರಾಹು)
118, ಭೂಮಿಕಾ, ಎನ್.ಜಿ.ಒ. ಕಾಲೋನಿ
ಸೇಡಂ ರಸ್ತೆ, ಗುಲ್ಬರ್ಗಾ – 05

ಪ್ರಕಾಶಕರು : ಚಿಂತನ ಪುಸ್ತಕ
#405, 1ನೇ ಅಡ್ಡ ರಸ್ತೆ, ಡಾಲರ್ಸ್ ಕಾಲೋನಿ,
ಜೆ.ಪಿ.ನಗರ 4ನೇ ಫೇಸ್, ಬೆಂಗಳೂರು– 560078
Phone: 99022-49150
Web : chinthanapusthaka.wordpress.com
chinthanapusthaka.blogspot.com
email : chinthana.pusthaka@gmail.com

ಮುದ್ರಣ: ಕ್ರಿಯಾ
#40/5, 2ನೇ ಬಿ ಮುಖ್ಯರಸ್ತೆ, 16 ನೇ ಅಡ್ಡರಸ್ತೆ,
ಸಂಪಂಗಿರಾಮನಗರ, ಬೆಂಗಳೂರು–560 027

ವಿತರಕರು: ಪುಸ್ತಕ ಪ್ರೀತಿ (ಕ್ರಿಯಾ ಮಾಧ್ಯಮ ಪ್ರೈ. ಲಿ. ನ ಘಟಕ)
4ನೇ ಅಡ್ಡರಸ್ತೆ, ಮಹಾಲಕ್ಷ್ಮಿ ಬಡಾವಣೆ
ಬೆಂಗಳೂರು – 560 079
email : pusthakapreethi@gmail.com
Phone: 9036082005, 080-23494488

ಪ್ರಕಾಶಕರ ಮಾತು

ನಮ್ಮ ದೇಶದ ಜನಗಳ ಬದುಕಿನ ಇತಿಹಾಸವನ್ನು ವೈಜ್ಞಾನಿಕ ವಿಧಾನದಲ್ಲಿ, ಕೋಮುವಾದಿ ಅಥವ ಬೇರಾವ ಸಂಕುಚಿತ ವ್ಯಾಖ್ಯಾನಗಳಿಂದ ಮುಕ್ತವಾದ ರೀತಿಯಲ್ಲಿ ದಾಖಲು ಮಾಡಲು ಪ್ರಯತ್ನಿಸುತ್ತಿರುವ 'ಭಾರತದ ಜನ ಇತಿಹಾಸ' ಪುಸ್ತಕ ಮಾಲಿಕೆಯಲ್ಲಿ ಮೊದಲನೆಯದಾದ ಈ ಕೃತಿಯ ಎರಡನೇ ಮುದ್ರಣದ ಅಗತ್ಯ ಉಂಟಾಗಿದೆ ಎಂಬುದು ನಮಗೆ ಹರ್ಷದ ಸಂಗತಿ. ನಿಮಗೆ ತಿಳಿದಿರುವಂತೆ ಭಾರತದ ಪ್ರತಿಷ್ಠಿತ ಇತಿಹಾಸಕಾರರೂ, ಪ್ರಮುಖ ಚಿಂತಕರಲ್ಲಿ ಒಬ್ಬರೂ ಆಗಿರುವ ಪ್ರೊ.ಇರ್ಫಾನ್ ಹಬೀಬ್ ಅವರ ಸಂಪಾದಕತ್ವದಲ್ಲಿ 'ಅಲಿಗರ್ ಹಿಸ್ಟೋರಿಯನ್ಸ್ ಸೊಸೈಟಿ' ಪ್ರಕಟಿಸುತ್ತಿರುವ 'A People's History of India' ಸರಣಿಯ ಕೃತಿಗಳನ್ನು ಕನ್ನಡದ ಇತಿಹಾಸ ವಿದ್ಯಾರ್ಥಿಗಳಿಗೆ ಮತ್ತು ಸಾಮಾನ್ಯ ಓದುಗರಿಗೆ ತಲುಪಿಸುವ ಆಶಯದೊಂದಿಗೆ ಮೂಲ ಪ್ರಕಾಶಕರ ಅನುಮತಿಯೊಂದಿಗೆ ಇದನ್ನು ಕೈಗೆತ್ತಿಕೊಂಡಿದ್ದೇವೆ.

ಭಾರತದ ಪ್ರಸಿದ್ಧ ಇತಿಹಾಸಕಾರರಾದ ಪ್ರೊ. ಇರ್ಫಾನ್ ಹಬೀಬ್‌ರವರ, ನಮ್ಮ ದೇಶದ ಪ್ರಾರಂಭಿಕ ಮಾನವ ಜೀವನವನ್ನು ಪ್ರಸ್ತುತ ಪಡಿಸುವ "Prehistory"ಯ ಕನ್ನಡ ಅನುವಾದ ಈಗ ನಿಮ್ಮ ಕೈಯಲ್ಲಿದೆ. ಶ್ರೀಯುತ ಪ್ರದೀಪ್ ಬೆಳಗಲ್ ಸುಂದರವಾಗಿ ಇದನ್ನು ಕನ್ನಡಿಸಿ ಕೊಟ್ಟಿದ್ದಾರೆ. ಕುವೆಂಪು ವಿಶ್ವವಿದ್ಯಾಲಯದ ಸ್ಥಳೀಯ ಸಂಸ್ಕೃತಿಗಳ ಅಧ್ಯಯನ ಕೇಂದ್ರದ ಮುಖ್ಯಸ್ಥರಾದ ಪ್ರೊ. ರಾಜಾರಾಮ ಹೆಗಡೆ ವಿಮರ್ಶಾತ್ಮಕ ಮುನ್ನುಡಿಯನ್ನು ಬರೆದುಕೊಟ್ಟಿದ್ದಾರೆ. ನಮ್ಮ ಈ ಪ್ರಯತ್ನದಲ್ಲಿ ಆರಂಭದಿಂದಲೂ ಆಸಕ್ತಿ ವಹಿಸಿ ಪ್ರೋತ್ಸಾಹಿಸುತ್ತಿರುವ ಹಂಪಿ ವಿಶ್ವವಿದ್ಯಾಲಯದ ಡಾ. ವಿಜಯ ಪೂಣಚ್ಚ ತಂಬಂಡ ಅವರು ಇದಕ್ಕೆ ಬೆನ್ನುಡಿಯನ್ನು ನೀಡಿದ್ದಾರೆ. ಇವರೆಲ್ಲರಿಗೂ ನಮ್ಮ ಹಾರ್ದಿಕ ಕೃತಜ್ಞತೆಗಳು.

ಎಂ. ರಾಮು ಪುಸ್ತಕದ ಸುಂದರ ಮುಖಪುಟ ಮತ್ತು ವಿನ್ಯಾಸ ಮಾಡಿದ್ದಾರೆ. 'ಚಿಂತನ ಪುಸ್ತಕ'ದ ಪ್ರಧಾನ ಸಂಪಾದಕರಾಗಿ ವೇದರಾಜ ಎನ್. ಕೆ. ಸಂಪಾದನೆ, ನಿರ್ವಹಣೆ, ಪ್ರಕಟಣೆಯ ಸಂಯೋಜನೆಯ ಹೊಣೆ ಹೊತ್ತಿದ್ದಾರೆ. ಬೆಂಗಳೂರಿನ ಕ್ರಿಯಾ ಸಂಗಾತಿಗಳು ಜಿ. ಚಂದ್ರಶೇಖರ್

ನೇತೃತ್ವದಲ್ಲಿ ಇದರ ವಿನ್ಯಾಸ ಮತ್ತು ಮುದ್ರಣದ ಹೊಣೆಯನ್ನು ಪ್ರೀತಿಯಿಂದ ನಿರ್ವಹಿಸಿದ್ದಾರೆ. ಅವರಿಗೂ ನಮ್ಮ ಹಾರ್ದಿಕ ಕೃತಜ್ಞತೆಗಳು.

'ಅಲಿಗರ್ ಹಿಸ್ಟೋರಿಯನ್ಸ್ ಸೊಸೈಟಿ' ಹಲವು ವರ್ಷಗಳಿಂದ ಇತಿಹಾಸದ ಬಗ್ಗೆ ವೈಜ್ಞಾನಿಕ ಮತ್ತು ಜಾತ್ಯಾತೀತ ಕಣ್ಣೋಟವನ್ನು ಪ್ರೋತ್ಸಾಹಿಸುತ್ತಿರುವ ಹಾಗೂ ಕೋಮುವಾದಿ ಮತ್ತು ಸಂಕುಚಿತವಾದೀ ವ್ಯಾಖ್ಯೆಗಳನ್ನು ಪ್ರತಿರೋಧಿಸುತ್ತಿರುವ ಒಂದು ಸಂಸ್ಥೆ. ಅದು ಕೈಗೆತ್ತಿಕೊಂಡಿರುವ A People's History of India ಸರಣಿಯಲ್ಲಿ ಭಾರತದ ಜನ ಇತಿಹಾಸವನ್ನು ಸಂಕಲಿಸುವ ಈ ಯೋಜನೆಯ ಅಡಿಯಲ್ಲಿ ಇದುವರೆಗೆ ಹತ್ತು ಕೃತಿಗಳು ಪ್ರಕಟವಾಗಿವೆ.

1. Prehistory 2. The Indus Civilization 3. The Vedic Age 4. The Age of Iron and the Religious Revolution 5. Mauryan India 6. Post-Mauryan India: A Political and Economic History 20. Technology in Medieval India, c. 650-1750 25. Indian Economy Under Early British Rule 1757-1857 28. Indian Economy, 1858-1914 36. Man and Environment : The Ecological History of India

ಕನ್ನಡದಲ್ಲಿ ಇದುವರೆಗೆ ಮೊದಲ ಎರಡು ಕೃತಿಗಳು ಬಂದಿದ್ದು ಈ ಮರುಮುದ್ರಣದ ಜತೆಗೆ ಮೇಲೆ ತಿಳಿಸಿರುವ 3,4,5 ಮತ್ತು 28 ಪ್ರಕಟಣೆಗೆ ಸಿದ್ಧವಾಗಿವೆ. ಈ ಮಾಲಿಕೆಯ ಎಲ್ಲಾ ಕೃತಿಗಳನ್ನು ಕನ್ನಡಕ್ಕೆ ಭಾಷಾಂತರಿಸಿ ಪ್ರಕಟಿಸಲು ಆಲಿಗರ್ ಹಿಸ್ಟೋರಿಯನ್ಸ್ ಸೊಸೈಟಿ 'ಚಿಂತನ ಪುಸ್ತಕ'ಕ್ಕೆ ಅನುಮತಿ ನೀಡಿದೆ.

ಪ್ರಸ್ತುತ ಕೃತಿಯನ್ನು ರಚಿಸಿರುವ **ಪ್ರೊ. ಇರ್ಫಾನ್ ಹಬೀಬ್**, ಭಾರತದ ಪ್ರಖ್ಯಾತ ಇತಿಹಾಸಕಾರರು ಮತ್ತು ಈ ಹಿಂದೆ ಅಲಿಗಢ ಮುಸ್ಲಿಂ ವಿಶ್ವವಿದ್ಯಾಲಯದಲ್ಲಿ ಇತಿಹಾಸದ ಪ್ರಾಧ್ಯಾಪಕರಾಗಿದ್ದು ಹಲವು ಗ್ರಂಥಗಳನ್ನು ರಚಿಸಿದ್ದಾರೆ. ಮೇಲೆ ತಿಳಿಸಿದಂತೆ ಇವರ ಸಂಪಾದಕತ್ವದಲ್ಲಿ ಈ ಯೋಜನೆಯ ಸಂಪುಟಗಳು ಪ್ರಕಟವಾಗುತ್ತಿವೆ.

ಪ್ರದೀಪ ಬೆಳಗಲ್ ಎಂದೇ ಗುರುತಿಸಿಕೊಂಡಿರುವ ಬಿ.ಎಮ್.ಪ್ರದೀಪಕುಮಾರ್ ಕೃಷಿ ಪದವೀಧರರಾಗಿದ್ದು ವೃತ್ತಿಯಲ್ಲಿ ಸಾರ್ವಜನಿಕ ವಲಯದ ಬ್ಯಾಂಕಿನಲ್ಲಿ ಕೃಷಿ ಅಧಿಕಾರಿ ಹಾಗೂ ಇವರ ಆಸಕ್ತಿಗಳು ಇತಿಹಾಸ, ವಿಜ್ಞಾನ ಮತ್ತು ಜನಪರ ಕಲಾರಂಗ.

ಕೋಷ್ಟಕಗಳು, ನಕ್ಷೆಗಳು ಮತ್ತು ಚಿತ್ರಗಳು

ಕೋಷ್ಟಕಗಳು:

ನಕ್ಷೆಗಳು:

ಚಿತ್ರಗಳು:

ಮುನ್ನುಡಿ

ಕೋಮುವಾದೀ ನಿರೂಪಣೆಗಳನ್ನು ಅಲ್ಲಗಳೆಯುವ ವೈಜ್ಞಾನಿಕ ಇತಿಹಾಸವನ್ನು ಸಂಕ್ಷಿಪ್ತವಾಗಿ ಸಾಮಾನ್ಯ ಜನತೆಗೆ ಪರಿಚಯಿಸುವ ದೃಷ್ಟಿಯಿಂದ ಅಲಿಘಡ ಇತಿಹಾಸಕಾರರ ಸಮಾಜವು A People's History of India ಎಂಬ ಯೋಜನೆಯನ್ನು ಕೈಗೆತ್ತಿಕೊಂಡಿತು. ಈ ಯೋಜನೆಯಲ್ಲಿ ಪ್ರಸ್ತುತ ಅನುವಾದಿತ ಕೃತಿ, ಇರ್ಫಾನ್ ಹಬೀಬರಿಂದ ಮೂಲತಃ ಇಂಗ್ಲೀಷಿನಲ್ಲಿ ಪ್ರಕಟವಾಗಿದೆ. ಈ ಗ್ರಂಥದಲ್ಲಿ ಮೂರು ಅಧ್ಯಾಯಗಳಿದ್ದು ಭಾರತದಲ್ಲಿ ಪ್ರಾಗೈತಿಹಾಸಿಕ ಕಾಲದ ಮನುಷ್ಯ ಸಂಸ್ಕೃತಿಗಳ ಇತಿಹಾಸವನ್ನು ನಿರೂಪಿಸಲಾಗಿದೆ. ಮೊದಲನೆಯ ಅಧ್ಯಾಯವು ಭಾರತೀಯ ಭೂಸ್ವರೂಪ ಹಾಗೂ ನೈಸರ್ಗಿಕ ವಾತಾವರಣ, ಸಸ್ಯ ಮತ್ತು ಪ್ರಾಣಿಸಂತತಿಗಳ ನಿರ್ಮಾಣದ ಕುರಿತು ಚರ್ಚಿಸುತ್ತದೆ. ಎರಡನೆಯ ಅಧ್ಯಾಯದಲ್ಲಿ ಮಾನವ ಸಂತತಿಯ ಉಗಮ, ಭಾರತದಲ್ಲಿ ಆದಿ ಮಾನವ ಹಾಗೂ ಆಧುನಿಕ ಮಾನವ (ಹೋಮೋ ಸೇಪಿಯನ್ಸ್ ಸೇಪಿಯನ್ಸ್) ಸಂತತಿಗಳ ಕುರಿತ ಆಧಾರಗಳನ್ನು ಅವಲೋಕಿಸಲಾಗಿದೆ. ಈ ಸಂಬಂಧಿಸಿ ಹಳೆಯ ಶಿಲಾಯುಗ ಹಾಗೂ ಮಧ್ಯಶಿಲಾಯುಗಗಳ ಪ್ರಾಕ್ತನ ಆಧಾರಗಳು, ಅಂದಿನ ಜೀವನಕ್ರಮಗಳನ್ನು ಕುರಿತೂ ಚರ್ಚಿಸಲಾಗಿದೆ. ಮೂರನೆಯ ಅಧ್ಯಾಯದಲ್ಲಿ ನವಶಿಲಾಯುಗದ ಆದಿ ಕೃಷಿ ಸಂಸ್ಕೃತಿಗಳ ಅವಶೇಷಗಳು ಹಾಗೂ ಅಂದಿನ ಜನಜೀವನದ ಕುರಿತು ಮಾಹಿತಿ ನೀಡಲಾಗಿದೆ. ಇದರ ಜೊತೆಗೇ ಕಂಚಿನ ಯುಗದ ಪ್ರಾರಂಭಿಕ ಲಕ್ಷಣಗಳು, ಭಾರತದಲ್ಲಿ ಭತ್ತ, ಗೋಧಿ ಮುಂತಾದ ಕೃಷಿ ಧಾನ್ಯಗಳ ಸಾಕಾಣಿಕೆಯ ಇತಿಹಾಸದ ಕುರಿತೂ ಪರಿಚಯಿಸಲಾಗಿದೆ. ಈ ವಿಷಯಗಳ ಜೊತೆಗೇ ಆಯಾಯ ಅಧ್ಯಾಯಗಳಿಗೆ ಪೂರಕವಾದ ಟಿಪ್ಪಣಿಗಳನ್ನೂ ನೀಡಲಾಗಿದೆ. ಅವುಗಳಲ್ಲಿ ಭೂಗರ್ಭಶಾಸ್ತ್ರೀಯ ಯುಗಗಳು, ಪ್ರಾಗೈತಿಹಾಸದಲ್ಲಿ ಕಾಲಗಣನಾ ಕ್ರಮಗಳು ಹಾಗೂ ಕಳೆದುಹೋದ ನದಿ ಋಗ್ವೇದದ ಸರಸ್ವತಿಯ ಕುರಿತು ಟಿಪ್ಪಣಿಗಳಿವೆ.

ಲೇಖಕರು ಮುನ್ನುಡಿಯಲ್ಲಿ ತಿಳಿಸಿರುವಂತೇ ಈ ವಿಷಯವನ್ನು ಸರಳವಾಗಿ ಜನರಿಗೆ ತಿಳಿಸುವ ಉದ್ದೇಶವಿದೆ ಆದರೆ ಜನರಂಜನೆ ಉದ್ದೇಶವಲ್ಲ. ಸಾಧಾರಣವಾಗಿ ಪ್ರಾಗೈತಿಹಾಸವು ಪ್ರಾಕ್ತನಶಾಸ್ತ್ರಜ್ಞರ ವಿಷಯವಾಗಿದೆ.

ಪ್ರಾಕ್ತನಶಾಸ್ತ್ರವು ಪ್ರತ್ಯಕ್ಷಾಧಾರಗಳ ವಿಶ್ಲೇಷಣೆಯ ತಾಂತ್ರಿಕತೆಯಿಂದ ಕ್ಲಿಷ್ಟವಾದುದರಿಂದ ಅದನ್ನು ಇತಿಹಾಸವನ್ನಾಗಿ ಪರಿವರ್ತಿಸಿ ಒಂದು ಕಥನವನ್ನಾಗಿ ಮಾರ್ಪಡಿಸಿದಾಗ ಮಾತ್ರವೇ ಅದು ಸಾಮಾನ್ಯ ವಿದ್ಯಾವಂತರ ಕುತೂಹಲವನ್ನು ಕೆರಳಿಸಬಲ್ಲದು. ನಮ್ಮ ಭಾರತೀಯ ಪ್ರಾಗೈತಿಹಾಸದ ಅಂಥದೊಂದು ಸರಳ, ಸಂಕ್ಷಿಪ್ತ ಇತಿಹಾಸದ ಕೊರತೆಯನ್ನು ನಾವು ಗುರುತಿಸುವ ಹಂತದಲ್ಲೇ ಈ ಪುಸ್ತಕವು ಪ್ರಕಟವಾದುದು ಸ್ವಾಗತಾರ್ಹವಾದುದಾಗಿದೆ ಹಾಗೂ ಇದು ಕನ್ನಡ ಭಾಷಾಂತರವಾಗಿ ಕೂಡ ಬರುತ್ತಿರುವುದು ಸ್ವಾಗತಾರ್ಹ. ಈ ಪುಸ್ತಕವನ್ನು ರಚಿಸುವಲ್ಲಿ ಲೇಖಕರು ಹೆಚ್ಚಿನದಾಗಿ ಅಲ್ಚಿನ್ ಮತ್ತು ಡಿ. ಕೆ.ಚಕ್ರವರ್ತಿಯವರ ಬರವಣಿಗೆಗಳನ್ನು ಹಾಗೂ ಇತರ ಪ್ರಮುಖ ಪ್ರಾಕ್ತನಶಾಸ್ತ್ರಜ್ಞರ ಕೃತಿಗಳನ್ನು ಬಳಸಿಕೊಂಡಿದ್ದಾರೆ. ಜೊತೆಗೇ ಅಂತರ್‌ರಾಷ್ಟ್ರೀಯ ಖ್ಯಾತಿಯ ಗೊರ್ಡೊನ್ ಚೈಲ್ಡ್ ಅವರ ನವಶಿಲಾಯುಗ ಕ್ರಾಂತಿಯ ಸಿದ್ಧಾಂತವೂ ಇಲ್ಲಿ ಪ್ರಮುಖವಾಗಿ ಬಂದಿದೆ. ಪ್ರಾಕ್ತನಶಾಸ್ತ್ರಜ್ಞರ ನಿಟ್ಟಿನಿಂದ ನೋಡಿದಾಗ ಈ ಪುಸ್ತಕದಲ್ಲಿ ಕೆಲವೊಂದು ಕೊರತೆಗಳು ಕಾಣಿಸುವುದಂತೂ ನಿಜ. ಉದಾಹರಣೆಗೆ ಈಗ ನಮಗೆ ಉಪಲಬ್ಧವಿರುವ ಮಾಹಿತಿಗೆ ಹೋಲಿಸಿದರೆ ಈ ಪುಸ್ತಕದಲ್ಲಿ ಹಳೆಯ ಶಿಲಾಯುಗದ ವ್ಯಾಪಕತೆ ಹಾಗೂ ಅವಶೇಷಗಳ ಕುರಿತು ತೀರಾ ಅತ್ಯಲ್ಪ ಮಾಹಿತಿಯನ್ನು ನೀಡಲಾಗಿದೆ. ನವಶಿಲಾಯುಗವು ಕ್ರಾಂತಿಸದೃಶವಾದುದೆಂಬ ವಿಚಾರವನ್ನು ಲೇಖಕರು ಎತ್ತಿಹಿಡಿಯುತ್ತಾರೆ. ಅನೇಕ ಪ್ರಾಕ್ತನಶಾಸ್ತ್ರಜ್ಞರಿಗೆ ಇದು ಒಪ್ಪಿಕೊಳ್ಳಲು ಕಷ್ಟವಾಗುವ ವಿಚಾರವಾಗಿದೆ. ನವಶಿಲಾಯುಗದ ಪ್ರಾಣಿಸಾಕಣೆಯಾಗಲೀ, ಸಸ್ಯ ಸಾಕಣೆಯಾಗಲೀ ಒಂದು ಸಿದ್ಧ ಜೀವನ ಕ್ರಮವಾದ ನಂತರವೇ ನವಶಿಲಾಯುಗದ ಜೀವನಶೈಲಿ ರೂಪಿತವಾಯಿತು. ಅಂದರೆ, ನಮಗೆ ಸಿಗುವ ನವಶಿಲಾಯುಗ ವಸತಿಗಳು ಈ ವಿಕಾಸದ ಸಂಪೂರ್ಣಾವಸ್ಥೆಯನ್ನು ತೋರಿಸುತ್ತವೆ. ಹಾಗಾಗಿ ಅವು ಹಿಂದಿನ ಸಂಸ್ಕೃತಿಗಳಿಗಿಂತ ಆಮೂಲಾಗ್ರವಾಗಿ ಬೇರೆಯಾಗಿ ಕಾಣಿಸುತ್ತವೆ. ಭಾರತೀಯ ಅವಶೇಷಗಳು ತೋರಿಸುವಂತೇ ಈ ಜೀವನ ಕ್ರಮಗಳು ಸಾವಿರಾರು ವರ್ಷಗಳಿಂದ ಕ್ರಮವಾಗಿ ಒಂದೊಂದಾಗಿ ಕಾಣಿಸಿಕೊಂಡಿವೆ. ಗೊರ್ಡೊನ್ ಚೈಲ್ಡ್ ಅವರು ಮಧ್ಯಪ್ರಾಚ್ಯದಲ್ಲಿ ಈ ಕ್ರಾಂತಿಯಾಗಿ ನಂತರ ಉಳಿದೆಡೆಗೆ ಅದು ಪ್ರಸಾರವಾಯಿತು ಎಂಬುದಾಗಿ ಭಾವಿಸಿದ್ದರು. ಆದರೆ ಈಗ ಈ ಪ್ರಸಾರ ಸಿದ್ಧಾಂತವು ವಿಮರ್ಶೆಗೊಳಗಾಗಿದೆ. ಹಾಗಾಗಿ ಚೈಲ್ಡರ ಸಿದ್ಧಾಂತವು ನಮಗೆ ಯಾವ ರೀತಿಯಲ್ಲೇ ನೋಡಿದರೂ ಪ್ರಸ್ತುತವಲ್ಲ.

ಸರಸ್ವತಿ ನದಿಯ ಕುರಿತು ಟಿಪ್ಪಣಿಯು ಈ ಪುಸ್ತಕಕ್ಕೆ ಅಪ್ರಸ್ತುತವಾದುದು ಎಂದೆನಿಸುತ್ತದೆ. ಏಕೆಂದರೆ ಭಾರತೀಯ ಪ್ರಾಗೈತಿಹಾಸದ ಒಂದು ಸಂಕ್ಷಿಪ್ತ ನಿರೂಪಣೆಯಲ್ಲಿ ಸರಸ್ವತಿಗೆ ಅನಗತ್ಯವಾದ ಮಹತ್ವವನ್ನು ದಯಪಾಲಿಸಲಾಗಿದೆ. ಹಾಗೂ ಪ್ರಾಕ್ತನಶಾಸ್ತ್ರದಲ್ಲಿ ತೀರ್ಮಾನವಾಗದೇ ಇರುವ

ಅನೇಕ ವಿಷಯುಗಳಿವೆ, ಅವುಗಳನ್ನು ಯಾವುದೇ ಕಡೆಗೆ ವಾಲಿಸಿ ತೀರ್ಮಾನಿಸುವುದೂ ತಪ್ಪು.

ಈ ಗ್ರಂಥಮಾಲಿಕೆಯ ಉದ್ದೇಶ ಕೇವಲ ಇತಿಹಾಸವನ್ನು ಪರಿಚಯಿಸುವುದು ಮಾತ್ರವಲ್ಲ, ಕೋಮುವಾದಿ ನಿರೂಪಣೆಗಳಿಗೆ ಪ್ರತಿಯಾಗಿ ಒಂದು ಸೆಕ್ಯುಲರ್ ಇತಿಹಾಸವನ್ನು ರಚಿಸುವುದಾಗಿದೆ. ಇತ್ತೀಚೆಗೆ ಇತಿಹಾಸ ಶಿಕ್ಷಣ ಪಠ್ಯಗಳ ಕುರಿತು ವಿವಾದವು ಎಲ್ಲರಿಗೂ ತಿಳಿದೇ ಇದೆ. ಅವುಗಳ ಸಂಬಂಧಿಸಿ ಎರಡು ಬಣಗಳಾದವು: ಸೆಕ್ಯುಲರ ವಾದೀ ಹಾಗೂ ಹಿಂದುತ್ವವಾದೀ ಬಣಗಳು. ವಸಾಹತು ಶಾಹಿ ಯುಗದಲ್ಲಿ ಆರ್ಯರು ಭಾರತಕ್ಕೆ ಹೊರಗಿನಿಂದ ಬಂದವರೆಂಬ ನಿರೂಪಣೆಗಳೂ, ಆರ್ಯ ದ್ರಾವಿಡ ಜನಾಂಗಗಳ ಕಲ್ಪನೆಗಳೂ ಬೆಳೆದವು,

ಆರ್ಯರು ಭಾರತೀಯ ಮೂಲದವರು, ಸಿಂಧೂ ಸಂಸ್ಕೃತಿ ಆರ್ಯರದು ಎಂಬುದಾಗಿ ಹಿಂದುತ್ವವಾದೀ ಬಣವು ನಿರೂಪಿಸುತ್ತಿದೆ. ಈ ಎರಡೂ ವಾದಗಳೂ ನಮ್ಮ ಪ್ರಾಗೈತಿಹಾಸದ ಬೆಳಕಿನಲ್ಲಿ ಹಾಸ್ಯಾಸ್ಪದವಾಗಿ ತೋರುತ್ತವೆ. ಒಂದು ಭೂಪ್ರದೇಶದಲ್ಲಿ ಯಾವ ಹೆಸರುಳ್ಳ ಸಮುದಾಯಗಳು ಯಾವಾಗ ಬಂದವು ಎಂಬುದನ್ನು ಕೇವಲ ಪ್ರಾಕ್ತನಶಾಸ್ತ್ರೀಯ ಆಧಾರಗಳಿಂದ ಸಾಧಿಸುವುದು ಚರ್ಚಾಸ್ಪದ ವಿಷಯವಾಗಿ ಮಾತ್ರವೇ ಉಳಿದುಕೊಳ್ಳಬಲ್ಲದು. ಆದರೆ ಅವಶೇಷಗಳ ಹಂಚಿಕೆ ಹಾಗೂ ಕಾಲಾಂತರದಲ್ಲಿ ಅವುಗಳ ಚಲನೆಗಳನ್ನಾಧರಿಸಿದ ಪ್ರಾಕ್ತನಶಾಸ್ತ್ರವು ನಮಗೆ ತಿಳಿಸುವಂತೆ ಭಾರತವು ಶಿಲಾಯುಗ ಕಾಲದಿಂದಲೂ ಅನಾಮಧೇಯ ಸಮುದಾಯಗಳ ಖಂಡಾಂತರ ವಲಸೆ ಹಾಗೂ ಪ್ರಭಾವಕ್ಕೆ ಒಳಗಾಗಿ ರೂಪುಗೊಂಡಿದೆ. ಜನ್ಮಭೂಮಿಯಂಥ ವಿಷಯಗಳು ನಮ್ಮ ರಾಷ್ಟ್ರೀಯತೆಯ ಕಲ್ಪಿತ ಸಮುದಾಯಗಳ ಸಂದರ್ಭದಲ್ಲಿ ಅರ್ಥಹೊರಡಿಸಬಹುದೇ ವಿನಃ ಪ್ರಾಕ್ತನಾಧಾರಗಳಲ್ಲಲ್ಲ. ಹಾಗಾಗಿ ಪ್ರಾಕ್ತನಾಧಾರಗಳ ಮೇಲೆ ಆಣೆ ಮಾಡಿ ಇಂಥ ವಾದಗಳನ್ನು ಇಡುವುದು ಮೂರ್ಖತನವಾಗುತ್ತದೆ. ಬದಲಾಗಿ ಪ್ರಾಕ್ತನಾಧಾರವು ಏನನ್ನು ಖಚಿತವಾಗಿ ತಿಳಿಸುತ್ತದೆ ಎಂಬದನ್ನು ಗಮನಿಸುವುದು ಹೆಚ್ಚು ಫಲಪ್ರದವಾಗಬಹುದು. ಅದು ತಿಳಿಸುವ ಪ್ರಕಾರ ಭಾರತದಲ್ಲಿ ಸಪ್ತಸಿಂಧೂ ಪ್ರದೇಶದಲ್ಲಿ ವೈದಿಕ ಸಂಸ್ಕೃತಿಯ ಜನರು ವಾಸವಾಗಿದ್ದ ಕಾಲದಲ್ಲಿಯೇ ಭಾರತದ ತುಂಬೆಲ್ಲ ನವಶಿಲಾಯುಗ ಹಾಗೂ ತಾಮ್ರಶಿಲಾಯುಗ ಸಂಸ್ಕೃತಿಗಳ ಗ್ರಾಮಗಳು ಇದ್ದವು. ಈ ಯಾವ ಸಂಸ್ಕೃತಿಗಳ ಇತಿಹಾಸವೂ ನಮಗೆ ಲಿಖಿತ ಆಧಾರಗಳಿಂದ ಲಭ್ಯವಾಗುವುದಿಲ್ಲ. ಅರ್ಧ ಶತಕದಿಂದೀಚೆಗಷ್ಟೇ ಪ್ರಾಕ್ತನ ಆಧಾರಗಳು ಸಿಗತೊಡಗಿವೆ ಹಾಗೂ ಇಂದೂ ಕೂಡಾ ಈ ಹೊಸ ಆಧಾರಗಳ ಮಹತ್ವವನ್ನು ನಾವು ಅರಿತಿಲ್ಲ. ಹಾಗಾಗಿ ನಮ್ಮ ಇತಿಹಾಸದ ಪ್ರಾರಂಭವು ಸಿಂಧೂ ಸಂಸ್ಕೃತಿ–ವೈದಿಕ ಕೇಂದ್ರಿತವಾಗಿಯೇ ಬೆಳೆಯಿತು. ಹಾಗಾಗೇ ಸಿಂಧು ಸಂಸ್ಕೃತಿ ವೈದಿಕರದೆ,

ವೈದಿಕರು ಹೊರಗಿನಿಂದ ಬಂದವರೆ? ಮುಂತಾದ ಆರ್ಯ–ಅನಾರ್ಯ ಕೇಂದ್ರಿತ ಚರ್ಚೆಗಳು ಬೆಳೆದುಕೊಂಡವು. ಪ್ರಾಕ್ತನಾಧಾರಗಳು ತೋರಿಸುವಂತೆ ಭಾರತೀಯ ಇತಿಹಾಸದ ಪ್ರಾರಂಭದ ಕಾಲದ ಕುರಿತು ಇಂಥ ಜನಾಂಗೀಯ ಚರ್ಚೆಗಳನ್ನು ನಡೆಸುವುದು ತೀರಾ ಕ್ಷುದ್ರವಾದ ವಿಚಾರವಾಗಿದೆ. ಪ್ರಾರಂಭಿಕ ಭಾರತೀಯ ಸಂಸ್ಕೃತಿಗಳಲ್ಲಿ ಸಿಂಧು ಸಂಸ್ಕೃತಿ ಹಾಗೂ ವೈದಿಕ ಸಂಸ್ಕೃತಿಗಳು ಕೇವಲ ಎರಡು ಉದಾಹರಣೆಗಳು ಅಷ್ಟೇ. ಇಂಥ ಹಲವಾರು ಸಂಸ್ಕೃತಿಗಳು ಭಾರತದಲ್ಲಿದ್ದವು. ಈ ಎರಡರ ಕುರಿತ ಚರ್ಚೆಯು ನಮ್ಮ ರಾಜಕೀಯಕ್ಕೆ ನಿರ್ಣಾಯಕವಾಗಿರಬಹುದು. ಆದರೆ ಭಾರತೀಯ ಸಂಸ್ಕೃತಿಯನ್ನು ತಿಳಿದುಕೊಳ್ಳಲು ಅವೇ ನಿರ್ಣಾಯಕವಾಗಿವೆ ಎಂದು ವಾದಿಸುವುದು ಉಚಿತವಲ್ಲ. ಹಾಗೂ ಭಾರತೀಯ ಇತಿಹಾಸಕಾರರು ಒಂದಿಲ್ಲೊಂದು ಸಿದ್ಧಾಂತಗಳ ಪರವಾಗಿ ಇತಿಹಾಸಗಳನ್ನು ಕಟ್ಟಿಕೊಳ್ಳುತ್ತ ಹೋರಾಡುತ್ತಿದ್ದಾಗ ಈ ಯಾವುದರ ಕುರಿತೂ ತಲೆಯನ್ನೇ ಕೆಡಿಸಿಕೊಳ್ಳದೇ ಇಂಥ ಮಹತ್ವದ ಆಧಾರಗಳನ್ನು ಬೆಳಕಿಗೆ ತಂದು ಭಾರತೀಯ ಬಹುಸಂಸ್ಕೃತಿಗಳ ಇತಿಹಾಸಕ್ಕೆ ನಿಜವಾದ ತಳಪಾಯವನ್ನು ಕಟ್ಟಿದವರೇ ನಮ್ಮ ಪ್ರಾಕ್ತನಶಾಸ್ತ್ರಜ್ಞರು ಎಂಬುದನ್ನೂ ಮರೆಯುವಂತಿಲ್ಲ. ನಮ್ಮ ಭಾರತೀಯ ಇತಿಹಾಸಕ್ಕೆ ಪ್ರಾಗೈತಿಹಾಸಿಕ ಬುನಾದಿಯು ಗಟ್ಟಿಯಾದಷ್ಟೂ ಇಂಥ ಐತಿಹಾಸಿಕ ಜಗಳಗಳು ಅರ್ಥಹೀನವಾಗುತ್ತವೆ. ಈ ಹಿನ್ನೆಲೆಯಲ್ಲಿ ಪ್ರಸ್ತುತ ಗ್ರಂಥದ ಮಹತ್ವವನ್ನು ಓದುಗರು ಅರಿಯಬೇಕು.

ರಾಜಾರಾಮ ಹೆಗಡೆ
ಸ್ಥಳೀಯ ಸಂಸ್ಕೃತಿಗಳ ಅಧ್ಯಯನ ಕೇಂದ್ರ
ಕುವೆಂಪು ವಿಶ್ವವಿದ್ಯಾನಿಲಯ

ಪ್ರಸ್ತಾವನೆ

ನಿಮ್ಮ ಕೈಯಲ್ಲಿರುವ ಈ ಪ್ರಬಂಧವು ಭಾರತದ ಪ್ರಾರಂಭಿಕ ಮಾನವನ ಜೀವನವನ್ನು ವಿವರಿಸುತ್ತದೆ. ಇಲ್ಲಿ ವಿವರಿಸುವ ಕಾಲವು ನೇರ ಅಥವಾ ಪರೋಕ್ಷವಾಗಿ ಲಿಖಿತ ದಾಖಲೆಗಳು ಬೆಳಕು ಚೆಲ್ಲದ ಕಾಲಕ್ಕಿಂತ ಬಹಳ ಹಿಂದಿನದು. ಇದು 'ಭಾರತದ ಒಂದು ಜನ ಚರಿತ್ರೆ' ಎನ್ನುವ ವಿಶಾಲ ಯೋಜನೆಯ ಭಾಗವಾದರೂ, ಇದು ಸ್ವತಂತ್ರವಾಗಿಯೂ ಪ್ರಸ್ತುತವಾಗಬೇಕೆನ್ನುವ ಕೃತಿ. ಇಲ್ಲಿನ ಅಧ್ಯಾಯ 1 ಭಾರತದ ಭೌಗೋಳಿಕ ರೂಪಗೊಳ್ಳುವಿಕೆಯನ್ನು ಸಂಕ್ಷಿಪ್ತವಾಗಿ ವಿವರಿಸುತ್ತದೆ. ಭಾರತೀಯ ಉಪಖಂಡದ ವಾತಾವರಣ ಹಾಗೂ ನೈಸರ್ಗಿಕ ಪರಿಸರ (ಸಸ್ಯವರ್ಗ ಮತ್ತು ಪ್ರಾಣಿವರ್ಗ) ಗಳಲ್ಲಿ ಹಲವು ಬದಲಾವಣೆಗಳಾದವು. ಪೂರ್ವೇತಿಹಾಸ ಹಾಗೂ ಇತಿಹಾಸವನ್ನು ಅರ್ಥೈಸಲು ಸಂಬಂಧ ಪಟ್ಟ ಇಂತಹ ಬದಲಾವಣೆಗಳನ್ನು ಈ ಅಧ್ಯಾಯದಲ್ಲಿ ದಾಖಲಿಸಲಾಗಿದೆ. ಅಧ್ಯಾಯ 2 ಜಾಗತಿಕ ಸಂದರ್ಭದಲ್ಲಿ ಮಾನವ ವಿಕಾಸ ಹಾಗೂ ಭಾರತದಲ್ಲಿನ ಮಾನವನ ಕಥೆಯನ್ನು ವಿವರಿಸುತ್ತದೆ. ಅವನ ಉಪಕರಣಗಳ ಸಮೂಹಗಳನ್ನು, ಅವನ್ನು ತಯಾರಿಸುವವರ ಬಗೆಗೆ ಸಂಬಂಧಿಸಿ ವಿವರಿಸುತ್ತದೆ. ಅಧ್ಯಾಯ 3 ಮುಖ್ಯವಾಗಿ ವ್ಯವಸಾಯದ ಉಗಮ ಹಾಗೂ ಶೋಷಣಾತ್ಮಕ ಸಂಬಂಧಗಳ ಪ್ರಾರಂಭವನ್ನು ವಿವರಿಸುತ್ತದೆ.

ಈ ಮೂರೂ ಅಧ್ಯಾಯಗಳಲ್ಲಿನ ಮಾಹಿತಿಯನ್ನು ಇತ್ತೀಚಿನ ಹಾಗೂ ನಂಬಲರ್ಹ ಕೃತಿಗಳನ್ನು, ನಿಯತಕಾಲಿಕಗಳನ್ನು ಆಧರಿಸಿ ಸಂಗ್ರಹಿಸಲಾಗಿದೆ.

ಈ ಕೃತಿಯಲ್ಲಿ ಹಾಗೂ ಭಾರತದ ಜನ ಚರಿತ್ರೆಯ ಮುಂದೆ ಬರುವ ಭಾಗಗಳಲ್ಲಿ, ಶೈಲಿಯನ್ನು ಸರಳವಾಗಿಡುವತ್ತ ಗಮನ ಹರಿಸಲಾಗಿದೆ. ಆದರೆ ಅದನ್ನು ಜನಪ್ರಿಯ, ವಾಗಾಡಂಬರ ಅಥವಾ ನಿಖರತೆ ಕೊರತೆಯ ಮಟ್ಟಕ್ಕೆ ಇಳಿಸಿಲ್ಲ. ಇಲ್ಲಿ ತಾಂತ್ರಿಕ ಪದಗಳನ್ನು ಬಳಕೆಯನ್ನು ಕನಿಷ್ಟವಾಗಿಸಲಾಗಿದೆ ಹಾಗೂ ಅಂತಹ ಪದಗಳ ಮೊದಲ ಬಳಕೆಯಲ್ಲಿ ವಿವರಣೆಯನ್ನೂ ಸೇರಿಸಲಾಗಿದೆ. ಹ್ರಸ್ವ ರೂಪಗಳನ್ನೂ ಕಡಿಮೆ ಮಾಡಲಾಗಿದೆ. ಆಯಾ ಅಧ್ಯಾಯದ ಕೊನೆಯಲ್ಲಿ ಗ್ರಂಥಸೂಚಿ ಟಿಪ್ಪಣಿಯನ್ನು ಕೊಡಲಾಗಿದೆ. ಪರಾಮರ್ಶಿಸಿದ ಗ್ರಂಥಗಳನ್ನು ಹಾಗೂ ಲೇಖನಗಳನ್ನು ಹೆಸರಿಸಲಾಗಿದ್ದು

ಅವುಗಳ ಬಗೆಗೆ ಸಂಕ್ಷಿಪ್ತ ಟಿಪ್ಪಣಿಯನ್ನೂ ಒದಗಿಸಲಾಗಿದೆ. ಉಲ್ಲೇಖಗಳಿದ್ದಲ್ಲಿ ಮೂಲ ಕೃತಿಗಳನ್ನೂ ಇಲ್ಲಿ ಕೊಡಲಾಗಿದೆ. ಆದಾಗ್ಯೂ ಎಲ್ಲಾ ಪರಾಮರ್ಶಿತ ಗ್ರಂಥಗಳನ್ನೂ ಹೆಸರಿಸಲಾಗಿಲ್ಲವೇಕೆಂದರೆ ಅಲ್ಲಿಯೂ ಆಯ್ಕೆಯ ಅನಿವಾರ್ಯತೆ ಉಂಟಾಗುತ್ತದೆ.

ಕಾಲಗಣನೆಯ ಕ್ರಮ ಅಥವಾ ನಿರ್ದಿಷ್ಟ ಸಿದ್ಧಾಂತದಂತಹ ಕೆಲವು ಗಮನ ಹರಿಸಲೇಬೇಕಾದ ತಾಂತ್ರಿಕ ಅಥವ ವಿವಾದಾತ್ಮಕ ವಿಷಯಗಳ ಬಗೆಗೆ ಅಧ್ಯಾಯದ ಕೊನೆಯಲ್ಲಿ ವಿಶೇಷ ಟಿಪ್ಪಣಿಯನ್ನು ಅನುಬಂಧವಾಗಿ ಸೇರಿಸಲಾಗಿದೆ. ಅಧ್ಯಾಯ 1ರಲ್ಲಿ ಭೌಗೋಳಿಕ ಕಾಲಮಾನದ ಬಗೆಗೆ, ಅಧ್ಯಾಯ 2ರಲ್ಲಿ ಪೂರ್ವೇತಿಹಾಸದಲ್ಲಿನ ಕಾಲಮಾನಗಣನೆ ಪದ್ಧತಿಗಳ ಬಗೆಗೆ ಮತ್ತು ಅಧ್ಯಾಯ 3ರಲ್ಲಿ ಮರುಭೂಮಿ ನದಿ (ಸರಸ್ವತಿ) ವಿವಾದಗಳ ಬಗೆಗೆ ಟಿಪ್ಪಣಿಗಳನ್ನು ಕೊಡಲಾಗಿದೆ.

ಕಾಲಗಣನೆಯ ಹಾಗೂ ಇತರ ಕೋಷ್ಟಕಗಳು, ನಕ್ಷೆಗಳು ಮತ್ತು ಸಂಖ್ಯೆಗಳು ಉಪಯುಕ್ತವಾಗುತ್ತವೆ ಎಂದು ಭಾವಿಸಲಾಗಿದೆ. ಅವುಗಳು ತಮ್ಮದೇ ಆಸಕ್ತಿಯನ್ನು ಕೆರಳಿಸಲು ಸಹ ಸಾಧ್ಯ. ಎಲ್ಲೆಲ್ಲಿ ಅಂತರರಾಷ್ಟ್ರೀಯ ಗಡಿಗಳನ್ನು ತೋರಿಸಲಾಗಿದೆಯೋ ಅಲ್ಲೆಲ್ಲಾ ಅದು ಸರ್ವೆ ಆಫ್ ಇಂಡಿಯಾ ನಕಾಶೆಗೆ ಅನುಗುಣವಾಗಿದೆ.

ಇಲ್ಲಿ ಬಳಸುವ ಮಾನವ ಪದವಾಗಲಿ, ಸರ್ವನಾಮ ಅವನು ಆಗಲಿ ವಿಶೇಷವಾಗಿ ಗಂಡೆಂದೇನೂ ಸೂಚಿಸುವುದಿಲ್ಲ ಎಂದು ಸ್ಪಷ್ಟಪಡಿಸ ಬಯಸುತ್ತೇನೆ. ಇಲ್ಲಿ ಅದು, ಹೆಣ್ಣು ಗಂಡುಗಳೆರಡನ್ನೂ ಒಳಗೊಂಡು, ದ್ವಿಪಾದಿ (ಹೋಮಿನಿಡ್) ಜೀವಸಂಕುಲವನ್ನು ಸೂಚಿಸುತ್ತದೆ . ಇದು ಭಾಷೆಯ ಬಳಕೆಯ ಸ್ವರೂಪ ಅಷ್ಟೆ. ಈ ಬಳಕೆಯಿಂದ ಯಾವುದೇ ಪುರುಷ ಲಕ್ಷಣದ ಅಂಶಗಳಿಗೆ ಕೊಡುವ ಒತ್ತೆಂದು ಭಾವಿಸಬಾರದು.

ಇಲ್ಲಿ ಭಾರತ ಎಂದರೆ ಅರ್ಥ, ಆ ಸಂದರ್ಭ ಭಿನ್ನವಾಗಿ ಸೂಚಿಸದಿದ್ದಲ್ಲಿ, 1947ರ ಪೂರ್ವದ ಭಾರತ. ಅಂದರೆ ಅದು ಇಂದಿನ ಭಾರತ, ಪಾಕಿಸ್ತಾನ ಹಾಗೂ ಬಾಂಗ್ಲಾದೇಶವನ್ನು ಒಳಗೊಂಡಿರುತ್ತದೆ. ಹಾಗೆಯೇ ದಕ್ಷಿಣ ಏಷಿಯಾ ಎಂದರೆ ಮೇಲಿನ ಮೂರಲ್ಲದೆ ಶ್ರೀಲಂಕಾ, ನೇಪಾಳ ಹಾಗೂ ಭೂತಾನ್‌ಗಳನ್ನೂ ಒಳಗೊಳುತ್ತದೆ. ಭಾರತ ಒಕ್ಕೂಟ ಬಳಕೆ 1947ರ ನಂತರದ ಭಾರತದ ಗಡಿಗಳನ್ನು ಸೂಚಿಸುತ್ತದೆ. ಅಫಘಾನಿಸ್ತಾನ ವಿವರಣೆಯಲ್ಲಿ ಆಗಾಗ ಬರುತ್ತದೆ ಹಾಗೂ ಮುಂದಿನ ಭಾಗಗಳಲ್ಲಿ ನೇಪಾಳ ಸಹ.

"ಅಲಿಗರ್ ಹಿಸ್ಟೋರಿಯನ್ಸ್ ಸೋಸಾಯಿಟಿ"ಯ ಪರವಾಗಿ, ಈ ಪ್ರಯತ್ನವನ್ನು ಸಾಧ್ಯವಾಗಿಸುವ ನಿಟ್ಟಿನಲ್ಲಿ ಮಧ್ಯ ಪ್ರದೇಶ ಟೆಕ್ಸ್ಟ್‌ಬುಕ್ ಕಾರ್ಪೊರೇಷನ್, ಭೂಪಾಲ್ ಮಾಡಿದ ಉದಾರ ಅನುದಾನದ ಬಗೆಗೆ ನೆನೆಯಲು ನನಗೆ ಸಂತೋಷವಾಗುತ್ತದೆ.

ಹಲವು ರೀತಿಯ ತಪ್ಪುಗಳನ್ನು ನುಸುಳದಂತೆ ಮಾಡಲು ಈ ಕೃತಿಯ ಪಠ್ಯವನ್ನು ಮೊದಲೇ ಮೂರು ಹಂತಗಳಲ್ಲಿ ಪ್ರಚುರ ಪಡಿಸಲಾಯಿತು. ನನ್ನ ಸ್ನೇಹಿತರು ಮಾಡಿದ ಹಲವು ಟಿಪ್ಪಣಿಗಳ ಪರಿಣಾಮವಾಗಿ ಪಠ್ಯ ಹಾಗೂ ಶೈಲಿಗಳೆರಡರಲ್ಲಿಯೂ ಬದಲಾವಣೆ ತರಲಾಗಿದೆ, ಅವರಿಗೆ ನನ್ನ ಕೃತಜ್ಞತೆಗಳು. ಪೂರ್ಣ ಪಠ್ಯವನ್ನು ಪರಿಶೀಲಿಸುವ ಶ್ರಮ ತೋರಿದ ಪ್ರೊ. ಸೂರಜ್‌ಭಾನ್ ಅವರಿಗೂ ನನ್ನ ವಿಶೇಷ ಧನ್ಯವಾದಗಳು.

ಸುದೀಪ್ ಬ್ಯಾನರ್ಜಿ ಅವರು ಈ ಯೋಜನೆ ಆಸ್ತಿತ್ವಕ್ಕೆ ಬರಲು ತಮ್ಮ ಕಾಣಿಕೆ ನೀಡಿದ್ದಾರೆ. ನಮ್ಮ ಸೊಸಾಯಿಟಿಯ ಸೆಕ್ರೆಟರಿ ಆದ ಪ್ರೊ. ಶಿರೀನ್ ಮೂಸ್ವಿ ಅವರು ಸಂಘಟನಾತ್ಮಕ ಜವಾಬ್ದಾಯನ್ನು ವಹಿಸಿದರೆ ಮುನುರುದ್ಧೀನ್ ಖಾನ್‌ರು ಪಠ್ಯದಲ್ಲಿ ತರುತ್ತಿದ್ದ ಸತತ ಬದಲಾವಣೆಗಳನ್ನು ಸಹಿಸಿ ಅದಕ್ಕೊಂದು ರೂಪ ನೀಡಿದ್ದಾರೆ.

ಫೈಜ್ ಹಬೀಬ್ ಮತ್ತು ಅವರ ಹಿರಿಯ ಸಹೋದ್ಯೋಗಿ ಜಹೂರ್ ಅಲಿ ಖಾನ್ ಅವರು ಈ ಕೃತಿಯಲ್ಲಿ ಬಳಸಿದ ಎಲ್ಲಾ ಎಂಟು ನಕ್ಷೆಗಳನ್ನೂ ರಚಿಸಿದ್ದಾರೆ. ಅವುಗಳನ್ನು ನಿಖರವಾಗಿಸಲು ಸಾಕಷ್ಟು ಶ್ರಮ ವಹಿಸಲಾಗಿದೆ ನಕ್ಷೆ 1.4, 2.1, 2.2, ಮತ್ತು 3.1ರ ರಚನೆ ಸಾಕಷ್ಟು ಸಂಶೋಧನೆಯನ್ನೂ ಒಳಗೊಂಡಿದೆ ಎಂಬುದನ್ನು ಗಮನಿಸಬೇಕು.

ನಾನು ತೂಲಿಕಾದ ರಾಜೇಂದ್ರ ಪ್ರಸಾದ್ ಮತ್ತು ಇಂದಿರಾ ಚಂದ್ರಶೇಖರ್ ಅವರ ಸಹಕಾರಕ್ಕೆ ವಿಶೇಷವಾದ ಧನ್ಯವಾದಗಳನ್ನು ಹೇಳ ಬಯಸುತ್ತೇನೆ. ರಾಜೇಂದ್ರ ಪ್ರಸಾದ್ ಅವರ ಎಲ್ಲ ರೀತಿಯ ವಿಶೇಷ ಸಹಾಯವನ್ನು ಇಲ್ಲಿ ನೆನೆಯ ಬೇಕಿದೆ.

ಇರ್ಫಾನ್ ಹಬೀಬ್

ಪ್ರಸ್ತುತ ಆವೃತ್ತಿಗೆ ಟಿಪ್ಪಣಿ

ಈ ಆವೃತ್ತಿಯ ಅವಕಾಶವನ್ನು ಬಳಸಿ ಕೆಲವು ಸರಿಪಡಿಕೆಗಳನ್ನು ಮಾಡಲಾಗಿದೆ ಮತ್ತು ಕೆಲವು ಹೊಸ ಮಾಹಿತಿಗಳನ್ನು ಸೇರಿಸಲಾಗಿದೆ.

ಮಾರ್ಚ್ 2005

ಇರ್ಫಾನ್ ಹಬೀಬ್

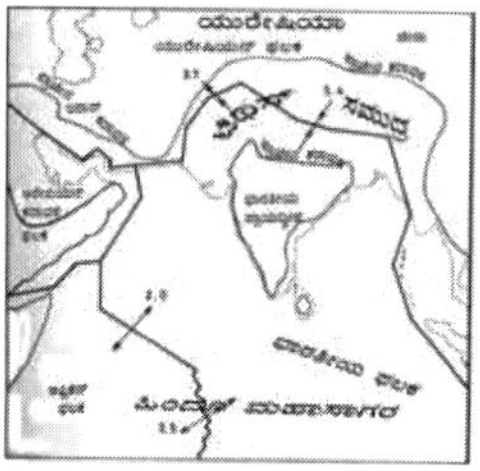

1

ಭಾರತದ ಭೌತಿಕ ಲಕ್ಷಣಗಳ ರೂಪಗೊಳ್ಳುವಿಕೆ ಮತ್ತು ನೈಸರ್ಗಿಕ ಪರಿಸರ

1.1 ಭಾರತದ ಭೂವೈಜ್ಞಾನಿಕ ರೂಪಗೊಳ್ಳುವಿಕೆ

ಇತಿಹಾಸ ಎಂದರೆ ಭೂತಕಾಲದ ಕಥೆಯಾಗುವುದಾದರೆ ಬದಲಾವಣೆಯ ನಿರೂಪಣೆಯೇ ಅದರ ಸಾರವಾಗುತ್ತದೆ. ನಮ್ಮ ಸುತ್ತಮುತ್ತಲೂ ಸದಾ ಬದಲಾವಣೆಗಳು ಆಗುತ್ತಿರುವುದನ್ನು ನಾವು ನೋಡುತ್ತೇವೆ. ದೀರ್ಘಾವಧಿಯನ್ನು ಗಣನೆಗೆ ತೆಗೆದುಕೊಂಡಲ್ಲಿ, ಮಾನವನ ಜೀವನ ಶೈಲಿ ಮಾತ್ರವಲ್ಲ ಅವನ ಚಿಂತನೆಗಳು, ನಂಬಿಕೆಗಳು, ಭಾಷೆ ಮತ್ತು ಸಂಪ್ರದಾಯಗಳು ಸದಾ ಬದಲಾಗುವುದನ್ನು ನಾವು ಗಮನಿಸಬಹುದು. ಮಾನವನನ್ನೂ ಒಳಗೊಂಡು ಎಲ್ಲಾ ಜೀವಸಂಕುಲಗಳೂ (ಸ್ಪೀಷೀಸ್) ಬದಲಾಗುತ್ತವೆ ಎಂದು ಸುಮಾರು 150 ವರ್ಷಗಳ ಹಿಂದೆ ಚಾರ್ಲ್ಸ್ ಡಾರ್ವಿನ್ ಹೇಳಿದ. ಈ ಜೀವ ವಿಕಾಸ ಪ್ರಕ್ರಿಯೆಯು ಹಲವು ದಶಲಕ್ಷವರ್ಷಗಳಿಂದಲೂ ನಡೆಯುತ್ತಲೇ ಇದೆ ಎಂತಲೂ ತೋರಿಸಿಕೊಟ್ಟ. ಡಾರ್ವಿನ್‌ಗಿಂತ ಮುಂಚೆ ಭೂಮಿಯ ಹೊರಮೈ ಕಾಲಾಂತರದಲ್ಲಿ ಹಲವು ಬೃಹತ್ ಬದಲಾವಣೆಗಳನ್ನು ಕಂಡಿದೆ ಎಂದು ದೃಢಪಡಿಸಲಾಗಿತ್ತು. ಈ ಬಗೆಗೆ ಯೋಚಿಸಲು ಅಂದು ಲಭ್ಯವಿದ್ದ ಕಾಲದ ಮಾನದಂಡಗಳನ್ನು ನೂರು ದಶಲಕ್ಷವರ್ಷಗಳು, ಕೆಲವೊಮ್ಮೆ ಸಾವಿರ ದಶಲಕ್ಷವರ್ಷಗಳವರೆಗೂ ಹಿಗ್ಗಿಸುವ ಅಗತ್ಯವಿದೆ ಎಂದು ಸಹ ನಿರೂಪಿಸಲಾಗಿತ್ತು.

ಭೂಮಿಯೀ ಸುಮಾರು 4600 ದಶಲಕ್ಷವರ್ಷಗಳಷ್ಟು ಹಿಂದೆ ರೂಪಗೊಂಡಿದೆ ಎಂದು ಭೂವಿಜ್ಞಾನಿಗಳು ಭಾವಿಸುತ್ತಾರೆ. ಭೂಮಿಯ ಮೇಲ್ಮೈನ ಅತ್ಯಂತ ಹಳೆಯ ಶಿಲೆಯು ಸುಮಾರು 4030 ದಶಲಕ್ಷವರ್ಷಗಳಷ್ಟು ಹಿಂದೆ ರೂಪಗೊಂಡಿತೆಂದು ವಿಕಿರಣಪಟುತ್ವ (ರೇಡಿಯೋ ಆಕ್ಟಿವಿಟಿ) ತಿಳಿಸುತ್ತದೆ. ಈ ಶಿಲೆಗಳು ಭೂವಿಜ್ಞಾನಿಗಳು ಅರ್ಕೇಯನ್ ಕಲ್ಪ ಎಂದು ಕರೆಯುವ (4000 ದಿಂದ 2500 ದಶಲಕ್ಷ ವರ್ಷಗಳ ಹಿಂದಿನ ಭೂವೈಜ್ಞಾನಿಕ ಕಾಲಮಾನದ ಮೊದಲ ಕಲ್ಪ, ನೋಡಿ ಕೋಷ್ಟಕ 1.1.) ಕಾಲಕ್ಕೆ ಸೇರಿವೆ. ಈ ಕಾಲದಲ್ಲಿಯೇ ಜಗತ್ತಿನ ಮೊದಲ

ಜೀವಿಗಳಾದ ಶೈವಲ ಅಥವಾ ಆಲ್‌ಗೇ ಹಾಗೂ ಬ್ಯಾಕ್ಟೀರಿಯಾಗಳು ವಿಕಾಸಗೊಂಡವು. ಒಂದೆಡೆ ಜೀವಿಗಳು ಭಿನ್ನವಾಗಿ, ಕವಲೊಡೆಯುತ್ತಾ ವಿಕಾಸವಾಗುತ್ತಿದ್ದರೆ ಇನ್ನೊಂದೆಡೆ ಭೂಮಿಯ ಮೇಲ್ಮೈ ಅಥವಾ ಚಿಪ್ಪು ಸತತವಾಗಿ ಬದಲಾಗುತ್ತಲಿತ್ತು. ಒಂದು ಸಿದ್ಧಾಂತದ ಪ್ರಕಾರ, ಭೂಮಿಯು ಪ್ರಾರಂಭದಲ್ಲಿ ಇಂದಿನ ಗಾತ್ರದ ಎರಡನೇ ಮೂರರಷ್ಟು ಚಿಕ್ಕದಿತ್ತು. ತನ್ನ ಈ ಗಾತ್ರವನ್ನು ಭೂಮಿ (ತನ್ನದೇ ಸಾಂದ್ರತೆಯನ್ನು ಇಳಿಸಿಕೊಂಡು) ಹಿಗ್ಗಿಸಿ ಕೊಳ್ಳುತ್ತಲೇ ಹೋಗಿ ಇಂದಿನ ಗಾತ್ರ ಪಡೆಯಿತು. ಇದರ ಅರ್ಥ ಜೀವಿಗಳು ಬದುಕಿದ್ದ ಈ 3500 ದಶಲಕ್ಷವರ್ಷಗಳಾದ್ಯಂತ ಭೂಮಿಯ ಮೇಲ್ಮೈ ವಿಶಾಲವಾಗುತ್ತಲೇ ಇತ್ತು. ಭೂಮಿಯ ಮೇಲೆ ಇಂದು ದೂರದಲ್ಲಿರುವ ಹಲವು ಭೂಭಾಗಗಳು ಒಮ್ಮೆ ಒಂದೇ ಭೂಭಾಗವಾಗಿದ್ದವು ಎನ್ನಲು ಸಾಕ್ಷಿಯಿದೆ. ಹಲವು ಭೂಭಾಗಗಳ ಶಿಲೆಗಳ ಪ್ರಾಚೀನ-ಕಾಂತತ್ವ (Palaeo Magnetism) ಶಿಲೆಗಳು ತಾವು ರೂಪುಗೊಳ್ಳುವ ಸಮಯದಲ್ಲಿನ ಭೂಕಾಂತತ್ವವನ್ನು ಉಳಿಸಿಕೊಳ್ಳುತ್ತವೆ.) ಆ ಭೂಭಾಗಗಳು ಒಮ್ಮೆ ಅಕ್ಕಪಕ್ಕದಲ್ಲಿದ್ದವು ಎಂದು ಭಾವಿಸಿದಾಗ ಮಾತ್ರ ತಾಳೆಯಾಗುತ್ತವೆ. ಭೂಭಾಗಗಳು ಒಮ್ಮೆ ಒಂದಕ್ಕೊಂದು ಅಂಟಿಕೊಂಡಿದ್ದವು ಎಂದು ಅವುಗಳ ಭೌಗೋಳಿಕ ಸ್ವರೂಪ ಸಹ ಸೂಚಿಸುತ್ತದೆ (ಉದಾಹರಣೆಗೆ ಆಫ್ರಿಕಾ ಮತ್ತು ದಕ್ಷಿಣ ಅಮೆರಿಕಾದ ತೀರಗಳು). ಇನ್ನೂ ಹಳೆಯದೆನಿಸಿಕೊಂಡ ಖಂಡಾಂತರ ಚಲನೆ ಅಥವಾ ಖಂಡಗಳ ಅಲೆತದ ಸಿದ್ಧಾಂತ ಸಹ ಇದನ್ನೇ ಸೂಚಿಸಿತ್ತು. ಈ ಸಿದ್ಧಾಂತದ ಪ್ರಕಾರ ಭಾರತದ ಭೂಭಾಗ ಒಮ್ಮೆ ದಕ್ಷಿಣ ಗೋಳಾರ್ಧದಲ್ಲಿನ ಗೊಂಡ್ವಾನ ಲ್ಯಾಂಡ್ ಎಂಬ ಬೃಹತ್ ಖಂಡದ ಭಾಗವಾಗಿತ್ತು. ಈ ಗೊಂಡ್ವಾನ ಲ್ಯಾಂಡ್ (ಮಧ್ಯ ಭಾರತದಲ್ಲಿ ದೊರೆಯುವ ಗೊಂಡ್ವಾನ ಶಿಲೆಗಳಿಂದಾಗಿ ಈ ಹೆಸರು ಪಡೆದಿದೆ) ಒಮ್ಮೆ ಭಾರತ, ಆಸ್ಟ್ರೇಲಿಯ, ಅಂಟಾರ್ಕಟಿಕಾ, ಆಫ್ರಿಕಾ ಮತ್ತು ದಕ್ಷಿಣ ಅಮೆರಿಕಾಗಳನ್ನು ಒಳಗೊಂಡಿತ್ತೆಂದು ಹೇಳಲಾಗಿದೆ. ಭಾರತವು ಇಂತಹ ಬೃಹತ್ ಖಂಡದ ಭಾಗವಾಗಿತ್ತು ಎನ್ನಲು ಈ ಪ್ರದೇಶದಲ್ಲಿ ದೊರೆತ ಆ ಭೌಗೋಳಿಕ ಕಾಲದ ಜೀವ ಸಂಕುಲಗಳ ಪಳೆಯುಳಿಕೆಗಳ (ಅಂದರೆ ಬಂಡೆಗಳಲ್ಲಿ ಕಂಡು ಬಂದ ಜೀವಿಗಳ ಉಳಿಕೆಗಳು) ಮಧ್ಯದ ಹೋಲಿಕೆಗಳು ಸಾಕ್ಷಿ ನುಡಿಯುತ್ತವೆ. ಆಸ್ಟ್ರೇಲಿಯಾ ಹಾಗೂ ಇತರ ಭೂಭಾಗಗಳ ಮಧ್ಯದ ಜೀವಸಂಕುಲಗಳ ಈ ಹೋಲಿಕೆ ಜುರಾಸಿಕ್ ಅವಧಿಯಲ್ಲಿ (ಸುಮಾರು 144 ದಶಲಕ್ಷ ವರ್ಷಗಳ ಹಿಂದೆ) ಕೊನೆಗೊಳುತ್ತದೆ. ಈ ಕಾರಣಕ್ಕೆ ಈ ಬೃಹತ್ ಖಂಡದ ವಿವಿಧ ಭಾಗಗಳು ಈ ಕಾಲದಲ್ಲಿ ಒಂದರಿಂದೊಂದು ದೂರ ಸರಿಯತೊಡಗಿದವು ಎಂದು ಭಾವಿಸಲಾಗಿದೆ. ನಂತರ ಭಾರತವಾಗಿ ರೂಪಗೊಂಡ ಭೂಭಾಗವು ಉತ್ತರಕ್ಕೆ ಸರಿಯುತ್ತಾ ಇಯೋಸಿನ್ ಶಕದಲ್ಲಿ (ಸುಮಾರು 58ರಿಂದ 37 ದಶಲಕ್ಷ ವರ್ಷಗಳ ಹಿಂದೆ -ನಕ್ಷೆ 1.1 ನೋಡಿ) ಯುರೇಷಿಯಾ ಖಂಡವನ್ನು ಸೇರಿಕೊಂಡಿತು.

ಇಂತಹ ವಿಶಾಲ ಭೂಭಾಗಗಳು ದೂರ ಸರಿಯುವ ಈ ಪ್ರಕ್ರಿಯೆಗೆ ಸಾಗರ ತಳದ ಹಿಗ್ಗುವಿಕೆ ಭಾಗಶಃ ಕಾರಣವೆಂದು ಈಗ ಹೇಳಲಾಗುತ್ತದೆ. ಸಾಗರ ತಳಗಳಲ್ಲಿನ ದಿಂಡುಗಳ ಅಧ್ಯಯನಗಳು ಸಾಗರ ತಳ ಸತತವಾಗಿ ಭೂಭಾಗಗಳನ್ನು

ನಕ್ಷೆ 1.1 : 230 ದಶಲಕ್ಷ ವರ್ಷಗಳ ಹಿಂದೆ ಜಗತ್ತು

ಜುರಾಸಿಕ್ ಅವಧಿಯಲ್ಲಿ (144 ದಶಲಕ್ಷ ವರ್ಷಗಳ ಹಿಂದೆ) ಭೂಭಾಗಗಳ ಚಲನೆಯನ್ನು----→ ಹೀಗೆಂದು ಸೂಚಿಸಲಾಗಿದೆ. ಭಾರತ ದೀರ್ಘ ಪಯಣವನ್ನು ಗಮನಿಸಿ.

ಒತ್ತುತ್ತಿರುವುದು ಇದಕ್ಕೆ ಕಾರಣವೆಂದು ಸೂಚಿಸುತ್ತವೆ. ಈ ಪ್ರಕಿಯೆಯು ಶಿಲಾ ಫಲಕಗಳ (ಟೆಕ್ಟೋನಿಕ್ ಪ್ಲೇಟ್) ರೂಪಗೊಳ್ಳುವಿಕೆಗೂ ಸಂಬಂಧಿಸಿದೆ. ಈಗಿನ ನಮ್ಮ ಗ್ರಹಿಕೆಯ ಪ್ರಕಾರ ಭಾರತ, ಆಸ್ಟ್ರೇಲಿಯಾ ಮತ್ತು ಹಿಂದೂ ಮಹಾಸಾಗರ ಒಟ್ಟಾಗಿ ಭಾರತ ಶಿಲಾ ಫಲಕ ಎಂದು ಕರೆಯಲ್ಪಡುತ್ತದೆ. ಈ ಶಿಲಾ ಫಲಕವು ಪಶ್ಚಿಮಕ್ಕೆ ಆಫ್ರಿಕಾವನ್ನು ಹಾಗೂ ಉತ್ತರಕ್ಕೆ ಯುರೇಷಿಯಾ ಫಲಕವನ್ನೂ ಒತ್ತುತ್ತದೆ. ಅಸ್ತೆನೋಗೋಳ (ಅಸ್ತೆನೋಸ್ಪಿಯರ್) ಎಂದು ಭೂವಿಜ್ಞಾನಿಗಳು ಭಾವಿಸಿದ ಕಾಲ್ಪನಿಕ ಮೃದು ಪದರದ ಮೇಲೆ ಈ ಫಲಕಗಳು ಕುಳಿತಿವೆ. ಈ ಪದರದ ಮೇಲೆ ಕುಳಿತ ಫಲಕಗಳು, ಬೇರೆ ಫಲಕಗಳ ತಡೆಯಿಲ್ಲದಿದ್ದರೆ, ಜಾರುತ್ತವೆ. ಶಿಲಾ ಫಲಕ ಅಥವಾ ಭೂತಟ್ಟೆಗಳ ಈ ಒಮ್ಮುಖ ಚಲನೆ ಹಾಗೂ ಇನ್ನೊಂದೆಡೆ ಸಮತೋಲನ ಸಾಧಿಸುವ ಭಿನ್ನದಿಕ್ಕಿನ ಚಲನೆಯಿಂದುಟಾಗುವ ಘರ್ಷಣೆಯಿಂದಾಗಿ ಸ್ತರಭಂಗ ರೇಖಾ (ಫಾಲ್ಟ್ ಲೈನ್ಸ್)ದ್ಯಂತ ಭೂಭಾಗಗಳು ಮೇಲೆ ಎತ್ತಲ್ಪಡುತ್ತವೆ ಅಥವಾ ಕೆಳಗೆ ಒತ್ತಲ್ಪಡುತ್ತವೆ ಹಾಗೂ ಈ ಪ್ರಕ್ರಿಯೆಯ ಮೂಲಕ ಭೂಸ್ವರೂಪ ಸತತವಾಗಿ ಬದಲಾಗಿದೆ. (ನಕ್ಷೆ 1.2).

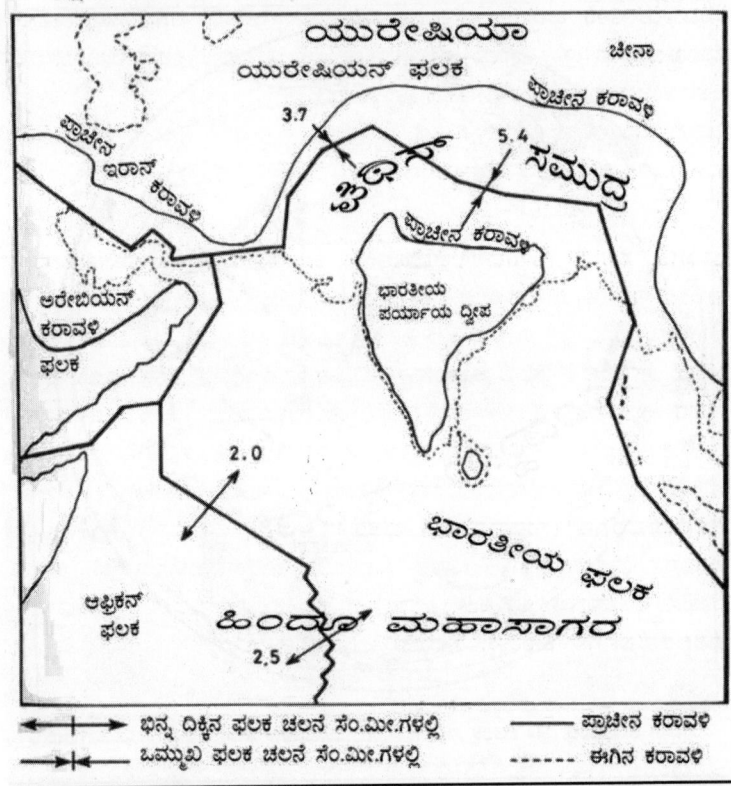

ನಕ್ಷೆ 1.2 : 'ಭಾರತ' 65 ದಶಲಕ್ಷ ವರ್ಷಗಳ ಮೊದಲು, ಶಿಲಾಫಲಕಗಳ ಗಡಿಗಳೊಂದಿಗೆ

ಈ ವಿವಿಧ ಪ್ರಕ್ರಿಯೆಗಳ ಪರಿಣಾಮಗಳಿಂದಾಗಿ ಭೂಸ್ವರೂಪ ಹಾಗೂ ತೀರಪ್ರದೇಶಗಳು ಸದಾ ಬದಲಾಗುತ್ತಿದ್ದ ಕಾರಣಕ್ಕೆ ಭೂಗೋಳದಲ್ಲಿ ಭಾರತ ಇಂದಿನ ಸ್ವರೂಪವನ್ನು ಯಾವಾಗ ಪಡೆಯಿತು ಎಂದು ಅಂದಾಜಿಸುವುದು ಕಷ್ಟವಾಗುತ್ತದೆ. ಪ್ರಾಗ್ಜೀವ ಯುಗದ ಕೊನೆಗೆ (248 ದಶಲಕ್ಷ ವರ್ಷಗಳ ಹಿಂದೆ) ಡೆಕ್ಕನ್‌ನ ಅಥವಾ ಪರ್ಯಾಯ ದ್ವೀಪದ ಸ್ವರೂಪವು ಇಂದಿಗಿಂತ ಹೆಚ್ಚು ಭಿನ್ನವಾಗಿರಲಿಲ್ಲ. ಇದರ ಮೂಲಾಧಾರವು ಆರ್ಕಿಯನ್ ಕಾಲದಲ್ಲಿ ರೂಪಗೊಂಡ ಶಿಲೆಗಳಾಗಿದ್ದು, ಇದು ಪರ್ಯಾಯ ದ್ವೀಪವನ್ನು ಭೂಮಿಯ ಮೇಲೆಯೇ ಅತಿ ಪುರಾತನ ಮತ್ತು ಭೌಗೋಳಿಕವಾಗಿ ಹೆಚ್ಚು ಸ್ಥಿರವಾದ ಕ್ಷೇತ್ರಗಳಲ್ಲಿ ಒಂದನ್ನಾಗಿಸಿದೆ. ಭಾರತದ ಉತ್ತರ ಭಾಗದಲ್ಲಿರುವ ಅರವಳ್ಳಿ ಬೆಟ್ಟ ಶ್ರೇಣಿಯು ಪ್ರಪಂಚದಲ್ಲೆಲ್ಲಾ, ಇನ್ನೂ ಉಳಿದುಕೊಂಡು ಬಂದಿರುವ ಅತಿ ಪ್ರಾಚೀನ ಪರ್ವತ ಶ್ರೇಣಿಗಳಲ್ಲೊಂದು ಎಂದು ಭಾವಿಸಲಾಗಿದೆ. ಮೊದಲ ಡೆಕ್ಕನ್‌ನ ಶಿಲೆಗಳಲ್ಲಿ ಯಾವ ಪಳೆಯುಳಿಕೆಗಳೂ ಕಂಡುಬಂದಿಲ್ಲ. ಆದರೆ ಕಾರ್ಬಾನಿಫೆರಸ್ ಕಾಲದಲ್ಲಿ (320 ರಿಂದ 286 ದಶಲಕ್ಷ ವರ್ಷಗಳ ಹಿಂದೆ)

ರೂಪಗೊಂಡ ಗೊಂಡ್ವಾನ ಶಿಲೆಗಳಲ್ಲಿ ಭೂವಾಸಿ ಜೀವಿಗಳ ಪಳೆಯುಳಿಕೆಗಳಿವೆ. ಸುಮಾರು 300 ದಶಲಕ್ಷ ವರ್ಷಗಳ ಹಿಂದೆಯೇ ಡೆಕ್ಕನ್ ಆಗಲೆ ಸಮುದ್ರವಿರದ ಭೂಪ್ರದೇಶವಾಗಿತ್ತು ಎಂದು ಈ ಆಧಾರದ ಮೇಲೆ ನಾವು ಹೇಳಬಹುದು. ಕೆಳ ಕ್ರಿಟೇಷಿಯಸ್ ಶಕದ ಕೊನೆಯಾಗುವ ಮುಂಚೆ ಅಥವಾ ಸುಮಾರು 98 ದಶಲಕ್ಷವರ್ಷಗಳ ಹಿಂದೆ ಗೊಂಡ್ವಾನ ಶಿಲೆಗಳಲ್ಲಿ ಡೈನೋಸಾರ್ ಅಥವಾ ಬೃಹತ್ ಸರೀಸೃಪಗಳ ಪಳೆಯುಳಿಕೆಗಳು ಸಹ ಪತ್ತೆಯಾಗಿವೆ.

ಹಿಮಾಲಯ ಮತ್ತು ಸಾಲ್ಟ್ ಶ್ರೇಣಿಯಲ್ಲಿನ ಶಿಲೆಗಳಲ್ಲಿ ಕೇಂಬ್ರಿಯನ್ ಯುಗಕ್ಕೆ ಸೇರಿದ (570ದಶಲಕ್ಷವರ್ಷಗಳ ಹಿಂದಿನ ವರೆಗೆ) ಸಮುದ್ರಜೀವಿಗಳ ಪಳೆಯುಳಿಕೆಗಳು ಕಂಡುಬಂದಿವೆ. ಈ ಶಿಲೆಗಳು ಸಮುದ್ರದ ಗಷ್ಟಿನಿಂದ (ಸೆಡಿಮೆಂಟ್ ಅಥವಾ ಗಷ್ಟುಮಣ್ಣು ಎಂದರೆ ಶಿಲೆ ಶಿಥಿಲಗೊಂಡ ಬಳಿಕ ಗಾಳಿ, ನೀರು, ಹಿಮಗಳಿಂದ ಒಯ್ದು ಪೇರಿಸಲ್ಪಟ್ಟ ಹುಡಿ ಪದಾರ್ಥ–ಅನು.) ರೂಪಗೊಂಡಿವೆ ಎಂದು ಸೂಚಿಸುತ್ತದೆ. ಇದರ ಅರ್ಥ ಹಿಮಾಲಯ ಇದ್ದೆಡೆ ಹಿಂದೊಮ್ಮೆ ಸಮುದ್ರವಿತ್ತು ಎಂದು. ಈ ಸಮುದ್ರ ಮೆಡಿಟರೇನಿಯನ್‌ನಿಂದ ಚೀನಾವರೆಗೂ ಇದ್ದಿತೆಂದು ಭೂವಿಜ್ಞಾನಿಗಳು ಭಾವಿಸಿರುವ ಟೆಥಿಸ್ ಸಮುದ್ರದ ಭಾಗವಾಗಿರ ಬಹುದು. ಮೀಸೋಜೋಯಿಕ್ ಯುಗದ ಕೊನೆಯವರೆಗಿನ (ಸುಮಾರು 65 ದಶಲಕ್ಷವರ್ಷಗಳ ಹಿಂದಿನವರೆಗೆ) ಸಮುದ್ರ ಜೀವಿಗಳ ಪಳೆಯುಳಿಕೆಗಳು ಮಾತ್ರ ಹಿಮಾಲಯದಲ್ಲಿ ದೊರೆಯುತ್ತವೆ. ಪಶ್ಚಿಮ ರಾಜಸ್ಥಾನ ಹಾಗೂ ಕಚ್‌ನಲ್ಲಿ ಜುರಾಸಿಕ್ ಕಾಲದ, ಅಂದರೆ 213 ರಿಂದ 144 ದಶಲಕ್ಷವರ್ಷಗಳ ಹಿಂದಿನ, ಸಮುದ್ರಜೀವಿಗಳ ಪಳೆಯುಳಿಕೆಗಳು ದೊರೆತಿವೆ. ಆ ಕಾಲಕ್ಕೆ ಈ ಭೂ ಪ್ರದೇಶಗಳನ್ನು ಸಮುದ್ರ ಆಕ್ರಮಿಸಿತ್ತು ಎಂದು ಇದು ಸೂಚಿಸುತ್ತದೆ.

ಡೆಕ್ಕನ್‌ನ ವಾಯುವ್ಯ ಭಾಗ ಹಾಗೂ ಗುಜರಾತದಲ್ಲಿ ಕ್ರಿಟೇಷಿಯಸ್ ಅವಧಿಯಲ್ಲಿ (144 ರಿಂದ 65 ದಶಲಕ್ಷವರ್ಷಗಳ ಹಿಂದೆ) ಅಗ್ನಿಪರ್ವತಗಳ ದೊಡ್ಡ ಮಟ್ಟದ ಚಟುವಟಿಕೆ ಸಂಭವಿಸಿತು. ಪರಿಣಾಮವಾಗಿ ಹರಿದ ಲಾವಾ ಹಾಗೂ ಬೂದಿಯ ಹಾಸುಗೆ – ಡೆಕ್ಕನ್ ಟ್ರಾಪ್ – ಅರ್ಧ ದಶಲಕ್ಷ ಚದರ ಕಿಲೋಮಿಟರ್ ಹರಡಿದೆ. ಟರ್ಷಿಯರಿ ಅವಧಿಯ (65 ದಶಲಕ್ಷವರ್ಷಗಳ ಹಿಂದೆ) ಪ್ರಾರಂಭದಿಂದ, ವಿಶೇಷವಾಗಿ ಇಯೋಸಿನ್ ಶಕದಲ್ಲಿ ಹಿಮಾಲಯದ ಎತ್ತರ ಹೆಚ್ಚತೊಡಗಿತು. ಈ ಎತ್ತರದ ಹೆಚ್ಚಳ ಮಯೋಸಿನ್ (25 ರಿಂದ 5 ದಶಲಕ್ಷವರ್ಷಗಳ ಹಿಂದೆ) ಶಕದಲ್ಲಿಯೂ ಮುಂದುವರೆಯಿತು. ಈ ಮಯೋಸಿನ್ ಶಕದಲ್ಲಿಯೇ ವಾನರಗಳು ಭೂಮಿಯ ಮೇಲೆ ಮೊದಲು ಕಾಣಿಸಿಕೊಂಡವು. ಯುರೋಪ್ ತಟ್ಟೆ ಮೇಲಿನ ಭಾರತ ತಟ್ಟೆಯ ಬೃಹತ್ ಒತ್ತಡದಿಂದ ಉಂಟಾದ ತೀವ್ರತರಹದ ಮಡಿಕೆಯ ಪರಿಣಾಮವಾಗಿ ಹಿಮಾಲಯ ಮತ್ತು ಸಂಬಂಧಿತ ಬೆಟ್ಟದ ಶ್ರೇಣಿಗಳು ಉಂಟಾದವು ಎಂದು ಭಾವಿಸಲಾಗಿದೆ.

ಹಿಮಾಲಯದಿಂದ ಹಿಮನದಿಗಳು ಮತ್ತು ನದಿಗಳು ತಂದ ಒಡೆದ ಕಲ್ಲಿನ ಚೂರುಗಳು ಮತ್ತು ಮೆಕ್ಕಲು ಮಣ್ಣಿನಿಂದ ಹಿಮಾಲಯದ ಬುಡಕ್ಕೆ ಶಿವಾಲಿಕ್ ಬೆಟ್ಟಗಳು ರೂಪಗೊಂಡವು. ದಶಲಕ್ಷವರ್ಷಗಳ ಹಿಂದಿನವರೆಗೂ ಈ ದ್ವಿತೀಯ ಪರ್ವತಶ್ರೇಣಿ

ರೂಪಗೊಳ್ಳುವಿಕೆ ಸಾಗಿರಬಹುದು. ಅದೇ ಸಮಯದಲ್ಲಿ ಹಿಮಾಲಯದ ಹಾಗೂ ಶಿವಾಲಿಕ್ ಪರ್ವತಶ್ರೇಣಿಯ ಕೆಳಗೆ ಮೆಕ್ಕಲು ಮಣ್ಣು ಸತತವಾಗಿ ತರಲ್ಪಟ್ಟು 2000 ದಿಂದ 6000ಮೀಟರ್ ಆಳವಿದ್ದ ಟೆಥಿಸ್ ಸಮುದ್ರ ಪ್ಲೀಸ್ಟೋಷಿಯನ್ ಶಕದಲ್ಲಿ (1.8 ದಶಲಕ್ಷದಿಂದ 10000 ವರ್ಷಗಳ ವರೆಗೆ) ಮುಚ್ಚಿಹೋಗಿ ಸಿಂಧೂ ಹಾಗೂ ಗಂಗಾ–ಬ್ರಹ್ಮಪುತ್ರ ಬೃಹತ್ ಮೆಕ್ಕಲು ಮಣ್ಣಿನ ಬಯಲುಗಳು ಉಂಟಾದವು.

1.2 ಮಾನವನ ಆಗಮನದ ನಂತರ ಭೌಗೋಳಿಕ ಭಾರತ

ಭಾರತೀಯ ಉಪಖಂಡದ ಮೊದಲ ಮಾನವ (ಹೋಮೋ ಹೆಬಿಲಿಸ್ ಅಥವಾ ಹೋಮೋ ಎರೆಕ್ಟಸ್) ಸಾಲ್ಟ್ ಶ್ರೇಣಿ (ಪಾಕಿಸ್ತಾನ) ಹಾಗೂ ಶಿವಾಲಿಕ್ ಪರ್ವತಗಳಲ್ಲಿ (ಭಾರತ) ಸುಮಾರು ಎರಡು ದಶಲಕ್ಷವರ್ಷಗಳ ಹಿಂದೆ, ಪ್ಲೀಸ್ಟೋಷಿಯನ್ ಶಕದ ಪ್ರಾರಂಭದಲ್ಲಿ ಕಾಣಿಸಿಕೊಂಡ. ಅಂದಿನ ಭಾರತದ ಭೌಗೋಳಿಕ ಸ್ವರೂಪ ಬಹುತೇಕ ಇಂದಿನಂತೆ ಇದ್ದರೂ, ಹಿಮಾಲಯದ ಎತ್ತರ ಹೆಚ್ಚಳ, ಶಿವಾಲಿಕ್ ಪರ್ವತಗಳಲ್ಲಿ ಶಿಲಾ ಶೇಖರಣೆಯಂತಹ ಪ್ರಕ್ರಿಯೆಗಳು ನಂತರ ಪ್ಲಿಸ್ಟೋಷಿಯನ್ ಕಾಲದಲ್ಲೂ ಮುಂದುವರೆದವು. ಮತ್ತೆ ಮತ್ತೆ ಉಂಟಾದ ಹಿಮಯುಗಗಳ ಪರಿಣಾಮಗಳು ಭಾರತಕ್ಕಿಂತ ಪ್ರಪಂಚದ ಇತರ ಕೆಲವು ಭಾಗಗಳ ಮೇಲೆ ಹೆಚ್ಚು ಪ್ರಭಾವ ಬೀರಿದವು. ಹಿಮಯುಗಗಳು ಎರಡು ದಶಲಕ್ಷ ವರ್ಷಗಳಷ್ಟು ದೀರ್ಘವಾಗಿದ್ದ ಪ್ಲಿಸ್ಟೋಷಿಯನ್ ಕಾಲದ ವೈಶಿಷ್ಟ್ಯ. ಈ ಹಿಮಯುಗಗಳ ಕಾಲದಲ್ಲಿ ಉತ್ತರ ಯುರೋಪ್ ಹಾಗೂ ಏಷಿಯಾದ ಬಹುದೊಡ್ಡ ಭಾಗವು ಹಿಮದಿಂದ ಆವೃತ್ತವಾಗಿತ್ತು ಮತ್ತು ಹಿಮನದಿಗಳ (ನದಿಯಂತೆ ಇಳಿಜಾರಿನಲ್ಲಿ, ತಗ್ಗುಗಳಲ್ಲಿ, ಕಣಿವೆಗಳಲ್ಲಿ ಹರಿಯುವ ಹಿಮರಾಶಿ) ಉದ್ದ, ಅಗಲಗಳು ಹೆಚ್ಚಾದವು. ಈ ಕಾಲದಲ್ಲಿ ಹಿಮಾಲಯವನ್ನು ಆಕ್ರಮಿಸಿದ ಹಿಮ ಹಾಳೆಗಳು, ಈಗ ಇದ್ದಂತೆ ಸಮುದ್ರ ಮಟ್ಟದಿಂದ 4000 ಮೀಟರುಗಳವರೆಗಷ್ಟೇ ಸೀಮಿತವಾಗಿರಲಿಲ್ಲ. ಬದಲಾಗಿ, ಸಮುದ್ರ ಮಟ್ಟದಿಂದ 1800 ಮೀಟರ್‌ನಷ್ಟು ಕೆಳಗಿನವರೆಗೂ ಹಬ್ಬಿದ್ದವು. ಹಿಮಾಲಯದ ಹಿಮನದಿಗಳು ತಾವು ನೀರು ಹರಿಸುತ್ತಿದ್ದ ನದಿಗಳನ್ನು ಆಕ್ರಮಿಸಿಕೊಂಡು ಸಮುದ್ರ ಮಟ್ಟದಿಂದ 1400 ಮೀಟರ್ ವರೆಗೂ ಕೆಳಗಿಳಿದವು. ಈ ಹಿಮನದಿಗಳ ಕೆಳಗಿಳಿದ ಕೊನೆಯ ತುದಿಗಳನ್ನು ಮೊರೇನ್ ಅಥವಾ ಹಿಮನದಿಗಳು ತಂದು ಪೇರಿಸಿದ ಕಲ್ಲುಗಳು ಹಾಗೂ ಮಣ್ಣು ಸೂಚಿಸುತ್ತದೆ. ಭೂಮಿಯ ಹಲವು ಕಲ್ಲುಗಳ ಅಡಚಣೆಗಳನ್ನು ಒರೆಸಿ ಹಾಕುವ, ಬೃಹತ್ ತಗ್ಗುಗಳನ್ನು ಸೃಷ್ಟಿಸುವ ಮತ್ತು ಕೆಲವೊಮ್ಮೆ ಪರ್ವತಗಳನ್ನೇ ನೆಲಸಮ ಮಾಡುವ ಮೂಲಕ ಹಿಮನದಿಗಳು ಭೌತಿಕ ಎಲ್ಲೆಕಟ್ಟುಗಳನ್ನು ಬದಲಿಸಿ ತಮ್ಮ ಛಾಪನ್ನು ಬಿಟ್ಟು ಹೋದವು.

ಹಿಮಯುಗಗಳಿಂದಾಗಿ, ಪ್ರಪಂಚದ ಇತರ ಭಾಗಗಳಲ್ಲಿ ಆದಂತೆ ಭಾರತದಲ್ಲಿಯೂ ಸಹ ಆದ ಒಂದು ಪ್ರಮುಖ ಪರಿಣಾಮವೆಂದರೆ, ದೊಡ್ಡ

ಪ್ರಮಾಣದಲ್ಲಿ ಸಮುದ್ರ ಮಟ್ಟ ಕೆಳಗಿಳಿಯುವುದು. ಬೃಹತ್ ಪ್ರಮಾಣದ ನೀರು ವಾಯುವ್ಯ ಯುರೋಪ್ ಹಾಗೂ ಉತ್ತರ ಅಮೆರಿಕಾದಲ್ಲಿ ವಿಶಾಲ ಹಿಮ ಹಾಳೆಗಳಾಗಿ ಹೆಪ್ಪುಗಟ್ಟಿದುದೇ ಇದಕ್ಕೆ ಕಾರಣ. ಕೆಳ ಪ್ಲಿಸ್ಟೋಷಿಯನ್ ಕಾಲದಲ್ಲಿನ ಕೊನೆಯ ಹಿಮಯುಗದ ಕಾಲದಲ್ಲಿ ಸಮುದ್ರ ಮಟ್ಟವು ಇಂದಿನ ಸರಾಸರಿ ಸಮುದ್ರ ಮಟ್ಟಕ್ಕಿಂತ 100 ರಿಂದ 150 ಮೀಟರ್ ಕೆಳಗಿತ್ತು ಎಂದು ನಂಬಲಾಗಿದೆ. ಹಿಮುಯುಗಳಲ್ಲಿನ ಇಂತಹ ಸಮುದ್ರ ಹಿಂಜರಿತದ ಅರ್ಥವೆಂದರೆ ಕಚ್ ಕೊಲ್ಲಿ (ಗಲ್ಫ್ ಆಫ್ ಕಚ್) ಹಾಗೂ ಕ್ಯಾಂಬೇ ಕೊಲ್ಲಿಗಳ (ಗಲ್ಫ್ ಆಫ್ ಕ್ಯಾಂಬೇ) ಮಧ್ಯದ ಸ್ಥಳ ಅಂದು ಒಣ ನೆಲವಾಗಿತ್ತು. ಆಡಮ್ ಬ್ರಿಡ್ಜ್ ಸುತ್ತಲಿನ ಒಂದು ಭೂಪಟ್ಟಿಯಿಂದ ಶ್ರೀಲಂಕ ಭಾರತಕ್ಕೆ ಜೋಡಿಸಲ್ಪಟ್ಟಿತ್ತು. ಉತ್ತರ, ಮಧ್ಯ ಹಾಗೂ ದಕ್ಷಿಣ ಅಂಡಾಮಾನ್ ಸೇರಿ ಒಂದೇ ದ್ವೀಪವಾಗಿತ್ತು. ಇಂತಹ ಭೂಸೇತುವೆಗಳು ನರವಾನರಗಳನ್ನೂ ಒಳಗೊಂಡು ಪ್ರಾಣಿಗಳು, ನಮ್ಮ ಜೀವಸಂಕುಲದ ಪ್ರಾರಂಭಿಕ ಸಮುದಾಯಗಳು, ಇಂದು ದ್ವೀಪಗಳಾದ ಇವುಗಳಿಗೆ ವಲಸೆ ಹೋಗಲು ಸಾಧ್ಯವಾಗಿಸಿದವು. ಆದರೆ, ಹಲವು ಹಿಮಯುಗಗಳ ಮಧ್ಯದಲ್ಲಿ, ಉಷ್ಣತೆ ಹೆಚ್ಚಾದಾಗ, ಸಮುದ್ರ ಮಟ್ಟ ಏರಿ, ಸುಮಾರು 10000 ವರ್ಷಗಳ ಹಿಂದೆ ಆರಂಭವಾದ ಈಗಿನ ಹೊಲೋಸಿನ್ ಶಕದಲ್ಲಿ ಆದಂತೆ, ಕಳೆದುಕೊಂಡ ಭೂಭಾಗಗಳನ್ನೆಲ್ಲಾ ಮತ್ತೆ ಸಮುದ್ರ ಕಬಳಿಸಿತು. ಹಿಮಯುಗಗಳ ಮಧ್ಯದಲ್ಲಿ ದೊಡ್ಡ ನದಿಗಳ ಮುಖಜ ಭೂಮಿಗಳಲ್ಲಿ ಮಾತ್ರ ಸಮುದ್ರ ತೀರವು ಕಡಿಮೆ ಒಳಗೆ ಸರಿಯಿತು. ವಿಶೇಷವಾಗಿ ಹೆಚ್ಚು ಉಷ್ಣತೆ ಇದ್ದ ಕೆಲವು ಹಿಮಯುಗಗಳ ಮಧ್ಯ ಕಾಲದಲ್ಲಿ ಸಮುದ್ರ ಈಗಿರುವ ಮಟ್ಟಕ್ಕಿಂತ ಮೇಲೇರಿತ್ತು. ಹವಳ (ಕೋರಲ್) ಸಂಗ್ರಹಗಳ ಅಧ್ಯಯನವು ತೋರಿಸುವಂತೆ ಸಮುದ್ರ ಮಟ್ಟ 120000 ವರ್ಷಗಳ ಹಿಂದೆ ಹಾಗೂ 30000 ವರ್ಷಗಳ ಹಿಂದೆ ಹೆಚ್ಚಾಗಿತ್ತು. ವಾಸ್ತವವಾಗಿ ಪ್ರಸಕ್ತ ಹಿಮಯುಗಗಳ ನಡುವಿನ ಅವಧಿಯಾದ ಹೊಲೋಸಿನ್ ಕಾಲದೊಳಗೆ, ಸುಮಾರು 5000 ವರ್ಷಗಳ ಹಿಂದೆ ಇಂದಿಗಿಂತ ಸಮುದ್ರ ಮಟ್ಟ 3 ಮೀಟರ್ ಹೆಚ್ಚಿದ್ದಿರಬಹುದು. ಇಂತಹ ಸಂದರ್ಭದಲ್ಲಿ ಕಚ್‌ನ ರಣ್ ಕೆಲ ಋತುಗಳಲ್ಲಿ ಆಳವಿಲ್ಲದ ಸಮುದ್ರದ ಒಳಪ್ರವೇಶದಂತಾಗುತ್ತಿರಬಹುದಾದ ಸಾಧ್ಯತೆಗಳು ಇವೆ.

ಈ ಹಿಮಹಾಳೆಗಳು ಹಾಗೂ ತೀರಪ್ರದೇಶಗಳ ಬದಲಾವಣೆಗಳ ನಡುವೆಯೂ ಪಿಸ್ಟೋಶಿಯೆನ್ ಕಾಲದಲ್ಲಿ ಭಾರತದ ಮೂರು ಪ್ರಮುಖ ಪ್ರದೇಶಗಳು ಈಗಿನ ಅಕ್ಷಾಂಶಗಳಲ್ಲಿಯೇ ಸ್ಥಿರವಾಗಿದ್ದು, ಸುಮಾರು ಇಂದಿನ ಮಿತಿ ಮತ್ತು ಎತ್ತರದಲ್ಲಿಯೇ ಇದ್ದವು ಎಂಬುದನ್ನು ನಾವು ನೆನಪಿಟ್ಟುಕೊಳ್ಳಬೇಕು. ಈ ಪ್ರದೇಶಗಳೆಂದರೆ:

(1) ತನ್ನ ಈ ಸ್ವರೂಪವನ್ನು ಬಹಳ ಹಿಂದೆ ಪಡೆದ, ದಕ್ಷಿಣದ ಡೆಕ್ಕನ್ ಅಥವಾ ಪರ್ಯಾಯ ದ್ವೀಪ. ಈ ಪ್ರದೇಶ ಪಶ್ಚಿಮದಲ್ಲಿ ಎತ್ತರವಿದ್ದು ಪೂರ್ವದ ಕಡೆ ಇಳಿಜಾರಾಗಿದೆ.

(2) ಹಿಮಾಲಯದ ಮೆಕ್ಕಲು ಮಣ್ಣಿನಿಂದ ರಚಿಸಲ್ಪಟ್ಟ ಉತ್ತರದ ಬಯಲು ಪ್ರದೇಶ.

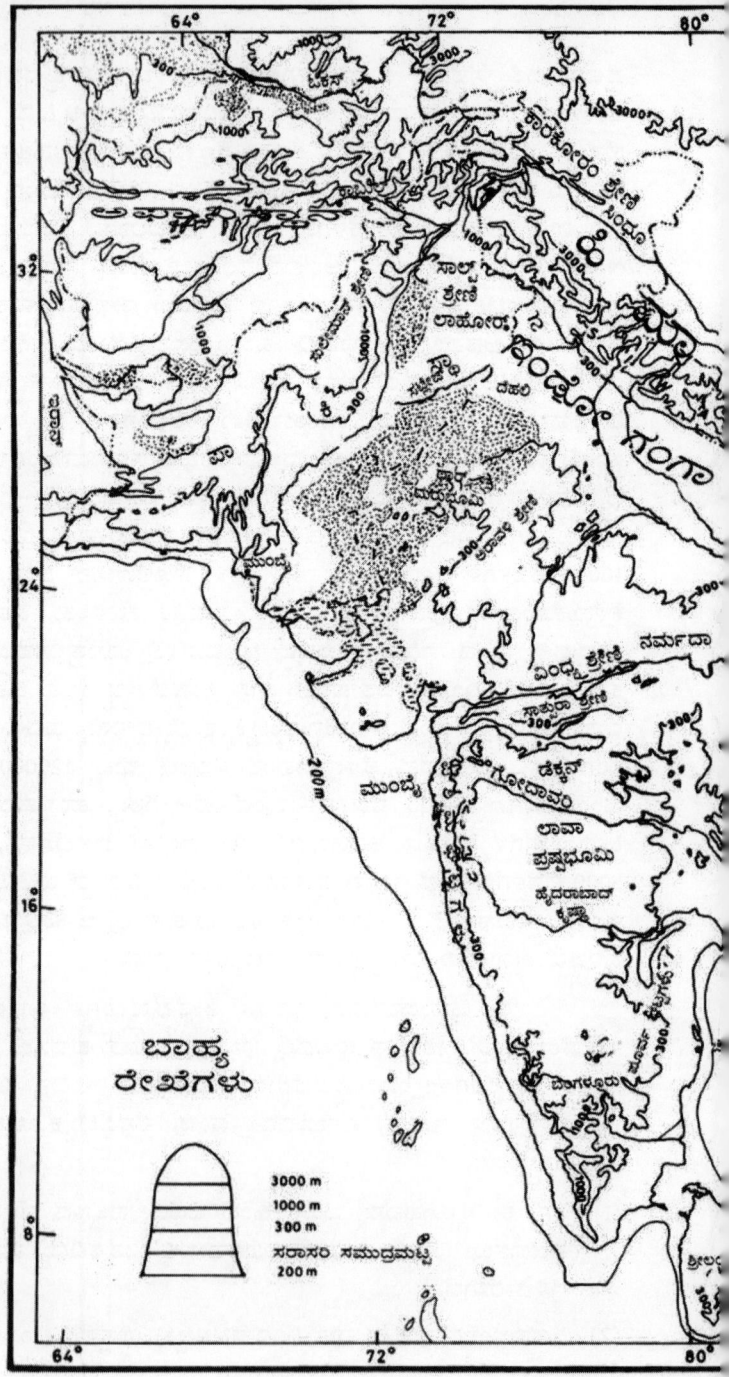

64°
72°
80°
32°
24°
16°
8°
ಕಾರಕೋರಂ ಶ್ರೇಣಿ
ಸಿಂಧೂ
ಸಾಲ್ಟ್ ಶ್ರೇಣಿ
ಲಾಹೋರ್
ದೆಹಲಿ
ಗಂಗಾ
ಮರುಭೂಮಿ
ನರ್ಮದಾ
ವಿಂಧ್ಯ ಶ್ರೇಣಿ
ಸಾತ್ಪುರಾ ಶ್ರೇಣಿ
ಡೆಕ್ಕನ್
ಗೋದಾವರಿ
ಮುಂಬೈ
ಲಾವಾ
ಪ್ರಸ್ಥಭೂಮಿ
ಹೈದರಾಬಾದ್
ಕೃಷ್ಣಾ
ಬೆಂಗಳೂರು
200 m
ಬಾಹ್ಯ
ರೇಖೆಗಳು
3000 m
1000 m
300 m
ಸರಾಸರಿ ಸಮುದ್ರಮಟ್ಟ
200 m

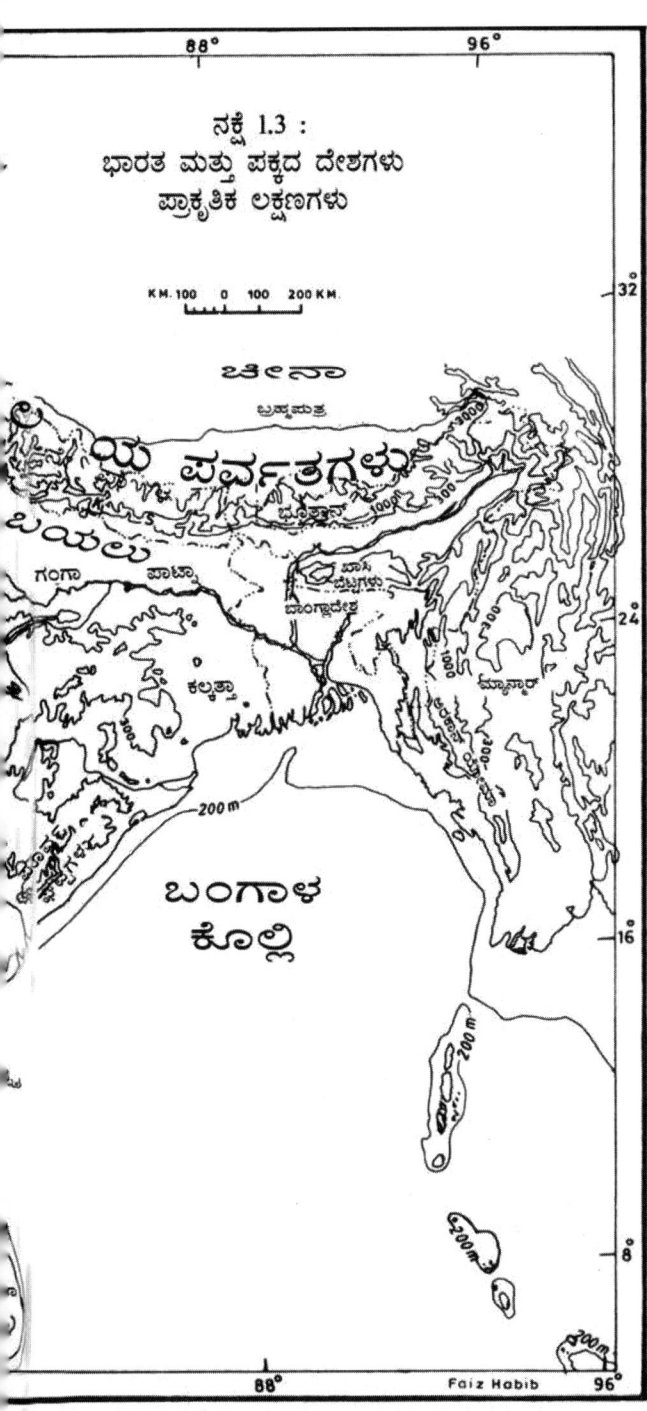

88°
96°
ನಕ್ಷೆ 1.3 :
ಭಾರತ ಮತ್ತು ಪಕ್ಕದ ದೇಶಗಳು
ಪ್ರಾಕೃತಿಕ ಲಕ್ಷಣಗಳು
KM. 100 0 100 200 KM.
32°
ಚೀನಾ
ಬ್ರಹ್ಮಪುತ್ರ
3000
1000
ಭೂತಾನ್
ಗಂಗಾ
ಪಾಟ್ನಾ
ಖಾಸಿ ಬೆಟ್ಟಗಳು
ಬಾಂಗ್ಲಾದೇಶ
24°
300
ಕಲ್ಕತ್ತಾ
ಮ್ಯಾನ್ಮಾರ್
200 m
ಬಂಗಾಳ
ಕೊಲ್ಲಿ
16°
8°
Faiz Habib

ಅರವಳ್ಳಿ ಪರ್ವತ ಶ್ರೇಣಿಯು ಈ ಬಯಲನ್ನು ಸಿಂಧೂ ಹಾಗೂ ಗಂಗಾ ಕಣಿವೆಗಳೆಂಬ ಎರಡು ಸಹಜ ವಿಭಾಗಗಳನ್ನಾಗಿ ವಿಭಜಿಸಿದೆ.

(3) ಉತ್ತರಕ್ಕೆ ಹಬ್ಬಿರುವ ಹಿಮಾಲಯ. ಇದರ ಸಂಬಂಧಿತ ಪರ್ವತಶ್ರೇಣಿಗಳ ಕೊಂಡಿಯಿಂದಾಗಿ ಇವು ಪೂರ್ವ ಹಾಗೂ ಪಶ್ಚಿಮಕ್ಕೆ ಸಮುದ್ರದವರೆಗೂ ಹಬ್ಬಿವೆ.

ಆದರೂ, ಪ್ಲಿಸ್ಟೋಸೀನ್ ಕಾಲದ ಪ್ರಾರಂಭದಲ್ಲಿ (1.8 ದಶಲಕ್ಷವರ್ಷಗಳ ಹಿಂದೆ) ಮತ್ತು ಹಿಮಯುಗಗಳಿಗೂ ಮುಂಚಿನ ಭಾರತದ ಭೌಗೋಲಿಕ ನಕ್ಷೆ ಇಂದಿನಂತಲ್ಲದೆ ಭಿನ್ನವಾಗಿತ್ತು. ಉತ್ತರದ ಬಯಲು ಪ್ರದೇಶಗಳಲ್ಲಿನ ನದಿಗಳು ಪ್ರವಹಿಸುವ ರೀತಿ ಇಂದಿಗಿಂತ ಬೇರೆಯದೇ ಆಗಿದ್ದಿರಬಹುದು. ಈಗಿರುವಂತೆ ಎರಡು ಮುಖ್ಯ ನದಿ ವ್ಯವಸ್ಥೆಗಳು, ಸಿಂಧೂ ಹಾಗೂ ಗಂಗಾ–ಬ್ರಹ್ಮಪುತ್ರದ ಬದಲು, ಹಿಮಾಲಯದೊಂದಿಗೆ ಹೊಂದಿಕೊಂಡು ಪೂರ್ವದಿಂದ ಪಶ್ಚಿಮಕ್ಕೆ ಒಂದೇ ನದಿಯು ಹರಿದು ಅದು ದಕ್ಷಿಣಕ್ಕೆ ತಿರುಗಿ ಅರೇಬಿಯನ್ ಸಮುದ್ರ ಸೇರುತ್ತಿತ್ತು ಎಂದು ಒಮ್ಮೆ ಹೇಳಲಾಗುತ್ತಿತ್ತು. ಇದನ್ನು ಇಂಡೋ ಬ್ರಹ್ಮ ಅಥವಾ ಶಿವಾಲಿಕ್ ನದಿ ಎಂದು ಕರೆಯಲಾಗಿತ್ತು. ಇಂತಹ ಸಿದ್ಧಾಂತಗಳನ್ನು ಇಂದು ಯಾರೂ ಮಂಡಿಸುತ್ತಿಲ್ಲ. ಕನಿಷ್ಟ ಒಮ್ಮೆ ಯಮುನಾ ಸಿಂಧೂ ನದಿಯೊಳಗೆ ಸೇರುತ್ತಿತ್ತು ಅಥವಾ ಸಟ್ಲೆಜ್ ಯಮುನಾಕ್ಕೆ ಸೇರುತಿತ್ತು ಎಂದು ಖಂಡಿತ ಹೇಳಬಹುದು. ಇದಕ್ಕೆ ಸರಳ ಕಾರಣವೆಂದರೆ, ಸಿಂಧೂ ಹಾಗೂ ಗಂಗಾಗಳೆರಡರಲ್ಲೂ ಒಂದೇ ಜೀವಸಂಕುಲದ ಡಾಲ್ಫಿನ್‌ಗಳು ಇವೆ. ಕಳೆದ ದಶಲಕ್ಷವರ್ಷಗಳೊಳಗೆ ಗಂಗಾ ಹಾಗೂ ಸಿಂಧೂ ವ್ಯವಸ್ಥೆಗಳ ಮುಖ್ಯ ನದಿಗಳಲ್ಲಿ ಒಂದಾದರೂ ಗಂಗಾದಿಂದ ಸಿಂಧೂಗೆ ಅಥವಾ ಸಿಂಧೂನಿಂದ ಗಂಗಾಗೆ ಹರಿಯುತ್ತಿದ್ದಲ್ಲಿ ಮಾತ್ರ ಹೀಗಾಗಲು ಸಾಧ್ಯ.

ನಾವು ಇಂದು ಜೀವಿಸುತ್ತಿರುವ ಭೌಗೋಳಿಕ ಶಕಕ್ಕೆ ಹೊಲೋಸಿನ್ ಎಂದು ಹೆಸರಿಸಲಾಗಿದೆ. ಇದು ಪ್ಲಿಸ್ಟೋಷಿಯನ್‌ನ ಕೊನೆಯ ಹಿಮಯುಗ ಮುಗಿದಾಗ, ಸುಮಾರು 10000 ವರ್ಷಗಳ ಹಿಂದೆ, ಪ್ರಾರಂಭವಾಯಿತು. ಈ ಕಾಲದಾದ್ಯಂತ ಭಾರತದ ಪ್ರಾಕೃತಿಕ ನಕ್ಷೆ ಸ್ಥಿರವಾಗಿತ್ತು (ನಕ್ಷೆ 1.3 ನೋಡಿ) ಹಾಗೂ ಭೂಮಿಯ ಎತ್ತರ, ಸಮುದ್ರ ತೀರ ಮತ್ತು ನದಿ ವ್ಯವಸ್ಥೆಗಳಲ್ಲಿಯಾಗಲಿ ಸಣ್ಣಪುಟ್ಟ ಬದಲಾವಣೆಗಳನ್ನು ಹೊರತು ಪಡಿಸಿ ಯಾವ ಪ್ರಮುಖ ಬದಲಾವಣೆಗಳಾಗಿಲ್ಲ. ಮನುಷ್ಯನ ಕೈಚಳಕಗಳಾದ ನೀರಾವರಿಗಳಿಂದ ನದಿಗಳನ್ನು ಬತ್ತಿಸುವಿಕೆ, ಅಥವಾ ಬೃಹತ್ ಆಣೆಕಟ್ಟುಗಳನ್ನು, ಏರಿಗಳನ್ನು ಕಟ್ಟುವ ಮೂಲಕ ದೊಡ್ಡ ಕೆರೆಗಳ ನಿರ್ಮಾಣ ಅಥವಾ ಶಿಲೆಗಳನ್ನು ಒಡೆಯುವ ಮತ್ತು ಸ್ಫೋಟಿಸುವ ಕ್ರಿಯೆಗಳನ್ನು ಮರೆಯುವುದಾದಲ್ಲಿ ಈ ಕಾಲದಲ್ಲಿ ಭೂಮಿಯಲ್ಲಿ ದೊಡ್ಡ ಬದಲಾವಣೆಗಳನ್ನು ತಂದ ಒಂದು ಅಂಶವೆಂದರೆ ಭೂಕಂಪಗಳು. ಭೂಕಂಪಗಳಿಗೆ ಮುಖ್ಯ ಕಾರಣಗಳಲ್ಲೊಂದು ಭೂತಟ್ಟೆಗಳು ಒಂದನ್ನೊಂದು ತಿಕ್ಕಿದಾಗ ಉಂಟಾಗುವ ಬೃಹತ್ ಪ್ರಮಾಣದ ಘರ್ಷಣೆ. ಹಿಮಾಲಯಗಳು ಇಂತಹ ಸ್ತರಭಂಗ ರೇಖೆಗಳ ಮೇಲೆಯೇ ಇದ್ದು, ಹಿಮಾಲಯಗಳನ್ನು ಮೇಲೆತ್ತಿದ ಭೂತಟ್ಟೆಗಳ ಚಲನೆ ಇನ್ನೂ ಸಕ್ರಿಯವಾಗಿರುವ ಸಾಧ್ಯತೆ ಇದೆ. 1897ರ ಅಸ್ಸಾಮ್‌ನ ಭೂಕಂಪ ಎತ್ತರಗಳನ್ನು ಏರುಪೇರು ಮಾಡಿತಷ್ಟೇ ಅಲ್ಲ, ಪರ್ವತಗಳ ಸಾಪೇಕ್ಷಿಕ ಸ್ಥಾನವನ್ನು ಸಹ ಬದಲಿಸಿತು.

ಇಂತಹುದೇ ಪರಿಣಾಮವನ್ನು ಇದೇ ಪ್ರದೇಶದಲ್ಲಿ 1950ರ ಭೂಕಂಪ ಉಂಟುಮಾಡಿತು. ಗುಜರಾತ್‌ನ ಕಚ್‌ನಲ್ಲಿನ 1819ರ ಭೂಕಂಪ ರಣ್‌ನ ಒಂದು ಭಾಗವನ್ನು ಕೆಳಗೆ ಒತ್ತುವ ಮೂಲಕ ಸಮುದ್ರ ಒಳಪ್ರವೇಶಿಸುವಂತೆ ಮಾಡಿತು. ಅಲ್ಲದೆ 3 ರಿಂದ 5.5 ಮೀಟರ್ ಎತ್ತರ ಮತ್ತು 80 ಕಿಮೀ ಉದ್ದದ ಏರನ್ನೂ (ಅಲ್ಲಾ ಬಂಡ್) ನಿರ್ಮಿಸಿತು. ಇದೇ ಪ್ರದೇಶದ ಇತ್ತೀಚಿನ ಜನವರಿ 2001ರ ಭೂಕಂಪ ರಣ್‌ನ ಹಲವು ಭಾಗಗಳ ಭೂಮಟ್ಟಗಳನ್ನು ಬದಲಿಸಿದೆ.

ಹೊಲೋಸಿನ್ ಕಾಲದಲ್ಲಿ ಸಮುದ್ರದ ತೀರಗಳು ಬಹಳ ಬದಲಾವಣೆಗಳನ್ನು ಕಂಡಿವೆ. ಹೊಲೋಸಿನ್‌ನ ಪ್ರಾರಂಭದಲ್ಲಿ, 10000 ವರ್ಷಗಳ ಹಿಂದೆ (ಕ್ರಿ ಪೂ.8000), ಸಮುದ್ರ ಮಟ್ಟ ಬಹುಶಃ ಇಂದಿಗಿಂತ 100 ಮೀಟರ್ ಕೆಳಗಿತ್ತು. ಕೊನೆಯ ಹಿಮಯುಗದಲ್ಲಿ ರೂಪಗೊಂಡ ಬೃಹತ್ ಹಿಮ ಹಾಳೆಗಳು ಕರಗುತ್ತಾ ಬಂದಂತೆ ಸಮುದ್ರ ಮಟ್ಟ ಹೆಚ್ಚಿ ಕ್ರಿ ಪೂ 5000ರಷ್ಟಕ್ಕೆ ಸುಮಾರು ಈಗಿನ ಮಟ್ಟಕ್ಕೆ ಬಂದಿತು. ಆ ನಂತರ ಸಮುದ್ರ ಮಟ್ಟದಲ್ಲಿನ ವ್ಯತ್ಯಾಸಗಳ ಪ್ರಮಾಣ ಕಡಿಮೆಯಾಗತೊಡಗಿತು. ಇಂತಹ ವ್ಯತ್ಯಾಸಗಳೇ ಮುಂಬಯಿ ದ್ವೀಪದ ಪೂರ್ವದಲ್ಲಿ ಮರಗಳು, ಸಮುದ್ರದ ಕೆಳ ಜಲಮಟ್ಟಕ್ಕಿಂತ 4 ಮೀಟರ್ ಆಳದಲ್ಲಿ ಮುಳುಗಿರಲು ಕಾರಣ. ದ್ವಾರಕದಲ್ಲಿ ಸೌರಾಷ್ಟ್ರ ಕರಾವಳಿಯ ಆಗ್ನೇಯ ದಿಕ್ಕಿನ ತುದಿಯಲ್ಲಿ, ಕೆಳಮಟ್ಟದಲ್ಲಿ ಇರುವ ಪ್ರದೇಶವಿದೆ. ಇಲ್ಲಿ ಸಿಂಧೂ ಸಂಸ್ಕೃತಿಯ ಹಲವು ನೆಲೆಗಳು ಮುಳುಗಿದ್ದು ಅವನ್ನು ಇನ್ನೂ ಪತ್ತೆ ಮಾಡಬೇಕಿದೆ. ಮೆಕ್ಕಲು ಮಣ್ಣನ್ನು ತರುವ ನದಿಯ ಮುಖಜಗಳು ಸಮುದ್ರದೊಳಕ್ಕೆ ಹೋಗುತ್ತವೆ. ಆದರೆ ಯಾವುದೇ ಒಂದು ಖಚಿತ ವೇಗದಲ್ಲಿ ಅಥವಾ ಒಂದೇ ಕಡೆ ಇದನ್ನು ಅವು ಮಾಡುತ್ತಿಲ್ಲ. ನದಿಯ ಮುಖ್ಯ ಧಾರೆ ಎಲ್ಲಿ ಸಮುದ್ರ ಸೇರುತ್ತಿದೆಯೋ ಅಲ್ಲಿ ಸಮುದ್ರ ಹಿಮ್ಮೆಟ್ಟುತ್ತಿದೆ, ಆದರೆ ಬೇರೆಡೆ ಹಿಂದೆ ಪೇರಲ್ಪಟ್ಟ ಮೆಕ್ಕಲು ಮಣ್ಣನ್ನು ಸಮುದ್ರ ನುಂಗುತ್ತಿದೆ. ಬಾಂಗ್ಲಾದೇಶದಲ್ಲಿನ ಗಂಗಾ-ಬ್ರಹ್ಮಪುತ್ರಾ ಮುಖಜದಲ್ಲಿನ ದ್ವೀಪಗಳ ನಕ್ಷೆಯಾದರೋ ಒಂದು ವರ್ಷ ರಚಿಸಿದ್ದು ಇನ್ನೊಂದು ವರ್ಷ ಸರಿಯೆಂದು ಹೇಳಲು ಸಾಧ್ಯವಾಗುವುದಿಲ್ಲ. ಒಟ್ಟಾರೆಯಾಗಿ, ಬೃಹತ್ ನದಿ ಮುಖಜಗಳಲ್ಲಿನ ಸಮುದ್ರ ತೀರ ಮುಂದೆ ಹೋಗುವುದು ನಕ್ಷೆ ರಚಿಸುವವರು (ಉದಾಹರಣೆಗೆ ಶ್ವಾರ್ಟ್ಸ್‌ಬರ್ಗ್) ಊಹಿಸಿದಷ್ಟು ದೊಡ್ಡದಾಗಿರುವುದಿಲ್ಲ. ಸಿಂಧೂ ಸಂಸ್ಕೃತಿಯ ಥಾರೋ ಮತ್ತು ಕೂಂಜ್ ಸೋರ್ ಉದಾಹರಣೆಗಳನ್ನು ತೆಗೆದುಕೊಳ್ಳುವುದಾದರೆ, ಸಿಂಧೂ ನದಿಯ ಮುಖಜದಲ್ಲಿ, ಕಳೆದ 4000 ವರ್ಷಗಳಲ್ಲಿ, 40 ರಿಂದ 60 ಕಿ.ಮೀ.ಗಳಿಗಿಂತ ಹೆಚ್ಚು ಸಮುದ್ರ ಮುಂದೆ ಬಂದಿಲ್ಲ. ವಾಸ್ತವದಲ್ಲಿ ಸಮುದ್ರ ಮುಂದೆ ಬಂದುದು ಅದಕ್ಕಿಂತಲೂ ಕಡಿಮೆ ಇರಬಹುದು.

ನದಿಗಳ ಬಗೆಗೆ ಹೇಳುವುದಾದರೆ, ಅವುಗಳು ಪರ್ವತಗಳು ಹಾಗೂ ಬೆಟ್ಟಗಳ ಕಣಿವೆಗಳು ವಿಧಿಸಿದ ಮಿತಿಯ ಹಾದಿಗಳಲ್ಲೇ ಹರಿಯುತ್ತಿವೆ. ಹೊಲೋಸಿನ್ ಕಾಲದಲ್ಲಿ, ಉತ್ತರ ಭಾರತದ ಮೆಕ್ಕಲು ಬಯಲಿನಲ್ಲಿ ಅವುಗಳು ಹರಿಯುವ ಹಾದಿಯಲ್ಲಿ ಆದ ಬದಲಾವಣೆ ಅತ್ಯಲ್ಪವಾಗಿತ್ತು. ಸಿಂಧೂ ನದಿಯು ಪೂರ್ವಕ್ಕೆ ಸಾಲ್ಟ್ ಪರ್ವತ

ಶ್ರೇಣಿ ಹಾಗೂ ಪಶ್ಚಿಮಕ್ಕೆ ಸುಲೇಮಾನ್ ಪರ್ವತ ಶ್ರೇಣಿಗಳ ಮಧ್ಯ ಸ್ಥಿರ ಹಾದಿಯಲ್ಲಿ ಹರಿಯುತ್ತದೆ. ಹಾಗೆಯೇ ಗಂಗಾ, ಯಮುನಾಗಳು ತಮ್ಮ ಹಾದಿಯಲ್ಲಿನ ಬಯಲುಗಳಲ್ಲಿ ಅದೆಷ್ಟು ಆಳವಾದ ಪಾತ್ರವನ್ನು ಕೊರೆದಿವೆಯೆಂದರೆ 10 ಸಾವಿರ ವರ್ಷ ಅಥವಾ ಅದಕ್ಕೂ ತುಸು ಹಿಂದಿನ ಕಾಲದಲ್ಲಿ ಅವುಗಳ ಹರಿಯುವಿಕೆ ಇಂದು ಅವು ಹರಿಯುತ್ತಿರುವ ದಿಕ್ಕು ದೆಸೆಗಳಿಗಿಂತ ತೀರ ಭಿನ್ನವಾಗಿರುವ ಸಾಧ್ಯತೆ ತುಂಬಾ ಕಡಿಮೆ. ಸಾಮಾನ್ಯವಾಗಿ ಹೇಳುವುದಾದರೆ, ನದಿಗಳು ಎಲ್ಲೆಗಟ್ಟುಗಳ ವಿರುದ್ಧವಾಗಲಿ ಅಥವಾ ಇಂದು ಹರಿಯುವ ಸಣ್ಣ ಹಳ್ಳಗಳು, ನಾಲೆಗಳು ಸೂಚಿಸುವ ಬಸಿಯುವಿಕೆಯ ಹಾದಿಯನ್ನು ದಾಟಿ ಹರಿಯುವುದಿಲ್ಲ. ಆದಾಗ್ಯೂ ಸಿಂಧೂ-ಗಂಗಾ ಬಯಲಿನ ಕೆಲ ನದಿಗಳು ತಮ್ಮ ಹಾದಿಯನ್ನು ಕಳೆದ ಸಾವಿರ ವರ್ಷಗಳಲ್ಲೇ ತೀವ್ರವಾಗಿ ಬದಲಾಯಿಸಿವೆ ಎಂದು ತಿಳಿದು ಬಂದಿದೆ. ರಾವಿ ನದಿಯು ಒಮ್ಮೆ ಮುಲ್ತಾನದ ಪೂರ್ವಕ್ಕೆ ಹರಿಯುತ್ತಿತ್ತು. ಸುಮಾರು 16ನೆಯ ಶತಮಾನಕ್ಕೆ ಮುಂಚೆ, ಇಂದು ಹರಿಯುತ್ತಿರುವಂತೆ, ಮುಲ್ತಾನದ ಉತ್ತರಕ್ಕೆ ನೇರವಾಗಿ ಚೆನಾಬ್‌ಗೆ ಹರಿಯಲಾರಂಭಿಸಿತು. ಮೊದಲು ಸಟ್ಲೇಜನ್ನು ಸೇರುತ್ತಿದ್ದ ಬ್ಯಾಸ್ ನದಿಯು, ನಂತರ ಉತ್ತರಕ್ಕೆ ಭಿನ್ನ ನಿಟ್ಟಿನಲ್ಲಿ ಹರಿಯತೊಡಗಿ, ಹದಿನೇಳನೆಯ ಶತಮಾನದಲ್ಲಿಯಷ್ಟೇ ಇದನ್ನು ಬಿಟ್ಟುಕೊಟ್ಟಿತ್ತು. ಬಿಹಾರದ ಕೋಸಿ ನದಿಯು ವಿಶಾಲ ಪ್ರದೇಶದಲ್ಲಿ ತನ್ನ ಹರಿಯುವ ಹಾದಿ ಬದಲಿಸುವಲ್ಲಿ ಕುಖ್ಯಾತವಾಗಿದೆ. ಬಂಗಾಳದ ತಿಸ್ತಾ ನದಿಯು ಹದಿನೆಂಟನೆಯ ಶತಮಾನದಲ್ಲಿ ಗಂಗಾ ನದಿಗೆ ಹರಿಯುತ್ತಿದ್ದ ಹಾದಿಯನ್ನು ಬಿಟ್ಟು ಕೊಟ್ಟು ನೇರವಾಗಿ ಬ್ರಹ್ಮಪುತ್ರದಲ್ಲಿ ಸೇರತೊಡಗಿತು. ಬ್ರಹ್ಮಪುತ್ರವು ಪೂರ್ವದ ಬೃಹತ್ ತಿರುವನ್ನು ಬಿಟ್ಟುಕೊಟ್ಟು (ಈ ಮೂಲ ಪಾತ್ರವು ಇಂದೂ ಆ ನದಿಯ ಹೆಸರನ್ನೇ ಪಡೆದಿದೆ) ಹೆಚ್ಚು ಕಡಿಮೆ ದಕ್ಷಿಣಕ್ಕೆ ಹರಿದು ಗಂಗೆಯಲ್ಲಿ ಸೇರತೊಡಗಿತು.

ಡೆಕ್ಕನ್ ಪರ್ಯಾಯದ್ವೀಪದಲ್ಲಿ ನದಿಗಳು, ಸಾಮಾನ್ಯವಾಗಿ ತಪ್ಪಲಿನ ಕಿರಿದಾದ ಕಣಿವೆಗಳಲ್ಲಿ ಹರಿಯುತ್ತಿದ್ದು, ಹಾದಿ ಬದಲಾವಣೆ ಅವು ಸಾಗರವನ್ನು ಸೇರುವ ಸ್ಥಳದಲ್ಲಿಯೇ ಸಾಧ್ಯ. ಕಾವೇರಿಯು ಸ್ಥಿರ ಹಾದಿಯಲ್ಲಿ ಹರಿದು ತಿರುಚಿನಾಪಳ್ಳಿಯ ಹತ್ತಿರ ಎರಡಾಗಿ ಕವಲೊಡೆಯುತ್ತದೆ. ಅದರಲ್ಲಿ ಕೊಲೆರೂನ್‌ನಲ್ಲಿ ಇಂದು ಮುಖ್ಯ ನದಿಯು ಹರಿಯುತ್ತಿದೆ, ಮೂಲ ನದಿಯ ಹೆಸರು ಪಡೆದಿರುವ ಇನ್ನೊಂದು ಶಾಖೆಯಲ್ಲಿ ಹಿಂದೊಮ್ಮೆ ಅದು ಹರಿಯುತ್ತಿದ್ದಿರಬಹುದು.

1.3 ವಾತಾವರಣ

ಸುಮಾರು 20 ದಶಲಕ್ಷ ವರ್ಷಗಳ ಹಿಂದೆ, ಪ್ಲಿಯೊಸ್ಟೋಷಿಯನ್ ಕಾಲದ ಆರಂಭಕ್ಕೂ ತುಸು ಮುಂಚೆ ಖಂಡಗಳ ಅಲೆತ ನಿಂತಾಗ ಭಾರತದ ಮುಖ್ಯ ಭೂಮಿ ಆಕಾರ ತಳೆದಿತ್ತೆಂದೂ ಹಾಗೂ ಭಾರತವಾಗಲೇ ಇಂದಿನ ಅಕ್ಷಾಂಶಗಳಲ್ಲಿಯೇ ಇತ್ತು ಎಂಬುದನ್ನು ನಾವು ನೋಡಿದ್ದೇವೆ. ಅಕ್ಷಾಂಶಗಳು ಸಮಭಾಜಕ ವೃತ್ತ (ಅಥವಾ

0 ಡಿಗ್ರಿ ಅಕ್ಷಾಂಶ, ಇದು ಭೂಮಿಗೆ ಎಳೆದಿರುವ ಕಾಲ್ಪನಿಕ ವೃತ್ತಗಳಲ್ಲಿ ಅತಿ ಹೆಚ್ಚಿನ ಸುತ್ತಳತೆಯದು) ಹಾಗೂ ಎರಡು ಧ್ರುವಗಳ (90 ಡಿಗ್ರಿ ಉತ್ತರ ಹಾಗೂ 90 ಡಿಗ್ರಿ ದಕ್ಷಿಣ, ಇವು ಕೇವಲ ಬಿಂದುಗಳು) ನಡುವಿನ ಪ್ರದೇಶವನ್ನು ವಿಭಜಿಸುವ ಕಾಲ್ಪನಿಕ ಸಮಾನಾಂತರ ರೇಖೆಗಳು. ಸಮಭಾಜಕ ವೃತ್ತದ ಬಳಿಯಿರುವ ಯಾವುದೇ ಕ್ಷೇತ್ರದ ಮೇಲೆ, ಉತ್ತರ ಹಾಗೂ ದಕ್ಷಿಣ ಧ್ರುವದ ಹತ್ತಿರ ಇರುವ, ಹೆಚ್ಚಿನ ಅಕ್ಷಾಂಶದ ಸಮಾನ ಕ್ಷೇತ್ರಕ್ಕಿಂತ ಹೆಚ್ಚಿನ ಸೂರ್ಯ ಕಿರಣಗಳು ಬೀಳುತ್ತವೆ. ಹೀಗಾಗಿ ಕಡಿಮೆ ಅಕ್ಷಾಂಶಗಳಲ್ಲಿ ಇರುವ ದೇಶಗಳು ಹೆಚ್ಚಿನ ಅಕ್ಷಾಂಶದ ಉತ್ತರ ಮತ್ತು ದಕ್ಷಿಣ ಧ್ರುವಕ್ಕೆ ಹತ್ತಿರವಾದ ದೇಶಗಳಿಗಿಂತ ಸಮಭಾಜಕ ವೃತ್ತಕ್ಕೆ ಸಮೀಪವಾದ್ದರಿಂದ ಹೆಚ್ಚು ಬೆಚ್ಚಗಿರುತ್ತವೆ. ಭಾರತದ ಮುಖ್ಯ ಭಾಗವು ಅಕ್ಷಾಂಶ 8 ಡಿಗ್ರಿ ಉತ್ತರದಿಂದ ಅಕ್ಷಾಂಶ 37 ಡಿಗ್ರಿ ಉತ್ತರದ ತುಸು ಆಚೆ ಹಬ್ಬಿದ್ದು ಇದು ಕೆಳ ಅಕ್ಷಾಂಶವಾದ್ದರಿಂದ ಅದರ ವಾತಾವರಣ ಮೂಲಭೂತವಾಗಿ ಬೆಚ್ಚಗಿನದು (ಟ್ರಾಪಿಕಲ್– ಉಷ್ಣವಲಯದ ವಾತಾವರಣ). ಈ ಕಾರಣಕ್ಕೆ ಪ್ಲಿಸ್ಟೋಷಿಯನ್ ಹಿಮಯುಗಗಳಲ್ಲಿ ಹಿಮ ಹಾಳೆಗಳು ಹಾಗೂ ಹಿಮ ನದಿಗಳು ಹಿಮಾಲಯಕ್ಕೆ ಸೀಮಿತವಾಗಿದ್ದವು. ಇದು ಆರಂಭದ ಮಾನವ ಜೀವಿಗಳು ಇಲ್ಲಿಗೆ ಆಗಮಿಸಿ ಭಾರತವನ್ನು ತಮ್ಮ ವಾಸಸ್ಥಾನವನ್ನಾಗಿಸಿಕೊಳ್ಳಲು ಸಹಾಯಕವಾಗಿರಬೇಕು.

ಉಷ್ಣಾಂಶವನ್ನು ಪ್ರಭಾವಿಸುವ ಎರಡನೆಯ ಅಂಶವೆಂದರೆ ಯಾವುದೇ ಪ್ರದೇಶದ ಎತ್ತರ ಅಥವಾ ಸಾಪೇಕ್ಷ ಎತ್ತರ. ಇದನ್ನು ಸರಾಸರಿ ಸಮುದ್ರ ಮಟ್ಟಕ್ಕೆ ಸಂಬಂಧಿಸಿದಂತೆ ಅಳೆಯಲಾಗುತ್ತದೆ (ಅಂದರೆ ಸಮುದ್ರ ಮಟ್ಟಕ್ಕಿಂತ ಇಂತಿಷ್ಟು ಮೀಟರ್ ಎತ್ತರದಲ್ಲಿ). ಎತ್ತರವಿದ್ದ ಪ್ರದೇಶಗಳಲ್ಲಿ ವಾಯುವು ವಿರಳವಾಗಿರುತ್ತದೆಯಾದ್ದರಿಂದ ಆ ಪ್ರದೇಶ ಹೆಚ್ಚು ತಂಪಾಗಿರುತ್ತದೆ. ಹಿಮಾಲಯ ಹಾಗೂ ಅದಕ್ಕೆ ಹೊಂದಿಕೊಂಡ ಸಮಾಂತರ ಪರ್ವತಶ್ರೇಣಿ ಕಾರಕೋರಂ ಪ್ರಪಂಚದ ಅತ್ಯಂತ ಎತ್ತರದ ಪರ್ವತಶ್ರೇಣಿಗಳು. ಹೀಗಾಗಿ ಹಿಮ ಪ್ರದೇಶಗಳನ್ನು ಹೊರತು ಪಡಿಸಿದರೆ ಅತ್ಯಂತ ದೊಡ್ಡ ಶಾಶ್ವತ ಹಿಮ ಹಾಳೆಗಳು ಇಲ್ಲಿವೆ. ಪರಿಣಾಮವಾಗಿ ಇಲ್ಲಿನ ವಾತಾವರಣ ಶೀತಲ (ಆಲ್ಪೈನ್). ದಕ್ಷಿಣದ ಪರ್ಯಾಯ ದ್ವೀಪದಲ್ಲಿಯೂ ಎತ್ತರದ ಪರ್ವತಗಳು ಹಾಗೂ ಎತ್ತರದ ತಪ್ಪಲುಗಳೂ ಇವೆ. ಇಲ್ಲಿನ ವಾತಾವರಣ ಕೆಳಗಿನ ಬಯಲುಗಳಿಗಿಂತ ಹೆಚ್ಚು ತಂಪು.

ಹಿಮಾಲಯಗಳನ್ನು ಮೇಲೆಕ್ಕೆತ್ತಿದ ಬೃಹತ್ ಭೂ ಒತ್ತಡವೂ ಉಳಿದ ಭಾರತವನ್ನು ಬಿಸಿಯಾಗಿಸಿದೆ. ಹಿಮಾಲಯಗಳು ಉತ್ತರದ ಶೀತಲ ಪ್ರದೇಶಗಳಿಂದ ದಕ್ಷಿಣಕ್ಕೆ ಬೀಸುವ ಚಳಿಗಾಳಿಯನ್ನು ತಡೆ ಹಿಡಿಯುತ್ತವೆ. ಸಿಂಧೂ–ಗಂಗಾ ಬಯಲಿನ ಅಕ್ಷಾಂಶಗಳಲ್ಲಿಯೇ ಇರುವ ಅಕ್ಷಾಂಶದ ಅಮೆರಿಕಾದ ಬಯಲುಗಳಿಗೆ ಹೋಲಿಸಿ ಹೇಳುವುದಾದರೆ ಹಿಮಾಲಯದ ಈ ತಡೆ ಸಿಂಧೂ–ಗಂಗಾ ಬಯಲನ್ನು 1.5 ರಿಂದ 3 ಡಿಗ್ರಿ ಸೆಲ್ಸಿಯಸ್‌ನಷ್ಟು ಬಿಸಿಯಾಗಿಸಿದೆ.

25ರ ಕೆಳಗೆ
ಕಾಬುಲ್
ಲಾಹೋರ್
25 ರ ಕೆಳಗೆ
12.5 ರ ಕೆಳಗೆ
ಕರಾಚಿ
ದೆಹಲಿ
ಮುಂಬೈ
ಅರಬ್ಬೀ
ಸಮುದ್ರ
ಹೈದರಾಬಾದ್
50ರ ಕೆಳಗೆ

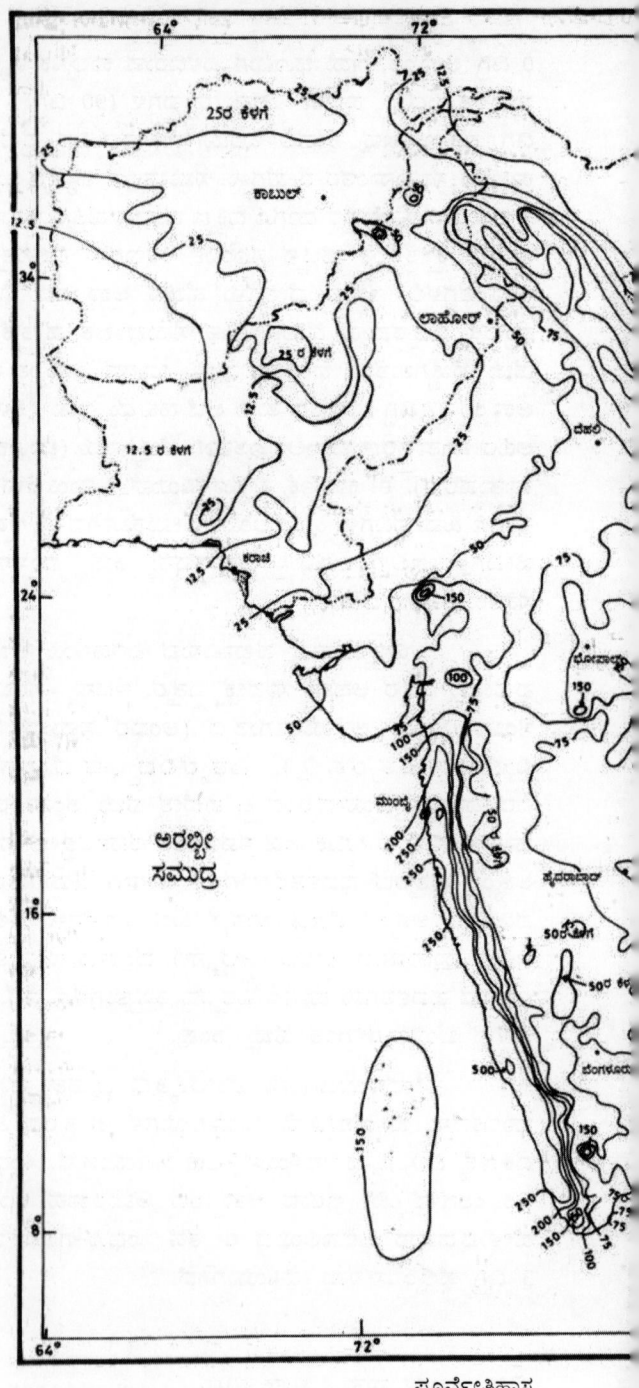

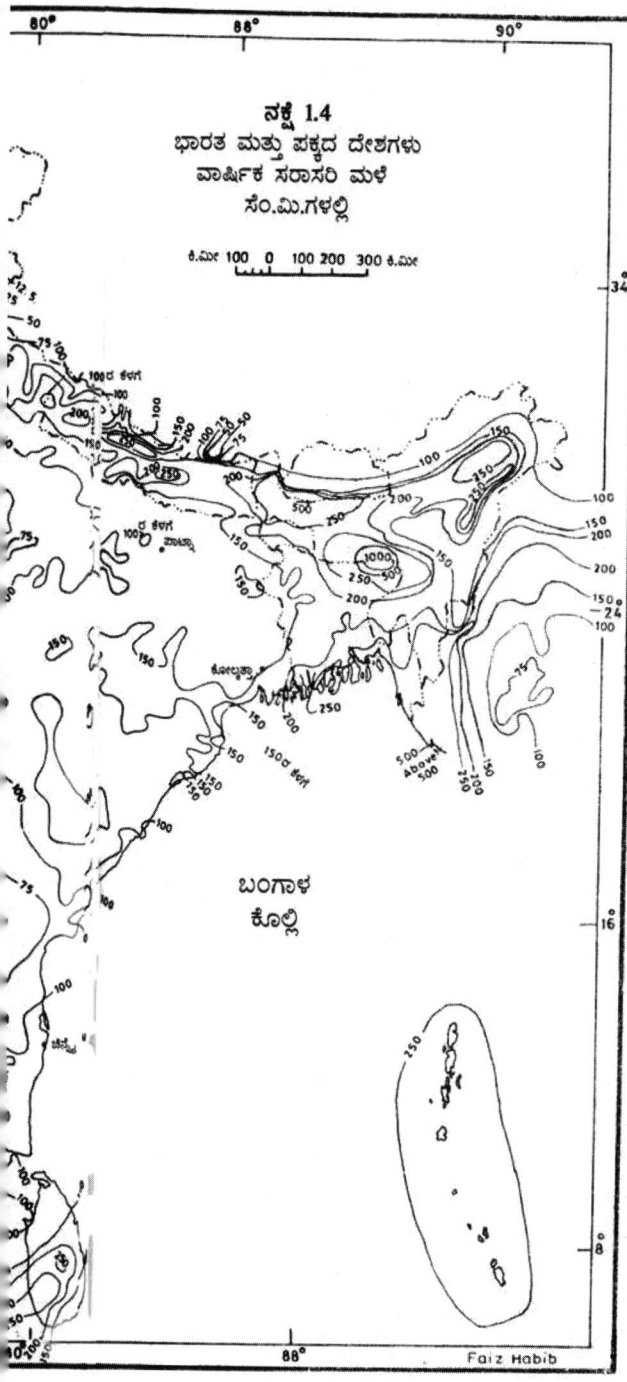

ನಕ್ಷೆ 1.4
ಭಾರತ ಮತ್ತು ಪಕ್ಕದ ದೇಶಗಳು
ವಾರ್ಷಿಕ ಸರಾಸರಿ ಮಳೆ
ಸೆಂ.ಮಿ.ಗಳಲ್ಲಿ

ಕಿ.ಮೀ 100   0   100 200   300 ಕಿ.ಮೀ

ಬಂಗಾಳ
ಕೊಲ್ಲಿ

Faiz Habib

ದಕ್ಷಿಣದ ಪರ್ಯಾಯ ದ್ವೀಪದ ಪಶ್ಚಿಮಕ್ಕೆ ಅರಬಿ ಸಮುದ್ರ ಹಾಗೂ ಪೂರ್ವಕ್ಕೆ ಬಂಗಾಳ ಕೊಲ್ಲಿಗಳ ವಿಶಾಲ ಸಾಗರ ಪ್ರದೇಶ ಡೆಕ್ಕನ್‌ನ ವಾತಾವರಣವನ್ನು ಸೌಮ್ಯವಾಗಿಸಿದೆ. ಭೂಭಾಗಗಳು ಬೇಗ ಬಿಸಿಯಾಗುತ್ತವೆ ಹಾಗೂ ತಣ್ಣಗಾಗುತ್ತವೆ. ಆದರೆ ಇದಕ್ಕೆ ವಿರುದ್ಧವಾಗಿ ಸಾಗರವು ನಿಧಾನವಾಗಿ ಬಿಸಿಯಾಗುತ್ತದೆ ಹಾಗೂ ತಣ್ಣಗಾಗುತ್ತದೆ. ಹೀಗಾಗಿ ಸಾಗರಕ್ಕೆ ಹತ್ತಿರವಿರುವ ಭೂಭಾಗಗಳು ಒಳ ಭೂಭಾಗಗಳಂತೆ ಹೆಚ್ಚು ಬಿಸಿಯಾಗಲು ಹಾಗೂ ತಂಪಾಗಲು ಸಾಗರಗಳು ಅಡ್ಡಿಯಾಗುತ್ತವೆ. ಅಲ್ಲದೆ ಭೂಮಿ ಬಿಸಿಯಾದಾಗ ಅದರ ಮೇಲಿರುವ ಗಾಳಿ ಮೇಲೇರುತ್ತದೆ, ಹಾಗೂ ಸಮುದ್ರದ ಮೇಲಿನ ತಂಗಾಳಿ ಭೂಮಿಗೆ ಬೀಸಿ ಭೂಮಿಯನ್ನು ತಂಪಾಗಿಸುತ್ತದೆ. ಈ ಕಾರಣಕ್ಕೆ ಉತ್ತರ ಭಾರತದಲ್ಲಿಯಂತೆ ಡೆಕ್ಕನ್ ಪರ್ಯಾಯ ದ್ವೀಪದಲ್ಲಿ ಉಷ್ಣಾಂಶದ ತೀವ್ರ ಏರಿಳಿತಗಳು ಕಂಡು ಬರುವುದಿಲ್ಲ.

ಉಷ್ಣಾಂಶವಲ್ಲದೆ ವಾತಾವರಣವನ್ನು ಪ್ರಭಾವಿಸುವ ಇನ್ನೊಂದು ಮುಖ್ಯ ಅಂಶವೆಂದರೆ ಮಳೆ. ವಾಸ್ತವದಲ್ಲಿ ಭೂಮಿಗೆ ತೇವಾಂಶವನ್ನು ತರುವ ಎಲ್ಲವನ್ನೂ ಅಂದರೆ ಮಳೆ, ಮಂಜು, ಆಣೆಕಲ್ಲು, ಹಿಮಪಾತಗಳನ್ನೂ ಈ ಮಳೆ ಒಳಗೊಳ್ಳುತ್ತದೆ. ಭಾರತದಲ್ಲಿನ ಮಳೆಯನ್ನು ಭೂಭಾಗ, ಅರಬಿ ಸಮುದ್ರ ಹಾಗೂ ಬಂಗಾಳ ಕೊಲ್ಲಿಯ ಮೇಲಿನ ತಾಪಮಾನಗಳು ಪ್ರಮುಖವಾಗಿ ನಿರ್ಧರಿಸುತ್ತವೆ. ಏಕೆಂದರೆ ಭಾರತದ ಪೂರ್ವ ಹಾಗೂ ಪಶ್ಚಿಮಕ್ಕೆ ಹಿಮಾಲಯ ಹಾಗೂ ಇತರ ಪರ್ವತ ಶ್ರೇಣಿಗಳು ಉತ್ತರದಿಂದ ದಕ್ಷಿಣ ದಿಕ್ಕಿಗೆ ಹಬ್ಬಿ ಭೂಮಿಯ ಮೇಲಿನ ಗಾಳಿಯನ್ನು ಆಚೆ ಹೋಗಲು ಬಿಡುವುದಿಲ್ಲ. ಹೀಗಾಗಿ ಉತ್ತರ ಭಾರತದ ಬಯಲುಗಳು ಹಾಗೂ ಡೆಕ್ಕನ್ ಪರ್ಯಾಯ ದ್ವೀಪ ಬೇಸಿಗೆಯಲ್ಲಿ ಬಿಸಿಯಾದಾಗ ಏಷಿಯಾದ ಭೂಭಾಗದ ಗಾಳಿ ಇಲ್ಲಿಗೆ ಬೀಸುವುದಿಲ್ಲ. ಬದಲಾಗಿ ಅರಬಿ ಸಮುದ್ರ ಹಾಗೂ ಬಂಗಾಳ ಕೊಲ್ಲಿಯ ತಂಪಾದ, ನೀರನ್ನು ಹೊತ್ತು ತರುವ ಗಾಳಿ ಅಥವಾ ಆಗ್ನೇಯ "ಮಾನ್ಸೂನ್" ಪ್ರವೇಶಿಸುತ್ತದೆ. ಬಂಗಾಳ ಕೊಲ್ಲಿಯು ಮಾನ್ಸೂನ್ ಗಾಳಿಗಳು ಪೂರ್ವ ಘಟ್ಟಗಳನ್ನು ಹಾಗೂ ಹಿಮಾಲಯಗಳನ್ನು ತಾಕಿ ಪಶ್ಚಿಮದತ್ತ ಬಯಲಿನೆಡೆ ತಿರುಗುತ್ತವೆ. ಈ ಗಾಳಿಗಳು ಪಶ್ಚಿಮಕ್ಕೆ ಪಯಣಿಸಿದಂತೆ ಶಕ್ತಿಗುಂದುತ್ತವೆ. ಈ ಕಾರಣಕ್ಕೆ ವಾಯುವ್ಯದೆಡೆ ಸಾಗಿದಂತೆ ಮಳೆ ಗಣನೀಯವಾಗಿ ಕಡಿಮೆಯಾಗುತ್ತದೆ. ಇದೇ ರಾಜಸ್ಥಾನ ಹಾಗೂ ಸಿಂಧ್‌ನಲ್ಲಿ ಥಾರ್ ಮರುಭೂಮಿ ರೂಪಗೊಳ್ಳಲು ಕಾರಣ. ಚಳಿಗಾಲದಲ್ಲಿ ಇದಕ್ಕೆ ವಿರುದ್ಧ ದಿಕ್ಕಿಗೆ ಅಂದರೆ ಅವು (ಹಿಂದಿರುಗುತ್ತಿರುವ ಮಾನ್ಸೂನುಗಳು) ಭೂಮಿಯಿಂದ ಸಮುದ್ರದ ಕಡೆ ಗಾಳಿ ಬೀಸುತ್ತವೆ. ಇದು ತರುವ ಮಳೆಯು ಸ್ಥಳೀಯ ಮೂಲದ್ದು. ಇದರ ನೀರಿನ ಮೂಲ ಭೂಮಿಯ ನೀರಿನ ಆವಿಯಿಂದ ಬಂದುದು. ಸಹಜವಾಗಿಯೇ ಈ ಚಳಿಗಾಲದ ಕೊನೆಗೆ ಬರುವ ಮಳೆ ಹಗುರವಾದುದು. ಆದರೆ ಆಂಧ್ರ ಪ್ರದೇಶದ ತೀರ ಪ್ರದೇಶ, ತಮಿಳುನಾಡು ಹಾಗೂ ಉತ್ತರ ಮತ್ತು ಪೂರ್ವ ಶ್ರೀಲಂಕಾಕ್ಕೆ ಇದು ಅನ್ವಯಿಸುವುದಿಲ್ಲ. ಇಲ್ಲಿಯ ಚಳಿಗಾಲದ ಮಾನ್ಸೂನ್ ಬಂಗಾಳ ಕೊಲ್ಲಿಯ ತೇವಾಂಶವನ್ನು ಹೊತ್ತು ತರುತ್ತದೆ. (ಮಳೆ ಹಂಚಿಕೆ ವಿವರಗಳಿಗೆ ನಕ್ಷೆ 1.4 ನೋಡಿ)

ಪರ್ವತದ ತಡೆಗಳು ಪ್ಲಿಸ್ಟೋಷಿಯನ್ ಕಾಲದ ಪ್ರಾರಂಭಕ್ಕೆ ಬಹು ಮುಂಚೆಯೇ ರೂಪುಗೊಂಡಿದ್ದ ಕಾರಣ ನಮಗೆ ಪರಿಚಿತವಿರುವ ಮಾನ್ಸೂನ್ ವ್ಯವಸ್ಥೆ ಕನಿಷ್ಟ 20 ದಶಲಕ್ಷ ವರ್ಷಗಳ ಹಿಂದಿನಿಂದಲೂ ಇದ್ದಿರಬೇಕು. ಹಿಮಯುಗಗಳ ಕಾಲದಲ್ಲಿ, ಸಮುದ್ರವು ಹಿಂದೆ ಸರಿದ ಪರಿಣಾಮವಾಗಿ ಮಳೆಯು ಸಾಕಷ್ಟು ಕಡಿಮೆಯಾಗಿರಬೇಕು. ಹಾಗೆಯೇ ಇಂದು ನಾವು ಇರುವ ಹೊಲೋಸಿನ್‌ನಂತಹ ಹಿಮಯುಗಗಳ ಮಧ್ಯ ಕಾಲದಲ್ಲಿ ಮಳೆ ಹೆಚ್ಚಾಗಿರಬೇಕು.

ಹೊಲೋಸಿನ್ ಕಾಲದಲ್ಲಿ ಮಳೆಯಲ್ಲಿ ಯಾವುದಾದರೂ ವ್ಯತ್ಯಾಸವಾಗಿದೆಯೇ ಎಂಬ ಚರ್ಚೆ ನಡೆಯುತ್ತಿತ್ತು. ರಾಜಸ್ಥಾನದ ಸರೋವರಗಳ ತಳಗಳನ್ನು ಪರಿಶೀಲಿಸಿ ಸಾವಿರ ಅಥವಾ ಎರಡು ಸಾವಿರ ವರ್ಷಗಳ ಸತತ ಆರ್ದ್ರ (ತೇವಾಂಶ ಹೆಚ್ಚಾಗಿರುವ) ಮತ್ತು ಒಣ ಹಂತಗಳ ಇರುವಿಕೆಯನ್ನು ಸೂಚಿಸಲಾಗಿದೆ. ಕೆಲವರ ಪ್ರಕಾರ ಇದು ಮಾನ್ಸೂನ್‌ನ ವಾರ್ಷಿಕ ಏರುಪೇರಿನಿಂದಾಗಿಯಷ್ಟೇ ಸಂಭವಿಸುತ್ತಿದೆ. ಆದರೂ ಕಳೆದ ಎರಡು ಅಥವಾ ಮೂರು ಸಾವಿರ ವರ್ಷಗಳಿಂದೀಚೆ ಅರಣ್ಯಗಳ ಕಡಿಯುವಿಕೆ, ನೈಸರ್ಗಿಕ ಸಸ್ಯವರ್ಗಗಳ ಬದಲಾಗಿ ವ್ಯವಸಾಯದ ವಿಸ್ತರಣೆಯ ಪರಿಣಾಮವಾಗಿ ಮಳೆ ಕಡಿಮೆಯಾಗಿರುವ ಸಂಭವವಿದೆ. ಇಂತಹ ಬದಲಾವಣೆ ಮುಖ್ಯವಾಗಿ ಮಾನವನು ಪ್ರಕೃತಿಯಲ್ಲಿ ಹಸ್ತಕ್ಷೇಪ ಮಾಡಿದುದರ ಪರಿಣಾಮ. ಶಾಶ್ವತ ಸಸ್ಯ ಹೊದಿಕೆ ಕಣ್ಮರೆಯಾಗಿರುವ ಕಾರಣ, ನೀರು ಹಿಡಿದಿರಿಸಿಕೊಳ್ಳುವ ಭೂಮಿಯ ಶಕ್ತಿ ಕಡಿಮೆಯಾಗುತ್ತದೆ. ಹಾಗೆಯೇ ಸ್ಥಳೀಯ ನೀರಿನ ಮೂಲದ ಮಳೆಯೂ ಸಹ.

1.4 ನೈಸರ್ಗಿಕ ಸಸ್ಯಗಳು ಹಾಗೂ ವನ್ಯಜೀವನ

ಮೊದಲ ಜೀವಿಗಳು ಆರ್ಕೇಯನ್ ಕಲ್ಪದಲ್ಲಿ, ಸುಮಾರು 4000ರಿಂದ 2500 ದಶಲಕ್ಷವರ್ಷಗಳ ಹಿಂದೆ, ಶೈವಲ ಅಥವಾ ಆಲ್‌ಗೇ ಹಾಗೂ ಪ್ರಾಚೀನ ಬ್ಯಾಕ್ಟಿರಿಯಾಗಳ ರೂಪದಲ್ಲಿ ಕಾಣಿಸಿಕೊಂಡಿವು. ಕ್ಯಾಂಬ್ರಿಯನ್ ಕಾಲಕ್ಕಾಗಲೇ (ಪ್ರಾರಂಭ ಸುಮಾರು 570 ದಶಲಕ್ಷ ವರ್ಷಗಳ ಹಿಂದೆ) ಸಮುದ್ರ ಜೀವಿಗಳು ವಿಕಾಸ ಹೊಂದಿದ್ದವು. ಪ್ರಾರಂಭಿಕ ಭೂ ಸಸ್ಯಗಳು ಮತ್ತು ಕೀಟಗಳು ಸಿಲೂರಿಯನ್ ಶಿಲೆಗಳಲ್ಲಿ ಪಳೆಯುಳಿಕೆಗಳಾಗಿ ಕಂಡುಬಂದಿದ್ದು ಅವುಗಳ ಕಾಲಮಾನ 438–408 ದಶಲಕ್ಷ ವರ್ಷಗಳ ಹಿಂದೆ ಎನ್ನಲಾಗಿದೆ. ಆದರೆ ಈ ಸಸ್ಯಗಳು ತೀರಾ ಪ್ರಾಥಮಿಕ ಸ್ವರೂಪದವಾಗಿದ್ದು ಜರೀಗಿಡಗಳು ಮತ್ತು ಪಾಚಿಗಳು ದಿವೋನಿಯನ್ ಅವಧಿಯಲ್ಲಿಯಷ್ಟೇ ಕಂಡು ಬಂದವು (ಸುಮಾರು 408 ರಿಂದ 360 ದಶಲಕ್ಷವರ್ಷಗಳ ಹಿಂದೆ). ಹಾಗೆಯೇ ಹೂಬಿಡುವ ಸಸ್ಯಗಳು ಕೆಳ ಕ್ರೆಟೇಷಿಯಸ್ ಶಕದಲ್ಲಿ (ಪ್ರಾರಂಭ 144 ದಶಲಕ್ಷವರ್ಷಗಳ ಹಿಂದೆ) ಕಾಣಿಸಿಕೊಂಡವು. ಭಾರತದಲ್ಲಿನ ಕೆಳ ಗೊಂಡ್ವಾನ ಶಿಲೆಗಳಲ್ಲಿ ಜರೀಗಿಡಗಳ (ಫೆರ್ನ್) ಪಳೆಯುಳಿಕೆಗಳ ಹಾಗೂ ಮೇಲಿನ ಗೊಂಡ್ವಾನ

ಶಿಲೆಗಳಲ್ಲಿ ಶಂಕುಧರ (ಕೋನಿಫೆರ್) ಸಸ್ಯಗಳ ಪಳೆಯುಳಿಕೆಗಳು ಇವೆ. ಹುಲ್ಲುಗಳು ಪ್ರಾರಂಭಿಕ ಸ್ವರೂಪದಲ್ಲಿ ಇಯೋಸೀನ್ ಕಾಲದಲ್ಲಿ (55–38 ದಶಲಕ್ಷ ವರ್ಷಗಳ ಹಿಂದೆ) ಕಾಣಿಸಿಕೊಂಡವು. ನಮಗೆ ಈಗ ಪರಿಚಿತವಿರುವ ಮರಗಳು, ಗಿಡ ಗಂಟೆಗಳು ಬಹುಶಃ ಪ್ಲಿಸ್ಟೋಷಿಯನ್ ಕಾಲಕ್ಕಾಗಲೇ (1.8 ದಶಲಕ್ಷ ವರ್ಷಗಳ ಹಿಂದೆ) ಕಾಣಿಸಿಕೊಂಡಿರಬಹುದು. ಸೂಕ್ಷ್ಮವಾಗಿ ಗಮನಿಸಿದಲ್ಲಿ ಆಗಿದ್ದ ಹಲವು ಸಸ್ಯ ಸಂಕುಲಗಳು ಈಗಿಲ್ಲ ಎಂದು ಗಮನಿಸಬಹುದು.

ಒಂದೆಡೆ ಹಿಮಯುಗಗಳು ಹಾಗೂ ಅವುಗಳ ಮಧ್ಯದ ವಿರಾಮ ಒಂದನ್ನೊಂದು ಅನುಸರಿಸುತ್ತಿದ್ದರೆ, ಪ್ಲಿಸ್ಟೋಷಿಯನ್‌ನ ಈ 20 ದಶಲಕ್ಷ ವರ್ಷಗಳಾದ್ಯಂತ ಹೆಚ್ಚಿನ ಭೂಭಾಗಗಳಲ್ಲಿ ಸಸ್ಯ ವರ್ಗದ ಸ್ವರೂಪ ಬಹಳಷ್ಟು ವ್ಯತ್ಯಾಸಗೊಂಡಿರಬೇಕು. ಹಿಮಯುಗಗಳ ಕಾಲದಲ್ಲಿ, ಈಗಾಗಲೇ ನೋಡಿದಂತೆ, ಹಿಮಾಲಯದ ಬಹಳ ದೊಡ್ಡ ಪ್ರದೇಶ ಹಿಮ ಆವೃತ್ತವಾಗಿತ್ತು. ಬಯಲುಗಳು ಮತ್ತು ಪರ್ಯಾಯ ಭಾರತದಲ್ಲಿನ ವಾತಾವರಣ ಬಹಳ ಶುಷ್ಕವಾಗಿದ್ದಿರಬೇಕು. ಇಂದು ವಾಯುವ್ಯ ರಾಜಸ್ಥಾನ ಮತ್ತು ಅದರ ಸುತ್ತಮುತ್ತಲು ಕಂಡುಬರುವ ಸ್ಥಾನ ಬದಲಿಸುವ ಮರಳ ದಿನ್ನೆಗಳು ಹಿಮಯುಗಗಳಲ್ಲಿ ಹೆಚ್ಚು ವಿಶಾಲ ಪ್ರದೇಶದಲ್ಲಿ ಹರಡಿದ್ದವು. ಆ ಕಾಲದಲ್ಲಿ ಮರಳ ದಿನ್ನೆಗಳು ಅರವಳ್ಳಿ ಪರ್ವತ ಶ್ರೇಣಿಯ ಹತ್ತಿರದ ವರೆಗೂ, ಜೈಪೂರ್‌ನ ಆಚೆಗೂ ಮತ್ತು ಹರಿಯಾಣದವರೆಗೂ ಹಬ್ಬಿದ್ದು ಹರಿಯಾಣದಲ್ಲಿ ಇಂದು ಸ್ಥಗಿತ ದಿನ್ನೆಗಳಾಗಿ ಉಳಿದುಕೊಂಡಿವೆ. ಹಿಮಯುಗಗಳ ಮಧ್ಯದ ಕಾಲದಲ್ಲಿ ಹಾಗೂ ಹೊಲೋಸಿನ್‌ನಲ್ಲಿ ಸಸ್ಯವರ್ಗವು ಮತ್ತೆ ಮರುಭೂಮಿಯನ್ನು ಹಾಗೂ ಹಿಮಾಲಯಗಳ ಹಿಮ ಹಾಳೆಗಳನ್ನು ಹಿಮ್ಮೆಟ್ಟಿಸಿ ತಾನು ಕಳೆದು ಕೊಂಡ ಭೂಮಿಯನ್ನು ವಾಪಾಸು ಪಡೆದಿರಬಹುದು.

ಯಾವ ಸಸ್ಯ ವರ್ಗ ಮಾನವ ಅಡವಿಗಳನ್ನು ಕಡಿಯಲು ತೊಡಗುವ ಮುಂಚೆ ಅಥವಾ ವ್ಯವಸಾಯಕ್ಕೆ ಬಳಸತೊಡಗುವ ಮತ್ತು ತನ್ನ ಪಶುಗಳನ್ನು ಮೇಯಲು ಬಿಡತೊಡಗುವ ಮುಂಚೆ ಇತ್ತೋ ಅದನ್ನು ನೈಸರ್ಗಿಕ ಸಸ್ಯವರ್ಗ ಎಂದು ಹೇಳಬಹುದು. ಸಾಮಾನ್ಯವಾಗಿ ಹೇಳುವುದಾದರೆ, ಈ ನೈಸರ್ಗಿಕ ಸಸ್ಯವರ್ಗದ ಸಾಂದ್ರತೆ ಹಾಗೂ ಸಮೃದ್ಧಿ ನೈಸರ್ಗಿಕ ಸ್ಥಿತಿಯಲ್ಲಿ, ಉದಾಹರಣೆಗೆ ಹೊಲೋಸಿನ್‌ನ ಪ್ರಾರಂಭದಲ್ಲಿ– 10000 ವರ್ಷಗಳ ಹಿಂದೆ, ಮಳೆಯ ಅನುಪಾತದಲ್ಲಿ ಹೆಚ್ಚು ಕಡಿಮೆ ಆಗುತ್ತಿತ್ತು. ಎಲ್ಲಿ ಮಳೆ ಹೆಚ್ಚಿತ್ತೋ ಅಲ್ಲಿ ಅದರ ಸಾಂದ್ರತೆ ಹಾಗೂ ಸಮೃದ್ಧಿ ಹೆಚ್ಚಿರುತ್ತಿತ್ತು. ಬಂಗಾಳ ಹಾಗೂ ಒರಿಸ್ಸಾದ ತೀರ ಪ್ರದೇಶಗಳಲ್ಲಿ ಅರಣ್ಯವು ಆರ್ದ್ರ ನಿತ್ಯಹರಿತ್ (ತೇವಾಂಶದಿಂದ ಕೂಡಿದ ಸದಾ ಹಸಿರಾದ) ಸ್ವರೂಪದಾಗಿದ್ದರೆ, ಮಳೆ ಕಡಿಮೆ ಇದ್ದ ಇತರೆಡೆ ಅರಣ್ಯವು ತೇವಾಂಶದಿಂದ ಕೂಡಿದ ಡೆಸಿಡಿಯಸ್ ಅಥವಾ ಪತನಶೀಲ ಸ್ವರೂಪದ್ದಾಗಿತ್ತು. ಅಂದರೆ ಇಲ್ಲಿನ ಸಸ್ಯವರ್ಗ ವರ್ಷಕ್ಕೊಮ್ಮೆ ತಮ್ಮ ಎಲೆಗಳನ್ನು ಕಳೆದುಕೊಳ್ಳುತ್ತಿದ್ದವು. ಇಂದಿನ ಮೀಸಲು ಅರಣ್ಯ ಮತ್ತು ಬೀಳುಭೂಮಿಗಳ ಸಸ್ಯವರ್ಗವನ್ನು ಗಮನಿಸಿ ಮೂಲ ಪ್ರಾಕೃತಿಕ ಸಸ್ಯವರ್ಗ ಹೇಗಿದ್ದಿರಬಹುದೆಂದು

ಪೂರ್ವೇತಿಹಾಸ

ಅಂದಾಜಿಸಬಹುದೆಂದು ಹಲವು ಸಲ ಭಾವಿಸಲಾಗುತ್ತದೆ. ಆದರೆ ಇಂತಹ ಸಸ್ಯವರ್ಗ ಜೈವಿಕ ವಿಕೃತಿಯಿಂದ, ಅಂದರೆ ಮಾನವ ಚಟುವಟಿಕೆಯಿಂದ (ಮರ ಕಡಿಯುವಿಕೆ ಅಥವಾ ಅರಣ್ಯ, ಗಿಡಗಂಟೆಗಳ ಸುಡುವಿಕೆ) ಅಥವಾ ಪಶುಗಳ ಮೇಯುವಿಕೆ (ಹುಲ್ಲು, ಎಲೆಗಳ ಮೇಯುವಿಕೆ) ಮುಂತಾದುವುಗಳ ಪರಿಣಾಮದಿಂದ ಉಂಟಾದುದು. ಬೇರೆ ಮಾತುಗಳಲ್ಲಿ ಹೇಳುವುದಾದರೆ, ಉತ್ತರ ಪ್ರದೇಶದ ಬಹುಭಾಗದಲ್ಲಿ ಹಾಗೂ ಪಶ್ಚಿಮ ಬಿಹಾರದಲ್ಲಿ ಯಾವುದನ್ನು ಉಷ್ಣವಲಯದ ಶುಷ್ಕ ಡೆಸಿಡಿಯಸ್ (ಪತನಶೀಲ) ಅರಣ್ಯ ಎಂದು ನೈಸರ್ಗಿಕ ಸಸ್ಯವರ್ಗ ನಕ್ಷೆ ಇಂದು ತೋರಿಸುತ್ತದೆಯೋ ಅದು ಹಿಂದೆ ತೇವಾಂಶಭರಿತ ಡೆಸಿಡಿಯಸ್ ಅರಣ್ಯಕ್ಕಿಂತ ಬಹುಶಃ ಭಿನ್ನವಾಗಿರಲಿಲ್ಲ. ಈಗಾಗಲೇ ನೋಡಿದಂತೆ, ಇಂತಹ ನೈಸರ್ಗಿಕ ಸಸ್ಯವರ್ಗ ಇದ್ದೆಡೆ ಭೂಮಿಯ ಮೇಲ್ಮೈಗೆ ಹೆಚ್ಚು ನೀರನ್ನು ಹಿಡಿದಿಡುವ ಶಕ್ತಿ ಇರುತ್ತದೆ, ಪರಿಣಾಮ ಮಳೆಯೂ ಸಹ ಹೆಚ್ಚು. ಇದು ಅರಣ್ಯವನ್ನು ಹೆಚ್ಚು ತೇವಾಂಶ ಭರಿತ ಹಾಗೂ ಹೆಚ್ಚು ಸಾಂದ್ರವುಳ್ಳದ್ದನ್ನಾಗಿಸುತ್ತದೆ. ಬಲೂಚಿಸ್ತಾನದಂತಹ ಪ್ರದೇಶಗಳಲ್ಲಿ ಸಹ ಬಹುಶಃ ಹಿಂದೆ ಹೆಚ್ಚು ಮಳೆಯಿತ್ತು. ಇಂದು ಅಲ್ಲಿ ನಾಲೆಗಳ ಹತ್ತಿರ ಅಥವಾ ಒಣಗಿದ ಕೆರೆಗಳ ಏರಿಯ ಮೇಲಿರುವ ಒಣ ಮರಗಳು ಇದನ್ನೇ ಸೂಚಿಸುತ್ತವೆ.

ಗಿಡ್ಡ ಮರಗಳು, ಕಡಿಮೆ ಮರ ಸಾಂದ್ರತೆ ಹೊಂದಿದ ಉಷ್ಣವಲಯದ ಮುಳ್ಳು ಅರಣ್ಯ ಎಂದು ಯಾವುದನ್ನು ಇಂದು ಕರೆಯಲಾಗುತ್ತದೋ ಅದು, ಮಾನವನು ನೈಸರ್ಗಿಕ ಸಸ್ಯವರ್ಗವನ್ನು ವ್ಯವಸಾಯ ಹಾಗೂ ಮೇಯುವಿಕೆಯಿಂದ ನಾಶಮಾಡುವ ಮೊದಲು, ಕನಿಷ್ಟ ಪಕ್ಷ ಶುಷ್ಕ ಪತನಶೀಲ (ಡೆಸಿಡಿಯಸ್– ವಾರ್ಷಿಕವಾಗಿ ಎಲೆಗಳು ಉದುರುವ ಮರಗಳ) ಅರಣ್ಯವಾಗಿರುವ ಸಾಧ್ಯತೆ ಇದೆ. ಇಂತಹ ಅರಣ್ಯ ಸಿಂಧೂ ಬಯಲು ಹಾಗೂ ಪಶ್ಚಿಮ ಘಟ್ಟಗಳ ಪೂರ್ವಕ್ಕಿರುವ ದೊಡ್ಡ ಒಣ ಪಟ್ಟಿಯಲ್ಲಿಯೂ ಇದ್ದಿರುವ ಸಾಧ್ಯತೆ ಇದೆ. ಆನೆಗಳು ಒಂದೊಮ್ಮೆ ಸಿಂಧೂ ಬಯಲಿನಾದ್ಯಂತ ಮುಕ್ತವಾಗಿ ಓಡಾಡುತ್ತಿದ್ದುದನ್ನು ಬಹುಶಃ ಹೀಗೆ ವಿವರಿಸ ಬಹುದು. ಆನೆಯ ಉಳಿಕೆಗಳು ಸಿಂಧೂ ನಾಗರೀಕತೆಯಲ್ಲಿ ಮಾತ್ರವಲ್ಲದೆ, ಕ್ವೆಟಾದ ದಕ್ಷಿಣಕ್ಕೆ ಬೋಲನ್ ಪಾಸ್‌ನಲ್ಲಿರುವ ಮೆಹರ್‌ಘಡ್‌ನಲ್ಲಿಯೂ ಕ್ರಿ ಪೂ 5000ಕ್ಕೂ ಮುಂಚೆ ಕಂಡುಬಂದಿವೆ.

ಹೀಗಾಗಿ, ಇಂದಿನ ವಾತಾವರಣ ಹೊಲೋಸಿನ್ ಕಾಲದಲ್ಲಿ ಸ್ಥಿರವಾದಾಗ, ಭಾರತದಲ್ಲಿ ಮಾನವ ಜೀವಿಗಳು ಸಿಂಧೂ ಬಯಲು, ಥಾರ್ ಮರುಭೂಮಿ ಹಾಗೂ ಡೆಕ್ಕನ್ ಮಧ್ಯದ ಒಣ ಪಟ್ಟಿಯನ್ನು ಹೊರತು ಪಡಿಸಿ, ಬೇರೆಡೆ ಸಾಕಷ್ಟು ದಟ್ಟ ಅರಣ್ಯವನ್ನು ಕಂಡಿರಬೇಕು. ಈ ಪ್ರದೇಶಗಳಲ್ಲಿಯೂ ಸಹ ಶುಷ್ಕತೆಯು ಬಹುಶಃ ಇಂದಿಗಿಂತ ಸಾಕಷ್ಟು ಕಡಿಮೆ ಇದ್ದಿರ ಬೇಕು.

ಪಳೆಯುಳಿಕೆಗಳು ವಿವಿದ ಭೌಗೋಳಿಕ ಕಾಲಗಳಲ್ಲಿ ಭಾರತದಲ್ಲಿ ಜೀವಿಸಿದ್ದ ಪ್ರಾಣಿಗಳ ಬಗೆಗೆ ಬಹಳಷ್ಟು ಹೇಳಿವೆ. ಭಾರತದಲ್ಲಿಯೂ , ಪ್ರಪಂಚದ ಎಲ್ಲೆಡೆಯಂತೆ, ಡೈನೊಸಾರ್‌ಗಳು ಅಥವಾ ಬೃಹತ್ ಸರೀಸೃಪಗಳು ಒಮ್ಮೆ ಜೀವಿಸಿದ್ದವು. ಇವುಗಳಲ್ಲಿ ಪ್ರಾಣಿ ಪ್ರಪಂಚದ ಇತಿಹಾಸದಲ್ಲಿ ಕಂಡರಿಯದಷ್ಟು ಬೃಹತ್ ಗಾತ್ರದ ಸರೀಸೃಪಗಳೂ

ಇದ್ದವು. ಇವು ಟ್ರಯಾಸಿಕ್ ಅವಧಿಯ ಅಂದರೆ 248 ದಶಲಕ್ಷವರ್ಷಗಳ ಹಿಂದೆ, ಪ್ರಾರಂಭದಲ್ಲಿ ಕಾಣಿಸಿಕೊಂಡವು. ಹಾಗೆಯೇ ಕ್ರೆಟೇಷಿಯಸ್ ಅವಧಿಯ ಅಂತ್ಯದ ಸಮಯಕ್ಕಾಗಲೇ, ಸುಮಾರು 65 ದಶಲಕ್ಷ ವರ್ಷಗಳ ಹಿಂದೆ ಅಳಿದು ಹೋಗಿದ್ದವು. ಭಾರತದ ಗೊಂಡ್ವಾನ ಶಿಲೆಗಳಲ್ಲಿ ಡೈನೊಸಾರ್‌ಗಳ ಪಳೆಯುಳಿಕೆಗಳು ದೊರೆತಿವೆ. ಡೈನೊಸಾರ್‌ಗಳು ಒಂದೂ ಉಳಿಯದಂತೆ ಏಕೆ ಅಳಿದವು ಎಂಬುದು ಇಂದಿಗೂ ನಿಗೂಢವೇ. ಹಲವು ಸಿದ್ಧಾಂತಗಳನ್ನು ಈ ಬಗೆಗೆ ಮಂಡಿಸಲಾಗಿದೆ. ಅದರಲ್ಲೊಂದು ಉಲ್ಕಾಪಿಂಡ ಭೂಮಿಗೆ ಅಪ್ಪಳಿಸಿದುದು ಈ ನಾಶಕ್ಕೆ ಕಾರಣವೆನ್ನುತ್ತದೆ. ಡೈನೊಸಾರ್‌ಗಳು ಅಳಿಯುವ ಮುಂಚೆಯೇ ಆರಂಭದ ಪಕ್ಷಿ ಹಾಗೂ ಸಸ್ತನಿಗಳ ಸಂಕುಲಗಳು, ಜುರಾಸಿಕ್ ಕಾಲದ ಪ್ರಾರಂಭದಲ್ಲಿ (213 ದಶಲಕ್ಷವರ್ಷಗಳ ಹಿಂದಿನಿಂದ) ಕಾಣಿಸಿಕೊಂಡವು. ಸಸ್ತನಿಗಳಲ್ಲಿ, ಕೆಲವು ಭಯಾನಕ ಹಿಂಸ್ರಪ್ರಾಣಿಗಳು ವಿಕಾಸವಾಗಿವೆಯಾದರೂ, ಡೈನೊಸಾರ್‌ಗಳ ಅಳಿವಿನಲ್ಲಿ ಈ ಸಸ್ತನಿಗಳ ಪಾತ್ರ ಬಹುಶಃ ಬಹಳ ಕಡಿಮೆ.

ಕಾಲಾಂತರದಲ್ಲಿ ಸಸ್ತನಿ ವರ್ಗದ ಹಲವು ಜೀವಸಂಕುಲಗಳು ಹಲವು ಪಟ್ಟು ಬೆಳೆದವು. ಟರ್ಶಿಯರಿ ಕಾಲದ ಕೊನೆಗೆ ಹಾಗೂ ಪ್ಲಿಸ್ಟೋಷಿಯನ್ ಕಾಲದಲ್ಲಿ 17 ಆನೆಗಳ ಜೀವ ಸಂಕುಲಗಳು ಭಾರತದಲ್ಲಿ ಕಂಡು ಬರುವುದು ಇದನ್ನೇ ಸೂಚಿಸುತ್ತದೆ. ಅವೆಲ್ಲವೂ ಇಂದು ಅಳಿದು ಹೋಗಿವೆ. ಉಳಿದಿರುವುದು ಭಾರತೀಯ ಆನೆ ಮಾತ್ರ. ಪ್ರಪಂಚದಲ್ಲಿ ಇನ್ನೊಂದು ಆನೆಯ ಸಂಕುಲ ಮಾತ್ರ ಇಂದು ಉಳಿದುಕೊಂಡಿದೆ. ಅದು ಆಫ್ರಿಕದ ಆನೆ. ಇಂದು ನೀರಾನೆ ಆಫ್ರಿಕದಲ್ಲಿ ಮಾತ್ರ ಉಳಿದಿದ್ದು, ಪ್ಲಿಸ್ಟೋಷಿಯನ್ ಕಾಲದಲ್ಲಿ ಗಂಗಾ ತಪ್ಪಲು ಹಾಗೂ ನರ್ಮದಾ ಕಣಿವೆಯಲ್ಲಿ ಜೀವಿಸುತ್ತಿತ್ತು. ಇಲ್ಲಿ ಕೆಲವು ಕಾಡು ಕುದುರೆಗಳು ಸಹ ಇದ್ದವು. ಅವು ಸಹ ಇಂದು ಅಳಿದು ಹೋಗಿವೆ. ಇಂದಿನ ಅತಿ ದೊಡ್ಡ ಪಕ್ಷಿ, ಆಸ್ಟ್ರಿಚ್ ಭಾರತದಲ್ಲಿ 8000 ವರ್ಷ ಅಥವಾ ಹಿಂದೆ ಕಂಡುಬಂದಿದೆ.

ಹಿಂದಿನ ಹಲವು ಜೀವಸಂಕುಲಗಳು ಅಳಿಯಲು ಬಹುಶಃ ಪ್ರಮುಖವಾಗಿ ವಾತಾವರಣದಲ್ಲಾದ ಬದಲಾವಣೆಗಳು ಕಾರಣ. ಪ್ಲಿಸ್ಟೋಷಿಯನ್ ಕಾಲದಲ್ಲಿನ ಹಿಮ ಹಾಳೆಗಳು ಮುಂಬರುವುದು, ಹಿಂಜರಿಯುವುದು ಬಹಳಷ್ಟು ಜೀವಿಗಳಿಗೆ ಹಲವು ಕಷ್ಟನಷ್ಟಗಳನ್ನೇ ತಂದಿರಬಹುದು. ಹಿಂದಿನ ಭೌಗೋಳಿಕ ಯುಗಗಳಲ್ಲಿನ ಬೃಹತ್ ಅಗ್ನಿಪರ್ವತಗಳ ಚಟುವಟಿಕೆ ಹಾಗೂ ಭೂತಟ್ಟೆಗಳ ಚಟುವಟಿಕೆ (ಪರಿಣಾಮವಾಗಿ ಆದ ಭೂಕಂಪ) ಇಂತಹ ನಾಶಕ್ಕೆ ಕಾರಣವಾಗಿರಬಹುದು. ದೈಹಿಕವಾಗಿ ಆಧುನಿಕವಾದ ಮಾನವನ ಆಗಮನದ ನಂತರ, ಅದರಲ್ಲೂ ವಿಶೇಷವಾಗಿ ನವಶಿಲಾಯುಗದ ಕ್ರಾಂತಿಯ ನಂತರ (ನೋಡಿ ಅಧ್ಯಾಯ 3) ಮಾನವನ ಚಟುವಟಿಕೆ ಹಾಗೂ ಅವನ ಸಾಕು ಪ್ರಾಣಿಗಳು ಹಲವು ಜೀವಸಂಕುಲಗಳು ನಾಶವಾಗುವ ಪ್ರಕ್ರಿಯೆಗೆ ಮುಖ್ಯ ಕಾರಣವಾಗಿವೆ. ವ್ಯವಸಾಯದ ಭೂಮಿ ಹಾಗೂ ಗೋಮಾಳಗಳು ಹೆಚ್ಚಾದಂತೆ ಕಾಡುಪ್ರಾಣಿಗಳ ನೈಸರ್ಗಿಕ ನೆಲೆಯು ಅಷ್ಟು ಪ್ರಮಾಣದಲ್ಲಿ ಕಡಿಮೆಯಾಗುತ್ತದೆ ಅಥವಾ

ನಾಶಹೊಂದುತ್ತದೆ. ಪರಿಣಾಮವಾಗಿ ಅದನ್ನು ನೆಚ್ಚಿಕೊಂಡ ಪ್ರಾಣಿವರ್ಗಗಳು ಸಹ. ಒಮ್ಮೆ ಸಿಂಹವು ಭಾರತೀಯ ಅಡವಿಗಳ ರಾಜನಾಗಿತ್ತು. ಇಂದಾದರೋ ಸೌರಾಷ್ಟ್ರದ ಗಿರ್‌ನಲ್ಲಿ ಕೆಲವೇ ಕೆಲವನ್ನು ಉಳಿಸಿಕೊಳ್ಳಬೇಕಾಗಿ ಬಂದಿದೆ. ಚಿರತೆ ಅಡವಿ ಪರಿಸರದಲ್ಲಿ ಕಂಡು ಬರುವುದೇ ಇಲ್ಲ. ಹಿಡಿದು ಕೊಂದು ಹಾಕುವುದರಿಂದ ಅವುಗಳ ಸಂಖ್ಯೆ ಕಡಿಮೆಯಾಗುತ್ತಲೇ ಇದೆ (ಅವು ಬಂಧನದಲ್ಲಿ ವಂಶಾಭಿವೃದ್ಧಿ ಮಾಡಿಲ್ಲ). 1903ರಲ್ಲಿ 866ರಷ್ಟು ಜನರನ್ನು ಕೊಂದ ದಾಖಲೆಯಿರುವ ಹುಲಿಯ ಸಂಖ್ಯೆ ಅಂದೇ ಕುಸಿಯುತ್ತಿದ್ದು, ಇಂದು ಅದು ವಿನಾಶದ ಅಂಚಿನಲ್ಲಿರುವ ಪ್ರಾಣಿ. ಭಾರತದಾದ್ಯಂತ ಇದ್ದ ಖಡ್ಗಮೃಗಗಳ ನೈಸರ್ಗಿಕ ನೆಲೆಯು ಕುಸಿದ ಪರಿಣಾಮವಾಗಿ ಅವು ಇಂದು ಭಾರತದ ಈಶಾನ್ಯಕಷ್ಟೇ ಸೀಮಿತವಾಗಿವೆ. ಹಾಗೆಯೇ ಆನೆನೆಲೆ ಸಹ ಸಣ್ಣ ಅರಣ್ಯ ಪ್ರದೇಶಗಳಿಗೆ ಕುಸಿದಿದೆ.

ಮಾನವ ಮಾಡಿದ್ದೆಂದರೆ ದನ, ಮೇಕೆ, ಕುರಿ, ಕೋಳಿ, ನಾಯಿ, ಬೆಕ್ಕು ಮುಂತಾದ ಸಾಕು ಪ್ರಾಣಿಗಳನ್ನು ಪ್ರೋತ್ಸಾಹಿಸಿದ್ದು. ಅವುಗಳ ಅಸ್ತಿತ್ವ ಇರುವುದು ಪ್ರಾಣಿ ಜನ್ಯ ಪದಾರ್ಥಗಳ ಹಾಗೂ ಮುದ್ದು ಸಾಕುಪ್ರಾಣಿಗಳ ನಮ್ಮ ಅಗತ್ಯಗಳನ್ನವು ಪೂರೈಸುವ ಮಟ್ಟಿಗೆ. ಮಾನವ ಕುಲ ಪ್ರಾಣಿಜಗತ್ತಿನ ಮೇಲೆ ನಿಜವಾಗಿಯೂ ವಿಪರೀತ ಹತೋಟಿ ಪಡೆದಿದೆ. ಇದರಿಂದ ಪ್ರಕೃತಿಯಲ್ಲಿ ಉಂಟಾಗುವ ತೀವ್ರ ವಿಕೃತಿಯು (ಸಸ್ಯ ಹಾಗೂ ಪ್ರಾಣಿಗಳೆರಡರಲ್ಲಿಯೂ) ಮಾನವ ಕುಲಕ್ಕೇ ಒಡ್ಡಿರುವ ಅಪಾಯದ ಬಗೆಗೆ ಇತ್ತೀಚೆಗೆ ಅವನಿಗೆ ಅರಿವಾಗ ತೊಡಗಿದೆ. ಈಗ ಏನೇನು ಇನ್ನೂ ಉಳಿದಿದೆಯೋ ಅದನ್ನು ನಶಿಸದಂತೆ ಉಳಿಸಿಕೊಂಡು ಹೋಗುವುದು ನಮ್ಮ ಪ್ರಯತ್ನದ ಒಂದು ಮಹತ್ವದ ಭಾಗವಾಗಬೇಕಾಗಿದೆ.

ಟಿಪ್ಪಣಿ 1.1

ಭೂವೈಜ್ಞಾನಿಕ ಕಾಲಗಳು

ಭೂವಿಜ್ಞಾನವು ಭೂಮಿಯ ಭೌತಿಕ ರಚನೆಯನ್ನು, ವಿಶೇಷವಾಗಿ ಭೂಮಿಯ ಚಿಪ್ಪನ್ನು ಅಧ್ಯಯನ ಮಾಡುತ್ತದೆ. ಹರಿಯುವ ನೀರು ತಂದ ಮೆಕ್ಕಲು ಮಣ್ಣು ಹಾಗೂ ಕಲ್ಲುಗಳಿಂದ ಹೇಗೆ ಮೆಕ್ಕಲಿನ (ಅಲ್ಯುವಿಯಲ್) ಬಯಲುಗಳು ರೂಪಗೊಂಡವು ಅಥವಾ ಕೆಲವು ಕಲ್ಲುಗಳು ಏಕೆ ಭಿನ್ನ ರಚನೆಯ ಸ್ತರಗಳನ್ನು ಹೊಂದಿವೆ ಎಂಬುದನ್ನು ಗಮನಿಸುವುದರೊಂದಿಗೆ ಆರಂಭವಾಯಿತು. ಅಲ್ಬೆರೂನಿ ಭಾರತದ ಮೇಲಿನ ತನ್ನ ಪ್ರಖ್ಯಾತ ಪುಸ್ತಕದಲ್ಲಿ (ಕ್ರಿ ಶ 1035) ಇಂತಹ ಮಾಹಿತಿಗಳಿಂದ ಭಾರತವು ಒಮ್ಮೆ ಸಮುದ್ರವಾಗಿತ್ತು ಹಾಗೂ ಹಳ್ಳಕೊಳ್ಳಗಳು ತರುವ ಮೆಕ್ಕಲು ಮಣ್ಣುಗಳಿಂದ ನಿಧಾನವಾಗಿ ಮುಚ್ಚಿಹೋಯಿತು ಎಂದು ನಿರ್ಧರಿಸುತ್ತಾನೆ. ಕಲ್ಲುಗಳು ಭೂಮಿಯ ಚಿಪ್ಪಿನಲ್ಲಿನ ಅಪಾರ ಒತ್ತಡ ಮತ್ತು ಉಷ್ಣದ ಪರಿಣಾಮವಾಗಿ ರೂಪಗೊಂಡವು, ಬೇರೆ ಬೇರೆ ಶಿಲೆಗಳು ಈ ರೀತಿ ಬೇರೆ ಬೇರೆ ಕಾಲದಲ್ಲಿ ರೂಪಗೊಂಡಿರಬೇಕು ಎಂಬ ಇತ್ತೀಚಿನ ಅರಿವು ಭೂವಿಜ್ಞಾನದಲ್ಲಿ ಇನ್ನೂ ಹೆಚ್ಚಿನ ಮಹತ್ವ ಪಡೆದಿದೆ.

ಭಿನ್ನ ಭಿನ್ನ ಶಿಲಾಪದರಗಳ ರೂಪಗೊಳ್ಳುವಿಕೆ ಸಾಪೇಕ್ಷಿಕ ಅನುಕ್ರಮ ಸ್ಥಾಪಿಸಲು

ಎರಡು ಗೃಹೀತಗಳು ಆಧಾರವಾಗುತ್ತವೆ:

1. ಸಾಮಾನ್ಯವಾಗಿ ಕೆಳ ಶಿಲಾಪದರ ಅಥವಾ ಸ್ತರ ಮೇಲಿನದಕ್ಕಿಂತ ಕಾಲಮಾನದಲ್ಲಿ ಮುಂಚೆ ರೂಪಗೊಂಡುದು (ಈ ನಿಯಮಕ್ಕೆ ಹೊರತಾದವನ್ನು ಮುಂದೆ ನೋಡಲಿದ್ದೇವೆ).

2. ಒಂದೇ ರೀತಿಯ ಪಳೆಯುಳಿಕೆಗಳು ಅಥವಾ ಜೀವಿಗಳ ಉಳಿಕೆಗಳನ್ನು ಹೊಂದಿದ ಕಲ್ಲುಗಳು ಒಂದೇ ಕಾಲದವು ಆಗಿರುವ ಸಾಧ್ಯತೆ ಹೆಚ್ಚು. ಹೆಚ್ಚು ವಿಕಾಸವಾದ ಜೀವಿಗಳ ಪಳೆಯುಳಿಕೆಗಳನ್ನು ಹೊಂದಿದ ಶಿಲೆಗಳು ಹೆಚ್ಚು ಇತ್ತೀಚಿನವಾಗಿರುವ ಸಾಧ್ಯತೆ ಇದೆ.

ಈ ಎರಡು ನಿಯಮಗಳಲ್ಲಿ ಮೊದಲನೆಯದು ಹೆಚ್ಚು ಮಡಿಕೆಗಳಿಲ್ಲದ (ಸುಕ್ಕುಗಳಿಲ್ಲದ) ಸಮತಲದಲ್ಲಿರುವ ಶಿಲಾ ಪದರಗಳಿಗೆ ಅನ್ವಯಿಸುತ್ತದೆ (ಪರ್ಯಾಯ ದ್ವೀಪದ ಬಹುತೇಕ ಕಡೆ ಇದ್ದಂತೆ). ಆದರೆ ಈ ಅನುಕ್ರಮವು ವಿಶಿಷ್ಟ ಪ್ರದೇಶದ ಬಗೆಗೆ ಮಾತ್ರ ಸತ್ಯ. ಬೇರೆಡೆಯ ಭಿನ್ನ ಶಿಲಾ ಅನುಕ್ರಮಕ್ಕೆ ಸಂಬಂಧಿಸಿ ಹೇಳುವುದು ಸಾಧ್ಯವಾಗುವುದಿಲ್ಲ. ಎಲ್ಲಿ ತೀವ್ರ ತರಹದ ಮಡಿಕೆಗಳಾಗಿವೆಯೋ ಅಥವಾ ಬೃಹತ್ ಕಲ್ಲುಗಳು ನದಿ ಅಥವಾ ಹಿಮನದಿಯ ಹರಿಯುವಿಕೆಯಿಂದ ಸ್ಥಾನ ಬದಲಿಸಿದ ಪರಿಣಾಮವಾಗಿ ನಂತರದ ಪದರಗಳು ಕೆಳಗೆ ಹೋಗಿರಬಹುದಾದ ಸಾಧ್ಯತೆ ಇದೆಯೋ, ಅಂತಹ ಸಂದರ್ಭದಲ್ಲಿ ಅನುಕ್ರಮವನ್ನು ಗುರುತಿಸುವುದು ತ್ರಾಸದಾಯಕವೆ.

ಪಳೆಯುಳಿಕೆಗಳು ಈ ಎರಡೂ ಸಮಸ್ಯೆಗಳ ಪರಿಹಾರಕ್ಕೆ ಸಹಾಯ ಒದಗಿಸುತ್ತವೆ. ಪಾಕಿಸ್ತಾನದ ಸಾಲ್ಟ್ ಶ್ರೇಣಿಯ ಶಿಲೆಗಳಲ್ಲಿ ಟ್ರಿಲೊಬೈಟ್‌ಗಳ ಅಥವಾ ಸಮುದ್ರಜೀವಿ ಸಂಧಿಪಾದಿಗಳ ಪಳೆಯುಳಿಕೆಗಳು ದೊರೆತಿವೆ. ಯುರೋಪಿನ ಪ್ರಾರಂಭಿಕ ಕ್ಯಾಂಬ್ರಿಯನ್ ಅವಧಿಯ (570 ರಿಂದ 505 ದಶಲಕ್ಷ ವರ್ಷಗಳ ಹಿಂದೆ) ಶಿಲೆಗಳಲ್ಲಿ ಇವನ್ನೇ ಹೋಲುವ ಪಳೆಯುಳಿಕೆಗಳು ದೊರೆತಿವೆ. ಸಹಜವಾಗಿಯೇ ನಾವು ಸಾಲ್ಟ್ ಶ್ರೇಣಿಯ ಪಳೆಯುಳಿಕೆಗಳು ದೊರೆತ ಶಿಲೆಗಳು ಕ್ಯಾಬ್ರಿಯನ್ ಕಾಲದವೇ ಎಂದು ಭಾವಿಸಬೇಕಾಗುತ್ತದೆ. ಹೀಗೆ, ಭೂಕಂಪನದಂತಹ ಚಟುವಟಿಕೆ ಅಥವಾ ಬೃಹತ್ ಶಿಲೆಗಳ ಸ್ಥಳಾಂತರಗಳು ಪದರದ ಅನುಕ್ರಮವನ್ನು ಸಂಕೀರ್ಣ ಮಾಡಿದಾಗ್ಯೂ ನಾವು ಪ್ರಾಚೀನ ಶಿಲಾ ಪದರಗಳಲ್ಲಿ ಹೆಚ್ಚು ಹಳೆಯವು ಯಾವವು ಎಂಬುದನ್ನು ಅವುಗಳಲ್ಲಿರುವ ಪಳೆಯುಳಿಕೆಗಳ ಆಧಾರದ ಮೇಲೆ ಗುರುತಿಸಬಹುದು.

ಭೂವೈಜ್ಞಾನಿಕ ಕಾಲದ ಮೂಲ ವರ್ಗೀಕರಣವನ್ನು ಮೊದಲು ಯುರೋಪಿನಲ್ಲಿ ರೂಪಿಸಲಾಯಿತು. ಅದರಲ್ಲಿ ದೀರ್ಘವಾದ "ಅವಧಿ" (ಪೀರಿಯಡ್) ಅಥವಾ "ವ್ಯವಸ್ಥೆ" (ಸಿಸ್ಟಮ್)ಗಳನ್ನೆಲ್ಲ ಒಂದು ಅನುಕ್ರಮದಲ್ಲಿ ಸೇರಿಸಿ ಶಕ (ಇಪೋಕ್) ಅಥವಾ ಸರಣಿಗಳು (ಸಿರೀಸ್) ಎಂದು ಹೆಸರಿಸಲಾಯಿತು, ಅವನ್ನು ನಿರ್ದಿಷ್ಟ ಯುಗ (ಯೆರಾ)ಕ್ಕೆ ಸೇರಿಸಲಾಯಿತು. ಭಾರತದಲ್ಲಿಯೂ ಶಿಲೆ ಮತ್ತು ಇತರ ಸ್ತರಗಳನ್ನು ಹಾಗೆಯೇ ವ್ಯವಸ್ಥೆ ಗಳೆಂದು ಗುರುತಿಸಲಾಯಿತು. ಅವುಗಳಿಗೆ ಧಾರವಾಡ, ಕಡಪ ಮತ್ತು ವಿಂಧ್ಯಾ ಎಂದು ಹೆಸರಿಸಲಾಯಿತು. ಇವುಗಳನ್ನು ಅನುಕ್ರಮವೊಂದರಲ್ಲಿ ಇರಿಸಲಾಯಿತು. ಯಾವ ಯುಗ ದೊಂದಿಗೆ ಈ ವ್ಯವಸ್ಥೆಗಳನ್ನು ಗುರುತಿಸಲಾಯಿತೋ ಅವಕ್ಕೆ ಕಾಲ್ಪನಿಕ ಹೆಸರುಗಳನ್ನೂ ಕೊಡಲಾಯಿತು. ಉದಾಹರಣೆಗೆ ವೈದಿಕ (ಅತಿ ಪುರಾತನ, ಅಂತರರಾಷ್ಟ್ರೀಯ ವರ್ಗೀಕರಣದಲ್ಲಿ ಆರ್ಕೆಯನ್ ಅಂತರರಾಷ್ಟ್ರೀಯ ನಾಮಕರಣಕ್ಕೆ ಸಮ), ಪುರಾಣ, ದ್ರಾವಿಡ ಮತ್ತು ಆರ್ಯ ಈ ಕ್ರಮದಲ್ಲಿ ಹೆಸರಿಸಲಾಯಿತು. ಕೊನೆಯದು ಪ್ಲಿಯೊಸ್ಟೋಶಿಯನ್ ಪ್ರಾರಂಭಕ್ಕೆ ಅಂತ್ಯವಾಗುತ್ತದೆ. ಆದರೆ

ಭೌಗೋಳಿಕ ರೂಪದಳೆಯುವಿಕೆಯನ್ನು ಒಂದೇ ಅಂತರರಾಷ್ಟ್ರೀಯ ವರ್ಗೀಕರಣದಲ್ಲಿ ತರುವುದು ಹೆಚ್ಚು ಅನುಕೂಲ ಎಂದು ನಂತರ ಭಾವಿಸಲಾಯಿತು. ಪರಿಣಾಮವಾಗಿ ಮೂಲ ಯುರೋಪಿನ ವರ್ಗೀಕರಣ ವ್ಯವಸ್ಥೆಯನ್ನೇ ಸತತ ಬದಲಾವಣೆ ಹಾಗೂ ಸುಧಾರಣೆಗಳೊಂದಿಗೆ ಇಂದು ಭಾರತವನ್ನೊಳಗೊಂಡು ಎಲ್ಲಾ ಕಡೆಯಲ್ಲಿಯೂ ಅಳವಡಿಸಿಕೊಳ್ಳಲಾಗಿದೆ.

ಈ ವ್ಯವಸ್ಥೆಯಲ್ಲಿನ (ನೋಡಿ ಕೋಷ್ಟಕ 1.1) ವರ್ಗೀಕರಣವು ಬೇರೆ ಅಂಶಗಳಿದ್ದಾಗ್ಯೂ, ಪ್ರಧಾನವಾಗಿ ಶಿಲೆಗಳಲ್ಲಿ ಪಳೆಯುಳಿಕೆಯ ರೂಪದಲ್ಲಿ ಸಿಗುವ ಸಾವಯವ ಅಥವಾ ಜೈವಿಕ ಸ್ವರೂಪಗಳ ಮೇಲೆ ಅವಲಂಬಿತವಾಗಿದೆ. ಪ್ಲಿಸ್ಟೋಷಿಯನ್ ಅಥವಾ ಕೊನೆಯದಕ್ಕೆ ಹಿಂದಿನ (ಹೊಲೋಸಿನ್ ಹಿಂದಿನದು) ಶಕ ದ ವಿಶೇಷವೆಂದರೆ ಈ ಶಕದಲ್ಲಿಯೇ ಮಾನವರಲ್ಲದೆ, ಕುದುರೆಗಳು, ದನಗಳು, ಆನೆಗಳು ಭೂಮಿಯ ಮೇಲೆ ಕಾಣಿಸಿಕೊಳ್ಳುತ್ತವೆ. ಆಯಸ್ಕಾಂತದ ಧ್ರುವಗಳಲ್ಲಿ ಬದಲಾವಣೆಗಳ ಅಧ್ಯಯನಗಳು ಸೂಚಿಸುವಂತೆ ಈ ಅಯಸ್ಕಾಂತ ಧ್ರುವದಲ್ಲಿ 19 ಲಕ್ಷ ವರ್ಷದಿಂದ 18 ಲಕ್ಷ ವರ್ಷಗಳ ಹಿಂದೆ ಬದಲಾವಣೆಯಾಯಿತು (ಇದನ್ನು ಓಲ್ಡುವಾಯ್ ಘಟನೆ ಎನ್ನಲಾಗಿದೆ). ಈ ಬದಲಾವಣೆ ಜೀವ ಸಂಕುಲಗಳ ಮೇಲೆ ಯಾವುದೇ ಪರಿಣಾಮ ಬೀರಲಿಲ್ಲವಾದರೂ ಈ ಬದಲಾವಣೆಯ ಕಾಲವನ್ನು ಪ್ಲಿಸ್ಟೋಶಿಯನ್ ಪ್ರಾರಂಭ ಎಂದು ಗುರುತಿಸಲಾಗುತ್ತದೆ.

ಭೌತಿಕಶಾಸ್ತ್ರಗಳ ಹಲವು ಸಂಶೋಧನೆಗಳು ಭೌಗೋಳಿಕ ಕಾಲಮಾನವನ್ನು ನಿರುಪಾಧಿಕವಾಗಿ ನಿಖರತೆಗೆ ಸಾಕಷ್ಟು ಹತ್ತಿರವಾಗಿ ಅಂದಾಜಿಸುವುದನ್ನು ಸಾಧ್ಯವಾಗಿಸಿವೆ. ಪೋಟಾಸಿಯಂ ಆರ್ಗಾನ್ ಪದ್ಧತಿ (ಕೆ–ಎಆರ್) ಭೌಗೋಳಿಕ ಕಾಲಮಾನ ಅಳೆಯುವ ಪದ್ಧತಿಯಲ್ಲಿ ದೊಡ್ಡ ಹೆಜ್ಜೆ. ಈ ಪದ್ಧತಿ ಶಿಲೆಗಳ ಕಾಲಮಾನವನ್ನು 1 ಲಕ್ಷದಿಂದ 3000 ದಶಲಕ್ಷವರ್ಷಗಳ ಹಿಂದಿನವರೆಗೂ ಅಂದಾಜಿಸಬಲ್ಲದು. ಹಾಗೆಯೇ, ಪ್ರಾಚೀನ ಅಯಸ್ಕಾಂತತ್ವವು ಸಹ ಅಯಸ್ಕಾಂತದ ಹಂತದ ಮೂಲಕ ಶಿಲೆಗಳ ಕಾಲಮಾನ ತಿಳಿಯಲು ಸಹಾಯ ಮಾಡುತ್ತದೆ. (ಇವೆರಡೂ ಪದ್ಧತಿಗಳ ಬಗೆಗೆ ನೋಡಿ ಅಧ್ಯಾಯ 2ರ ಟಿಪ್ಪಣಿ 2.1). ಇವೆಲ್ಲಗಳ ಪರಿಣಾಮವಾಗಿ ಇಂದು ಕೋಷ್ಟಕ 1.1ರ ಭೌಗೋಳಿಕ ಕಾಲಮಾನ ಹೆಚ್ಚು ನಂಬಲರ್ಹವಾಗಿದೆ.

ಇನ್ನೂ ಹಲವು ಅಂಶಗಳು ಇನ್ನೂ ಖಚಿತತೆ ಪಡೆದಿಲ್ಲ. ಪ್ಲಿಸ್ಟೋಶಿಯನ್ ಕಾಲವನ್ನು ನಾಲ್ಕು ಅಥವಾ ಐದು ಹಿಮಯುಗಗಳು ಮತ್ತು ಅವುಗಳ ಮಧ್ಯದ ವಿರಾಮ ಎಂಬ ಆಧಾರದಲ್ಲಿ ಸಾಮಾನ್ಯವಾಗಿ ವಿಭಜಿಸುವುದನ್ನು ಇಂದು ಬಿಟ್ಟು ಕೊಡಲಾಗಿದೆ. ಈ ಹಿಮಯುಗಗಳ ಹಂತಗಳು ಸಂಖ್ಯೆ ಸಾಕಷ್ಟು ಹೆಚ್ಚು ಇದ್ದು ಅವುಗಳ ತೀವ್ರತೆಯಲ್ಲೂ ಸಾಕಷ್ಟು ವ್ಯತ್ಯಾಸವಿತ್ತು ಎಂದು ಕಂಡುಬಂದಿದೆ. ಇದಕ್ಕೆ ಕಾರಣಗಳೇನು ಎಂಬುದು ಸಹ ಒಂದು ಚರ್ಚಾಸ್ಪದ ವಿಷಯ. ಭೂಮಿ ಸೂರ್ಯನ ಶಕ್ತಿ ಪಡೆದುಕೊಳ್ಳುವದರಲ್ಲಿ ಉಂಟಾಗುವ ಏರುಪೇರು ಈ ಹಿಮಯುಗಗಳಿಗೆ ಕಾರಣವೆನ್ನುವ ಹಿಂದಿನ ಸೂಚನೆಯ ಬಗೆಗೆ ಹೊಸ ಆಸಕ್ತಿ ಮೂಡಿದೆ. ಈ ಏರುಪೇರುಗಳಿಗೆ ಭೂಕಕ್ಷೆಯಲ್ಲಾಗುವ ಸೂಕ್ಷ್ಮ ಬದಲಾವಣೆ ಮತ್ತು ಅದರ ಅಕ್ಷದ ಅಯನಾಂಶ ಕಾರಣ ಎನ್ನಲಾಗಿದೆ. ಹಾಗೆಯೇ, ಖಂಡಾಂತರ ಚಲನೆಯ ಪರಿಣಾಮವಾಗಿ ಸಾಗರದಾಳದಲ್ಲಿನ ಪ್ರವಾಹಗಳಂತಹ ಇತರ ಅಂಶಗಳನ್ನು ಕೂಡಾ ಇದಕ್ಕೆ ಕಾರಣವೆಂದು ಸೂಚಿಸಲಾಗಿದೆ.

ಕೋಷ್ಟಕ 1.1 : ಭೂವೈಜ್ಞಾನಿಕ ಕಾಲಗಳು

ಕಲ್ಪ (ಇಯಾನ್)	ಯುಗ (ಎರಾ)	ಅವಧಿ/ ವ್ಯವಸ್ಥೆ (ಶಕ/ಸರಣಿ)	ಕಾಲದ ಆರಂಭ (ದಶಲಕ್ಷ ವರ್ಷಗಳ ಹಿಂದೆ)	ಜೀವಿಗಳು
ಆರ್ಕಿಯನ್			4000	ಪ್ರಾರಂಭಿಕ ಶೈವಲ, ಬ್ಯಾಕ್ಟೀರಿಯಾ
ಪ್ರೋಟೆರೋಜೋಯಿಕ್	ಪ್ರಿಕ್ಯಾಂಬ್ರಿಯನ್		2500	ಕೊಲೊನಿಯಲ್ ಆಲ್ಗೀ ಹಾಗೂ ಮೃದ್ವಂಗಿಗಳು
ಫೆನರೋಜೋಯಿಕ್	ಪಾಲಿಯೊಝೊಯಿಕ್	ಕ್ಯಾಂಬ್ರಿಯನ್	570	ಮೀನು
		ಆರ್ಡೋವೀಸಿಯನ್	505	ಹವಳಗಳು (ಕೋರಲ್)
		ಸಿಲೂರಿಯನ್	438	ಭೂಸಸ್ಯಗಳು ಮತ್ತು ಕೀಟಗಳು
		ದಿವೋನಿಯನ್	408	ಫರ್ನ್, ಪಾಚಿ, ಉಭಯಜೀವಿಗಳು (ಭೂ ಮತ್ತು ಜಲ ವಾಸಿಗಳು)
		ಕಾರ್ಬಾನಿಫೆರಸ್		
		ಕೆಳಗಿನ	360	ರೆಕ್ಕೆಯುಳ್ಳ ಕೀಟಗಳು
		ಮೇಲಿನ	320	ಸರೀಸೃಪಗಳು
		ಪರ್ಮಿಯನ್	286	
	ಮೆಸೊಝೋಯಿಕ್	ಟ್ರಯಾಸಿಕ್	248	ಡೈನಾಸರ್
		ಜುರಾಸಿಕ್	213	ಪಕ್ಷಿಗಳು, ಸಸ್ತನಿಗಳು
		ಕ್ರಿಟೇಷಿಯನ್		
		ಕೆಳಗಿನ	144	ಹೂಬಿಡುವ ಸಸ್ಯಗಳು, ಸರೀಸೃಪಗಳ ಏಳ್ಗೆಯ ಕಾಲ
		ಮೇಲಿನ	98	ಡೈನೊಸಾರ್ ಕೊನೆಗಾಲ
	ಸೆನೊಝೋಯಿಕ್	ಟರ್ಷಿಯರಿ		ಡೈನೊಸಾರ್ ಅಳಿವು
		ಪಾಲಿಯೋಸಿನ್	65	ಬೃಹತ್ ಸಸ್ತನಿಗಳು
		ಇಯೋಸಿನ್	55	ಹುಲ್ಲುಗಳು
		ಒಲಿಗೋಸಿನ್	38	
		ಮಯೋಸಿನ್	25	ವಾನರಗಳು
		ಪ್ಲಿಯೊಸಿನ್	5	ದ್ವಿಪಾದಿಗಳು
		ಕ್ವಾಟರ್ನರಿ		
		ಪ್ಲಿಸ್ಟೋಸಿನ್	1.8	ಮಾನವ, ದನಗಳು ಆನೆ, ಕುದುರೆ
		ಹೊಲೋಸಿನ್	0.01	–

ಟಿಪ್ಪಣಿ 1.2

ಗ್ರಂಥಸೂಚಿ ಕುರಿತಾದ ಟಿಪ್ಪಣಿ

ದಿ ಇಂಪೀರಿಯಲ್ ಗೆಝೆಟಿಯರ್ ಆಫ್ ಇಂಡಿಯಾ, ಹೊಸ ಆವೃತ್ತಿ, ಸಂಪುಟ 1, ಇದನ್ನು 1907ರಲ್ಲಿ ಪ್ರಕಟಿಸಿದ್ದು, ಇದರಲ್ಲಿ ಆಗಿನ ಮಾನ್ಯತೆ ಪಡೆದ ಪರಿಣಿತರು ಭೂಗೋಳ, ಭೂಗರ್ಭಶಾಸ್ತ್ರ, ವಾತಾವರಣ, ಸಸ್ಯ ಮತ್ತು ಪ್ರಾಣಿವರ್ಗಗಳ ಮೇಲೆ ಬರೆದ ಅಧ್ಯಾಯಗಳಿವೆ. 1965ರಲ್ಲಿ ಭಾರತ ಸರಕಾರ ಪ್ರಕಟಿಸಿದ ದಿ ಗೆಝೆಟಿಯರ್ ಆಫ್ ಇಂಡಿಯಾ: ಇಂಡಿಯನ್ ಯೂನಿಯನ್, ಸಂಪುಟ 1, ದೇಶ ಮತ್ತು ಜನತೆ ಯಲ್ಲಿ ಇವೇ ವಿಷಯಗಳ ಮೇಲೆ ಅಂತಹುದೇ ಸ್ಥಾನಮಾನ ಹೊಂದಿರುವ ಪರಿಣಿತರ ಲೇಖನಗಳಿವೆ. ಈ ಎರಡೂ ಪ್ರಕಟಣೆಗಳು ಸಹಜವಾಗಿಯೆ ಈಗ ಹಳೆಯದಾಗಿವೆ. ಆದರೆ ಈಗಲೂ ಬಹಳಷ್ಟು ಆಧಾರಭೂತ ಮಾಹಿತಿಗಳನ್ನು ಒದಗಿಸುತ್ತವೆ.

ಎಸ್. ಎಂ. ಮಾಥುರ್, ಫಿಸಿಕಲ್ ಜಿಯೋಲಜಿ ಆಫ್ ಇಂಡಿಯಾ, ನ್ಯಾಶನಲ್ ಬುಕ್ ಟ್ರಸ್ಟ್, 1986(ಮರುಮುದ್ರಣ 1991), ಭೂಗರ್ಭಶಾಸ್ತ್ರದ ಮೇಲಿನ ಸಮಕಾಲೀನ ಮಾಹಿತಿಯನ್ನು ಒದಗಿಸುತ್ತದೆ. ಟಿಪ್ಪಣಿ 1.1 ರಲ್ಲಿ ಕೊಟ್ಟಿರುವ ಅಲ್ಬೆರುನಿಯ ಉದ್ಧರಣೆ ಎಡ್ವರ್ಡ್ ಸಿ ಸಚಾವು ರವರ ಅಲ್ಬೆರುನೀಸ್ ಇಂಡಿಯಾ, ಸಂಪುಟ 1, 1910, ಪುಟ 198ರಲ್ಲಿದೆ.

ಭೂಗೋಳ ಕುರಿತ ಎಲ್ಲಾ ಅಂಶಗಳಿಗೆ ಈಗಲೂ ಶಾಸ್ತ್ರೀಯ ಕೃತಿಯೆಂದರೆ ಒ. ಹೆಚ್. ಕೆ. ಸ್ಪೇಟ್ ಮತ್ತು ಎ. ಟಿ. ಎ. ಲೆರ್ಮೊಂಥ್, ಇಂಡಿಯಾ ಅಂಡ್ ಪಾಕಿಸ್ತಾನ್: ಎ ಜನರಲ್ ಅಂಡ್ ರೀಜನಲ್ ಜಿಯೋಗ್ರಫಿ, ಪ್ರ: ಮೆಥುಯೆನ್, ಲಂಡನ್, 1967. ಇದರಲ್ಲಿ 1947ರ ಮೊದಲಿನ ಭಾರತದ ಗಡಿಗಳೊಳಗಿನ ಪ್ರದೇಶದ (ಬಾಂಗ್ಲಾದೇಶ ಆಗಿನ್ನೂ ಪಾಕಿಸ್ತಾನದಿಂದ ಪ್ರತ್ಯೇಕವಾಗಿರಲಿಲ್ಲ) ಬಗ್ಗೆ ಮಾತ್ರವಲ್ಲ, ಶ್ರೀಲಂಕಾ ಕುರಿತಂತೆ ಬಿ.ಹೆಚ್.ಫಾರ್ಮರ್‌ರವರಿಂದ ಒಂದು ಅಧ್ಯಾಯ ಮತ್ತು ನೇಪಾಳ ಮತ್ತು ಭೂತಾನ ಕುರಿತ ಸಂಕ್ಷಿಪ್ತ ಭೌಗೋಳಿಕ ಅಂಶಗಳನ್ನೂ ಕೊಡಲಾಗಿದೆ.

ಭಾರತದ ಪ್ರಾಕೃತಿಕ ಲಕ್ಷಣಗಳು ಮತ್ತು ರಾಜಕೀಯ ಗಡಿಗಳ ಬಗ್ಗೆ ಬಾರ್ತೊಲೊಮೆವ್ ರವರು ರಚಿಸಿದ ಭಾರತ ಉಪಖಂಡದ ಭೂಪಟ ಅತ್ಯಂತ ಉಪಯುಕ್ತ. ಇದನ್ನು 1:40 ಲಕ್ಷ ಪ್ರಮಾಣದಲ್ಲಿ ರಚಿಸಲಾಗಿದ್ದು ಇದನ್ನು ಜಾನ್ ಬಾರ್ತೊಲೊಮೆವ್ ಅಂಡ್ ಸನ್ ರವರ ವರ್ಲ್ಡ್ ಟ್ರಾವೆಲ್ ಸಿರೀಸ್‌ನಲ್ಲಿ ಮುದ್ರಿಸಲಾಗಿದೆ ಹಾಗೂ ಸಾಕಷ್ಟು ಕಡಿಮೆ ಬೆಲೆಯ ಆಕ್ಸ್‌ಫರ್ಡ್ ಸ್ಕೂಲ್ ಅಟ್ಲಾಸ್ ಆಫ್ ಇಂಡಿಯಾದಲ್ಲಿ ಭಾಗಶಃ ಕೊಡಲಾಗಿದೆ. ಹೆಚ್ಚು ವಿವರವಾದ ನಕ್ಷೆಗಳಲ್ಲಿ ಆಸಕ್ತಿಯಿರುವವರು ಸರ್ವೆ ಆಫ್ ಇಂಡಿಯಾ ದ 1:10 ಲಕ್ಷ ಪ್ರಮಾಣದ ಭಾರತದ ಭೂಪಟಗಳನ್ನು ಬಳಸಬಹುದು. 4 ಡಿಗ್ರಿ ಅಕ್ಷಾಂಶದಿಂದ 8 ಡಿಗ್ರಿ ರೇಖಾಂಶದ ವರೆಗಿನ ಬ್ಲಾಕುಗಳಲ್ಲಿ ಇವನ್ನು ಕೊಡಲಾಗಿದೆ. ಇವುಗಳ ಬೆಲೆ ಬೇರೆ ನಕ್ಷೆಗಳಿಗೆ ಹೋಲಿಸಿದರೆ ಸಾಕಷ್ಟು ಕಡಿಮೆ. ಎಸ್.ಪಿ. ಚಟರ್ಜಿಯವರು ಬಹಳ ಮಹತ್ವಾಕಾಂಕ್ಷೆಯಿಂದ ಯೋಜಿಸಿದ ನ್ಯಾಶನಲ್ ಅಟ್ಲಾಸ್ ಆಫ್ ಇಂಡಿಯಾ ವನ್ನು ಅಧಿಕೃತ ಅಡೆ–ತಡೆಗಳಿಂದಾಗಿ ಒಂದು ಸಂಪೂರ್ಣ ರೂಪದಲ್ಲಿ ಪ್ರಕಟಿಸಲು ಅವಕಾಶ ನೀಡದಿರುವುದು ದುರದೃಷ್ಟಕರ. ಅದರ ಪ್ರತ್ಯೇಕ ಹಾಳೆಗಳು ಈಗ ಸುಲಭವಾಗಿ ಲಭ್ಯವಿಲ್ಲ.

ಚಾರಿತ್ರಿಕ ಭೂಗೋಳದಲ್ಲಿ ಆಸಕ್ತಿಯಿರುವವರು ಇದುವರೆಗಿನ ಅತ್ಯಂತ ವಿವರವಾದ ಚಾರಿತ್ರಿಕ ಭೂಪಟಗಳನ್ನು ಜೊಸೆಫ್. ಇ. ಶ್ವಾರ್ಟ್ಝ್‌ಬರ್ಗ್ ಸಂಪಾದಿಸಿದ ಎ ಹಿಸ್ಟೋರಿಕಲ್

ಅಟ್ಲಾಸ್ ಆಫ್ ಸೌತ್ ಏಶ್ಯಾ , ಚಿಕಾಗೊ ಮತ್ತು ಲಂಡನ್, 1978, ಇದರಲ್ಲಿ ಕಾಣಬಹುದು. ಇದು ರಾಜಕೀಯ ಮತ್ತು ರಾಜವಂಶಗಳ ಇತಿಹಾಸಕ್ಕೆ ಉತ್ತಮವಾಗಿದೆ; ಆರ್ಥಿಕ ಮತ್ತು ಸಾಂಸ್ಕೃತಿಕ ನಕ್ಷೆ ರಚನೆ ಅಷ್ಟು ಯಶಸ್ವಿಯಾಗಿಲ್ಲ.

ಭೂವೈಜ್ಞಾನಿಕ ಕಾಲಗಳನ್ನು ಕುರಿತ ನಮ್ಮ ಕೋಷ್ಟಕ 1.1 ದಿ ಟೈಮ್ಸ್ ಅಟ್ಲಾಸ್ ಆಫ್ ದಿ ವರ್ಲ್ಡ್, ಸಮಗ್ರ ಆವೃತ್ತಿ, 1997, ಪುಟ 12ರಲ್ಲಿನ ರೇಖಾಪಟ ಮತ್ತು ಮೆರಿಯಮ್–ವೆಬ್‌ಸ್ಟರ್ ಕಾಲೆಜಿಯೇಟ್ ಡಿಕ್ಷನರಿ, 10ನೇ ಆವೃತ್ತಿ, 1996, ಪುಟ 487ರಲ್ಲಿನ ಭೂವೈಜ್ಞಾನಿಕ ಕಾಲಗಳನ್ನು ಕುರಿತ ಕೋಷ್ಟಕವನ್ನು ಕೆಲವು ಬದಲಾವಣೆಗಳೊಂದಿಗೆ ಆಧರಿಸಿದೆ. ಇವುಗಳ ಪ್ರಕಾಶಕರಿಗೆ ನಮ್ಮ ಕೃತಜ್ಞತೆಗಳು ಸಲ್ಲುತ್ತವೆ.

ನಕ್ಷೆ 1.1 ನ್ನು ಭಾಗಶಃ ನ್ಯಾಶನಲ್ ಜಿಯೋಗ್ರಫಿಕ್, ಸಂಪುಟ 198, ಸಂಚಿಕೆ 2, ಅಗಸ್ಟ್ 2000, ಪುಟ 50 ರಲ್ಲಿನ ನಕ್ಷೆಯನ್ನು ಆಧರಿಸಿ ರಚಿಸಲಾಗಿದೆ; ಮತ್ತು ನಕ್ಷೆ 1.2 ನ್ನು, ಅದೇ ರೀತಿ ದಿ ಟೈಮ್ಸ್ ಅಟ್ಲಾಸ್ ಆಫ್ ದಿ ವರ್ಲ್ಡ್, ಪುಟ 13ರಲ್ಲಿರುವ ನಕ್ಷೆ (ಶಿಲಾಫಲಕ)ಯನ್ನು ಆಧರಿಸಿದೆ. ನಕ್ಷೆ 1.3 ಶ್ವಾರ್ಟ್ಝ್‌ಬರ್ಗ್‌ರವರ ಫಲಕ ಐ.ಬಿ.1 ನ್ನು ಆಧರಿಸಿದೆ. ನಕ್ಷೆ 1.4ನ್ನು ಗಿಲ್ಬರ್ಟ್ ಟಿ. ವಾಕರ್, ಮಂತ್ಲಿ ಅಂಡ್ ಆನುವಲ್ ನಾರ್ಮಲ್ಸ್ ಆಫ್ ರೈನ್‌ಫಾಲ್ ಅಂಡ್ ಆಫ್ ರೈನೀಡೇಸ್ ಫ್ರಂ ರೆಕಾರ್ಡ್ಸ್ ಅಪ್ಟು 1920, ಕಲ್ಕತ್ತ, 1924ರಿಂದ ವಿಶೇಷವಾಗಿ ಫೈರುಝ್ ಹಬೀಬ್ ಸಂಕಲಿಸಿದ್ದು. ಆವೇಳೆಗೆ ಮಳೆ ಎಷ್ಟು ಸುರಿದಿದೆ ಎಂಬುದನ್ನು ವರದಿ ಮಾಡುವ ನಿಲ್ದಾಣಗಳು ಸಾಕಷ್ಟು ಸಂಖ್ಯೆಯಲ್ಲಿ ಇದ್ದವು. ಬರ್ಮ (ಮ್ಯಾನ್ಮರ್)ವನ್ನು ಕೂಡಾ ಇವು ಆವರಿಸಿದ್ದವು. ಶ್ರೀಲಂಕಾ, ನೇಪಾಳ, ಅಫಘಾನಿಸ್ತಾನ ಮತ್ತು ಇರಾನಿನ ಪೂರ್ವ ಅಂಚನ್ನು ಕುರಿತಂತೆ ಬೇರೆ ಮೂಲಗಳನ್ನು ಬಳಸಲಾಗಿದೆ.

2

ನಮ್ಮ ಆರಂಭಿಕ ಪೂರ್ವಜರು

2.1 ಮನು ಕುಲದ ವಿಕಾಸ

ಆಡಮ್ ಹಾಗೂ ಈವ್‌ನಂತಹ ಪ್ರಾರಂಭಿಕ ಜೋಡಿ ಅಥವಾ ಇಂತಹುದೇ ಯಾವುದೋ ರೀತಿಯಲ್ಲಿ ಒಮ್ಮೆಲೇ ಮಾನವ ಕುಲ ಸೃಷ್ಟಿಸಲ್ಪಟ್ಟಿತು ಎಂಬ ನಂಬಿಕೆ ಜನಗಳಲ್ಲಿ ಹಿಂದೆ ಇತ್ತು. 1859ರಲ್ಲಿ ಚಾರ್ಲ್ಸ್ ಡಾರ್ವಿನ್ ತನ್ನ ಪುಸ್ತಕ "ದಿ ಆರಿಜನ್ ಆಫ್ ಸ್ಪೀಷೀಸ್" (ಜೀವ ಸಂಕುಲಗಳ ಉಗಮ)ದಲ್ಲಿ ತನ್ನ ವಿಕಾಸವಾದವನ್ನು ಪ್ರಕಟಿಸಿದ ನಂತರ ಈ ನಂಬಿಕೆಯ ಬುಡ ಅಲುಗಾಡತೊಡಗಿತು. ಇದಾದ ನಾಲ್ಕು ವರ್ಷಗಳ ನಂತರ ಥಾಮಸ್ ಹಕ್ಸ್‌ಲಿಯು ಇದೇ ತತ್ತ್ವಗಳನ್ನು ಆಧಾರವಾಗಿಟ್ಟುಕೊಂಡು ಮಾನವ ಜನಾಂಗವೂ ಸಹ ದೀರ್ಘ ವಿಕಾಸ ಪ್ರಕ್ರಿಯೆಯ ಪರಿಣಾಮವಾಗಿ ಆಸ್ತಿತ್ವಕ್ಕೆ ಬಂದಿತು ಎಂದು ಸಾರಿದ. ತಕ್ಷಣವೇ ದೈಹಿಕವಾಗಿ ಆಧುನಿಕನಾದ ಮಾನವ (ಹೋಮೋ ಸೆಪಿಯನ್ಸ್ ಸೆಪಿಯನ್ಸ್) ಹಾಗೂ ಅವನಿಗಿಂತ ಹಿಂದೆ ವಿಕಾಸವಾದ ವಾನರಗಳಂತಹ ಪ್ರಾಣಿಗಳ ಮಧ್ಯದ ಜೀವಿಗಳಾದ "ಮಿಸ್ಸಿಂಗ್ ಲಿಂಕ್" ಅಂದರೆ ಕಳೆದುಹೋದ ಕೊಂಡಿಯ ಹುಡುಕಾಟ ಪ್ರಾರಂಭವಾಯಿತು. ಇದಕ್ಕೆ ಮುಖ್ಯ ಸಾಕ್ಷಿ ಒದಗಿಸಿದುದು ಪಳೆಯುಳಿಕೆಗಳು. ಜೀವಿಯ ಉಳಿಕೆಗಳು ತಮ್ಮ ಮೂಲರೂಪದಲ್ಲೇ ಉಳಿದುಕೊಂಡು ಶಿಲೆಗಳಲ್ಲಿ ರಕ್ಷಿಸಲ್ಪಟ್ಟ ಉಳಿಕೆಗಳನ್ನೇ ಪಳೆಯುಳಿಕೆಗಳು ಎಂದು ಕರೆಯುತ್ತಾರೆ. ಜೈವಿಕ ಉಳಿಕೆಗಳು ಹಾಗೆಯೇ ಉಳಿದುಕೊಂಡು ಬರಲಾರದಷ್ಟು ಹಿಂದಿನ ಕಾಲದ ಬಗೆಗೆ ನಾವು ಇಲ್ಲಿ ವಿವರಿಸುತ್ತಿದ್ದೇವೆ.

ಸುಮಾರು ನೂರು ವರ್ಷಗಳ ಹಿಂದೆ ಭಾರತದ ಶಿವಾಲಿಕ್ ಪರ್ವತಗಳಲ್ಲಿ ವಾನರ ಪಳೆಯುಳಿಕೆಯೊಂದು ಪತ್ತೆಯಾಯಿತು. ಮಯೋಸಿನ್ ಕಾಲದ ಸಂಚಿತ ಶಿಲೆಗಳಲ್ಲಿ (ಸೆಡಿಮೆಂಟರಿ ಶಿಲೆಗಳು, 25 ರಿಂದ 16 ದಶಲಕ್ಷ ವರ್ಷಗಳ ಹಿಂದೆ) ಕಂಡುಬಂದ ಈ ವಾನರ ಪಳೆಯುಳಿಕೆಗೆ *ರಾಮಾಪಿತೆಕಸ್* ಎಂದು ಹೆಸರಿಡಲಾಯಿತು. ಮಾನವ ವಿಕಾಸದ ಹಾದಿಯಲ್ಲಿನ ಮಧ್ಯಂತರ ಜೀವ ಸಂಕುಲವನ್ನು ಇದು ಪ್ರತಿನಿಧಿಸುತ್ತದೆ ಎಂದು ಒಮ್ಮೆ ತಪ್ಪಾಗಿ ಭಾವಿಸಲಾಗಿತ್ತು. ಇಂದು ಈ *ರಾಮಾಪಿತೆಕಸ್* ಬಹುಶಃ *ಶಿವಾಪಿತಿಕಸ್* ಎಂಬ ಜೀವಸಂಕುಲದ (ಸ್ಪೀಷೀಸ್) ಹೆಣ್ಣುಜೀವಿ ಎಂದು ಕಂಡು ಬಂದಿದೆ. ಈ ಎರಡರ ಅಸ್ಥಿಪಂಜರದ ಪಳೆಯುಳಿಕೆಗಳು ಪಾಕಿಸ್ತಾನ ಹಾಗೂ

ಇತರ ದೇಶಗಳಲ್ಲಿ ಪತ್ತೆಯಾಗಿವೆ. ಈ ಜೀವಸಂಕುಲ ಇಂಡೋನೇಷಿಯಾದ ಕಾಡುಗಳಲ್ಲಿ ಕಂಡು ಬರುವ ವಾನರ ಒರಾನ್‌ಗುಂಟಾನ್‌ನ ಸಂಬಂಧಿ. ಹೀಗೆ ಇದು ನರವಾನರ ವಿಕಾಸದ ಪ್ರಧಾನ ಮಾರ್ಗದಿಂದ ಕವಲೊಡೆದ ಒಂದು ಶಾಖೆಗೆ ಸಂಬಂಧಿಸಿದ್ದು. ಈ ಕಾರಣಕ್ಕೆ ಅದನ್ನು ನಾವು ನಮ್ಮ ಪೂರ್ವಜರ ಪೈಕಿಯದು ಎಂದು ಪರಿಗಣಿಸಲಾಗದು. ನಮ್ಮ ಪೂರ್ವಜರ ಮೂಲ ಕವಲು ವಾಸ್ತವದಲ್ಲಿ ಆಫ್ರಿಕಾದಲ್ಲಿ ವಿಕಾಸಗೊಂಡಿತು ಎಂಬುದೀಗ ಖಚಿತ. ಎರಡು ಮಹಾನ್ ಆಫ್ರಿಕನ್ ವಾನರಗಳಾದ ಚಿಂಪಾಂಜಿ ಹಾಗೂ ಗೊರಿಲ್ಲಾಗಳು ಅದೇ ಜೀವಸಂಕುಲದಿಂದ ಕವಲೊಡೆದು ವಿಕಾಸಗೊಂಡವು. ಕೆನ್ಯಾದಲ್ಲಿ ಪತ್ತೆ ಹಚ್ಚಲಾದ *ಕೆನ್ಯಾಪಿತೆಕಸ್* (14 ದಶಲಕ್ಷ ವರ್ಷಗಳ ಹಿಂದೆ) ಮನುಕುಲದ ಮೂಲ ಕವಲಿನ ನರವಾನರರ ಪೂರ್ವವಂಶಜ ಎಂದು ಭಾವಿಸಲಾಗಿದೆ. ಈ ಕೆನ್ಯಾಪಿತೆಕಸ್ ನರವಾನರ ಅಥವಾ ಹೋಮಿನಿಡ್‌ಗಳಂತೆ ಇನ್ನೂ ದ್ವಿಪಾದಿಯಾಗಿರಲಿಲ್ಲ (ಎರಡು ಕಾಲಮೇಲೆ ಸಹಜವಾಗಿ ನೆಟ್ಟಗೆ ನಡೆಯುತ್ತಿರಲಿಲ್ಲ).

ಪೂರ್ವ ಆಫ್ರಿಕಾದಲ್ಲಿ ದೊರೆತ, *ಆಸ್ಟ್ರಲೋಪಿಥೆಸಿನ್ಸ್* ಎಂದು ಕರೆಯಲ್ಪಡುವ ಜೀವಸಂಕುಲಗಳ ಪಳೆಯುಳಿಕೆಗಳು ನಿರ್ಣಾಯಕ 'ಮಿಸ್ಸಿಂಗ್ ಲಿಂಕ'ನ್ನು ಒದಗಿಸಿದವು. ಇವುಗಳ ಕಾಲಮಾನ 3.8 ದಶಲಕ್ಷ ವರ್ಷದಷ್ಟು ಹಿಂದೆ ಹೋಗುತ್ತದೆ. ಇವು ದ್ವಿಪಾದಿಗಳಾಗಿದ್ದು ನಿಜ ನರವಾನರ (ಹೋಮಿನಿಡ್)ಗಳು. ಅದನ್ನು ಕಂಡುಹಿಡಿದವರು ಲೂಸಿ ಎಂದು ಹೆಸರಿಸಿದ ಈ ಹೆಣ್ಣಿನ ಅಸ್ತಿಪಂಜರದ ಪಳೆಯುಳಿಕೆಯ ಕಾಲಮಾನ ಸುಮಾರು 3.2 ದಶಲಕ್ಷ ವರ್ಷಗಳಷ್ಟು ಹಿಂದೆ. ಇಥಿಯೋಪಿಯಾದಲ್ಲಿ ಕಂಡು ಬಂದ, ಗಿಡ್ಡ ಆಕಾರದ ಈ ಜೀವಿಯ ಶಿರಸಂಪುಟದ ಗಾತ್ರ (ಮೆದುಳಿನ ಕೋಶದ ಟೊಳ್ಳಿನ ಗಾತ್ರ–ಅನು) ಸುಮಾರು 400 ಘನ ಸೆಂಟಿಮೀಟರ್ (ಆಧುನಿಕ ಮಾನವ ಶಿರಸಂಪುಟದ ಗಾತ್ರ 1250 ರಿಂದ 1450 ಘನ ಸೆಂಟಿಮೀಟರ್ ಎಂಬುದನ್ನು ಹೋಲಿಸಿ ನೋಡಿ). ಇದು *ಅಸ್ಟ್ರಲೋಪಿತೆಕಸ್ ಅಫಾರೆನ್ಸಿಸ್* ಎಂಬ ಜೀವಸಂಕುಲಕ್ಕೆ ಸೇರಿದ್ದು. ಇಂತಹುವೇ, ಆದರೆ ಹೆಚ್ಚು "ಗಟ್ಟಿಮುಟ್ಟಾದ" (ಅಂದರೆ ಭಾರವಾದ, ದಪ್ಪ ಎಲುಬಿನ) ಜೀವಸಂಕುಲಗಳು ಪೂರ್ವ ಹಾಗೂ ದಕ್ಷಿಣ ಆಫ್ರಿಕಾದಲ್ಲಿ ಕಂಡುಬಂದಿವೆ. ಇನ್ನೊಂದು ತುಸು "ಸಪೂರ" ಎನ್ನಬಹುದಾದ (ಅಂದರೆ ತೆಳ್ಳಗಿನ ಎಲುಬಿನ) ಜೀವಸಂಕುಲ ದಕ್ಷಿಣ ಆಫ್ರಿಕಾದಲ್ಲಿ ವಿಕಾಸವಾಯಿತು. ಇದನ್ನು *ಆಸ್ಟ್ರಲೋಪಿತೆಕಸ್ ಆಫ್ರಿಕಾನಸ್* ಎಂದು ಕರೆಯಲಾಗಿದ್ದು ಇದರ ಮಿದುಳಿನ ಕೋಶದ ಗಾತ್ರ ಸುಮಾರು 500 ಘ.ಸೆಂ. ಇದು ಸುಮಾರು 2.3 ದಶಲಕ್ಷ ವರ್ಷಗಳ ಹಿಂದೆ ಜೀವಿಸಿತ್ತು. ಇವು ಬಹುಶಃ ಒಂದು ಕೋಲನ್ನು ಬಳಸಿ ಏನನ್ನಾದರೂ ದಬ್ಬ ಬಲ್ಲವಾಗಿದ್ದವು. ಅಥವಾ ಕೆರೆಯಬಲ್ಲವಾಗಿದ್ದವು, ಕಲ್ಲುಗಳನ್ನು ಎಸೆಯ ಬಲ್ಲವಾಗಿದ್ದವು ಆದರೆ ಯಾವ ಉದ್ದೇಶ ಪೂರ್ವಕವಾಗಿ ಮಾಡಲ್ಪಟ್ಟ ಪರಿಕರಗಳು ಇವುಗಳೊಂದಿಗೆ ಪತ್ತೆಯಾಗಿಲ್ಲ.

"ಸಪೂರ" ಜೀವಸಂಕುಲದ ಮಾಂಸಖಂಡಗಳು ಕಡಿಮೆ ಬಲಿಷ್ಟವಾಗಿದ್ದವು. ಆದರೆ ಅವು ಕೈ, ಕಾಲುಗಳ ಚಲನೆಯನ್ನು, ವಿಶೇಷವಾಗಿ ಕೈ ಹಾಗೂ ಬೆರಳುಗಳ ಚಲನೆಯನ್ನು, ಹೆಚ್ಚು ಚೆನ್ನಾಗಿ ನಿಯಂತ್ರಿಸ ಬಲ್ಲವಾಗಿದ್ದವು.

ಆಸ್ಟ್ರಲೋಪಿತೆಕಸ್ ಆಫ್ರಿಕಾನಸ್ ಬಹುಶಃ ಮೊದಲ ನಿಜ ಮಾನವ ಜೀವಸಂಕುಲ ಎನಿಸಿಕೊಂಡ *ಹೊಮೋ ಹೆಬಿಲಿಸ್*‌ಗೆ ಶಾರೀರಕವಾಗಿ ತೀರ ಹತ್ತಿರ ಬರುತ್ತದೆ(ಚಿತ್ರ 2.1). ಪೂರ್ವ ಹಾಗೂ ದಕ್ಷಿಣ ಆಫ್ರಿಕಾದಲ್ಲಿ 26 ರಿಂದ 17 ಲಕ್ಷ ವರ್ಷಗಳಷ್ಟು ಹಿಂದೆ ಕಂಡುಬಂದ ಈ *ಹೊಮೊ ಹೆಬಿಲಿಸ್* ಮಾನವನ ಮಿದುಳಿನ ಕೋಶದ ಗಾತ್ರ ಸುಮಾರು 700 ಘಸೆಂ. ಈ ಕಾರಣಕ್ಕೆ ಬಹುಶಃ ಅವನು ಹಿಂದಿನ ನರವಾನರಗಳಿಗಿಂತ ಹೆಚ್ಚಿನ ಬುದ್ಧಿಮತ್ತೆ ಪಡೆದಿದ್ದ ಎಂದು ಊಹಿಸ ಬಹುದು. ಈ ಮಾನವ ಕಲ್ಲನ್ನು ಕಲ್ಲಿಗೆ ಹೊಡೆದು, ಚಕ್ಕೆ ಎಬ್ಬಿಸಿ ಪಡೆದ ತಿರುಳುಗಲ್ಲಿನಲ್ಲಿ ಕೊಯ್ಯ ಬಹುದಾದ ಅಂಚನ್ನು ಪಡೆಯುವ ಮೂಲಕ ಕಲ್ಲಿನ ಉಪಕರಣಗಳನ್ನು ಮಾಡಬಲ್ಲವನಾಗಿದ್ದ (ಚಿತ್ರ 2.2). ಈ ಉಪಕರಣಗಳು ಕೆನ್ಯಾದ ಒಲ್ಡುವೈನಲ್ಲಿನ ನಿವೇಶನದಲ್ಲಿ ಮೊದಲು ಪತ್ತೆಯಾದ್ದರಿಂದ ಅವುಗಳನ್ನು ಒಲ್ಡೋವಾನ್ ಎಂದು ಕರೆಯಲಾಗಿದೆ. *ಹೋಮೋ ಹೆಬಿಲಿಸ್*‌ನ ಸಾಮೂಹಿಕ ಜೀವನದ ಕೆಲವು ಕುರುಹುಗಳು ದೊರೆತಿವೆ. ಅವನ ಮಿದುಳಿನ 'ಬ್ರೋಕ ಕ್ಷೇತ್ರ' (ಮೆದುಳಿನ ಭಾಷೆ, ಗ್ರಹಿಕೆಯ ಕ್ಷೇತ್ರ–ಅನು)ದ ಬೆಳವಣಿಗೆಯನ್ನು ಗಮನಿಸಿದರೆ ನಾವು ಇಂದು ಪದಗಳೆಂದು ಕರೆಯುವ ಧ್ವನಿ ಸರಣಿಗಳನ್ನು ಅವನಾಗಲೇ ಬಳಸುತ್ತಿರಬಹುದೆಂಬ ಸೂಚನೆ ದೊರೆಯುತ್ತದೆ.

ಹೋಮೋ ಎರೆಕ್ಟಸ್ ಎಂಬುದು *ಹೋಮೋ ಹೆಬಿಲಿಸ್*‌ನ ಕಿರಿಯ ಸಮಕಾಲೀನ. ಆಫ್ರಿಕಾದಲ್ಲಿ ಇವನನ್ನು *ಹೋಮೋ ಎರ್‌ಗ್ಯಾಸ್ಟರ್*

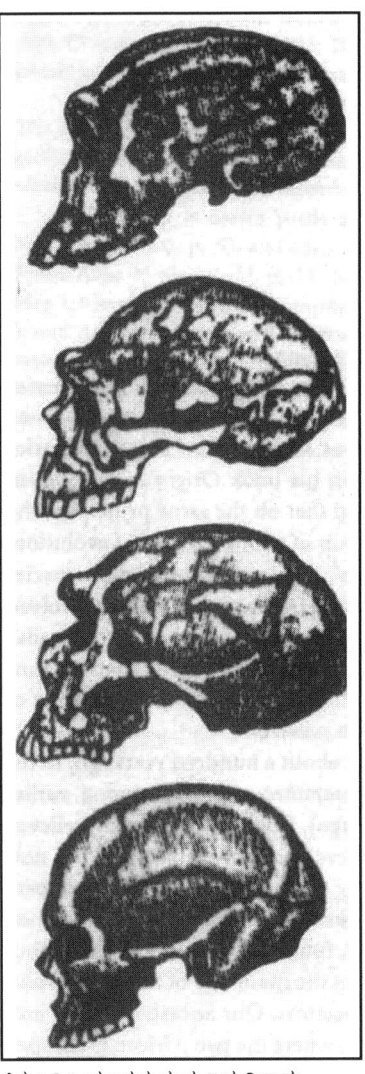

ಚಿತ್ರ : 2.1 ಮಾನವ ಸಂಕುಲದ ವಿಕಾಸ:
ಪುನರ್‌ರಚಿತ ತಲೆಬುರುಡೆ ಪಳೆಯುಳಿಕೆಗಳು ಮೇಲಿನಿಂದ ಕೆಳಕ್ಕೆ : ಹೊಮೊ ಹೆಬಿಲಿಸ್; ಹೊಮೊ ಎರೆಕ್ಟರ್ಸ್; ಹೊಮೊ ಸೆಪಿಯನ್ಸ್ ನಿಯಾಂಡರ್ಥಲೆನ್ಸಿಸ್; ಮತ್ತು ಹೊಮೊ ಸೆಪಿಯನ್ಸ್ ಸೆಪಿಯನ್ಸ್ (ನಮ್ಮ ಜೀವಸಂಕುಲ) ಎಲ್ಲಾ ಸುಮಾರಾಗಿ ಒಂದೇ ಪ್ರಮಾಣದಲ್ಲಿ. (ಇಯಾನ್ ಟೆಟ್ಟರ್‌ಸಾಲ್ ರಚಿಸಿದಂತೆ)

ಎಂದು ಸಹ ಕರೆಯಲಾಗಿದೆ (ನೋಡಿ ಚಿತ್ರ 2.1). ಆಫ್ರಿಕಾದಲ್ಲಿ ದೊರೆತ ಎರೆಕ್ಟಸ್ ಮಾನವನ ಪಳೆಯುಳಿಕೆಗಳ ಕಾಲಮಾನ 18 ಲಕ್ಷದಿಂದ 2 ಲಕ್ಷವರ್ಷ ಹಿಂದೆ. ವಾಸ್ತವದಲ್ಲಿ ಅವನ ಕಾಲಮಾನ 20 ಲಕ್ಷ ವರ್ಷಗಳಷ್ಟು ಹಿಂದೆ ಸರಿಯಬಹುದು. *ಹೋಮೋ ಹೆಬಿಲಿಸ್‌*ಗೆ ಹೋಲಿಸಿದಲ್ಲಿ ಅವನು ಹೆಚ್ಚು ದೃಢಕಾಯ ಹಾಗೂ ಭಾರವಾದ ತಲೆಬುರುಡೆ ಹೊಂದಿದ್ದ. ಮೆದುಳಿನ ಕೋಶದ ಗಾತ್ರ 1000 ಘಸೆಂ. ಇವನು ಬಹಶಃ ಬೆಂಕಿಯನ್ನು ಬಳಸುವುದು ಹಾಗೂ ಹತೋಟಿಯಲ್ಲಿಡುವುದು ಹೇಗೆ ಎಂದು ತಿಳಿದಿದ್ದ ಮೊದಲ ಜೀವಸಂಕುಲ (ಇದಕ್ಕೆ ಸಾಕ್ಷಿ ಕಿನ್ಯಾದ ಚೆಸೋವಂಜಾದಲ್ಲಿ ಸುಮಾರು 14 ಲಕ್ಷ ವರ್ಷಗಳಷ್ಟು ಹಿಂದೆ ದೊರೆಯುತ್ತದೆ). *ಹೊಮೋ ಎರೆಕ್ಟಸ್* ಮೊದಮೊದಲು *ಹೊಮೋ ಹೆಬಿಲಿಸ್* ಬಳಸಿದ ಪರಿಕರಗಳನ್ನೇ ಬಳಸಿದನಾದರೂ ಅವುಗಳನ್ನು ಹೆಚ್ಚು ಸಂಕೀರ್ಣವಾಗಿಸಿದ್ದ. ಕೇವಲ ಚಕ್ಕೆ ಏಳಿಸಿದ ತಿರುಳುಗಲ್ಲನ್ನು ಮಾತ್ರವಲ್ಲದೆ ಚಕ್ಕೆಗಳನ್ನೂ ಸಹ ಪರಿಕರಗಳಾಗಿ ಇವನು ರೂಪಿಸಿಕೊಂಡ. ಹೀಗೆ 'ಚಕ್ಕೆ ಕಲ್ಲಿನ ಉಪಕರಣ' ಉದ್ದಿಮೆಯೊಂದು ಪ್ರಾರಂಭವಾಯಿತು (ಚಿತ್ರ 2.3). ಕೊನೆಗೆ ಕೈಗೊಡಲಿ ಸಹ ಬಳಕೆಗೆ ಬಂತು. ಅದು ಎರಡೂ ಕಡೆ ಇಳಿಜಾರಿದ್ದದರಿಂದ ಅದಕ್ಕೆ ದ್ವಿಮುಖ ಎನ್ನುವ ಹೆಸರು ಬಂತು. ಈ ಮೂಲಕ ಕಲ್ಲಿಗೆ ಗಡುಸು ತುದಿ ಅಥವಾ ಕೊಯ್ಯುವ ಅಂಚನ್ನು ಪಡೆಯಲಾಯಿತು. ಇದನ್ನು ಕೈಯಲ್ಲಿಯೇ ಹಿಡಿದು ಬಳಸಲಾಗುತ್ತಿತ್ತು. ಈ ತಂತ್ರದ ಮೂಲಕ ಕೈಗೊಡಲಿ ತಯಾರಿಸುವುದನ್ನು ಅಶ್ಯೂಲಿಯನ್ (ಚಿತ್ರ 2.4) ಎಂದು ಕರೆಯಲಾಗುತ್ತದೆ. ತೀರ ಪ್ರಾಚೀನ ಕೈಗೊಡಲಿ ಸುಮಾರು 14 ಲಕ್ಷ ವರ್ಷಗಳ ಹಿಂದೆ ಆಫ್ರಿಕಾ ಖಂಡದ ಇಥಿಯೋಪಿಯಾದ ಕೊಂಸೋನಲ್ಲಿ ಪತ್ತೆಯಾಗಿದೆ. ಒಲ್ಡೋವಾನ್ ಮತ್ತು ಅಶ್ಯೂಲಿಯನ್ ಈ ಎರಡೂ ತಯಾರಿಕಾ ತಂತ್ರಗಳನ್ನು ಪುರಾತತ್ವಶಾಸ್ತ್ರಜ್ಞರು ಕೆಳ ಅಥವಾ ಆರಂಭದ ಹಳೆಶಿಲಾ (ಲೋಯರ್ ಪ್ಯಾಲಿಯೋಲಿಥಿಕ್) ಯುಗಕ್ಕೆ ಸೇರಿಸುತ್ತಾರೆ. (ಇಲ್ಲಿ ಹಾಗೂ ಇತರ ಪುರಾತತ್ವಶಾಸ್ತ್ರ ಸಂದರ್ಭಗಳಲ್ಲಿ ಕೆಳ ಪದದ ಅರ್ಥ ಹಿಂದಿನದು ಎಂದು, ಏಕೆಂದರೆ ಕೆಳಗಿನ

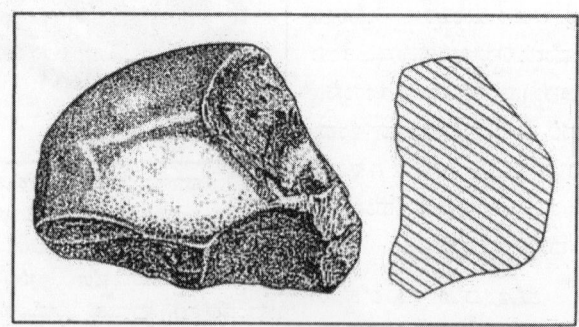

ಚಿತ್ರ 2.2 : 'ಒಲ್ಡೊವಾನ್ ಶಿಲಾ ಉಪಕರಣ, ಸೋನ್ ಜಲಾನಯನ ಪ್ರದೇಶದ ರಿವಾತ್‌ನಿಂದ, 20 ದಶಲಕ್ಷ ವರ್ಷಗಳ ಹಿಂದೆ (ಪಾಕಿಸ್ತಾನ್ ಆರ್ಕಿಯಾಲಜಿ, ಸಂ.24 ರಿಂದ.

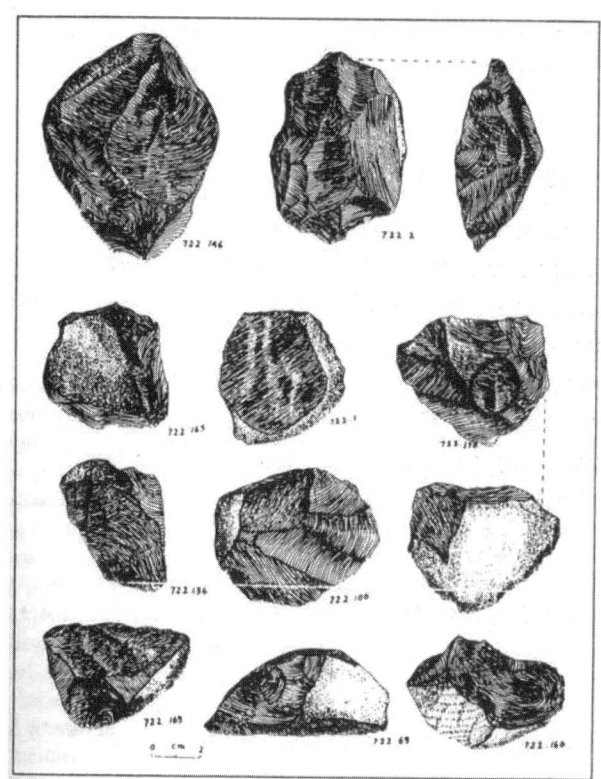

ಚಿತ್ರ 2.3 : ಪಬ್ಬಿ ಬೆಟ್ಟಗಳಲ್ಲಿ ದೊರೆತ ಚಕ್ಕೆಕಲ್ಲಿನ ಉಪಕರಣಗಳು. ಗಮನಿಸಿ: ಸಂ.722.1 (ಮೇಲಿನಿಂದ 2ನೇ ಸಾಲಿನಲ್ಲಿ ಮಧ್ಯದ್ದು) ಒಂದು ಕಲ್ಲು ಹರಳು. ಇದರಿಂದ ಒಂದು ದೊಡ್ಡ ಚಕ್ಕೆಯನ್ನು ಪ್ರತ್ಯೇಕಿಸಿ ಉಪಕರಣವಾಗಿ ಮಾಡಲಾಗಿದೆ (ಸಯ್ಯದ್ ಎಂ.ಅಶ್ಫಾಕ್‌ರಿಂದ.)

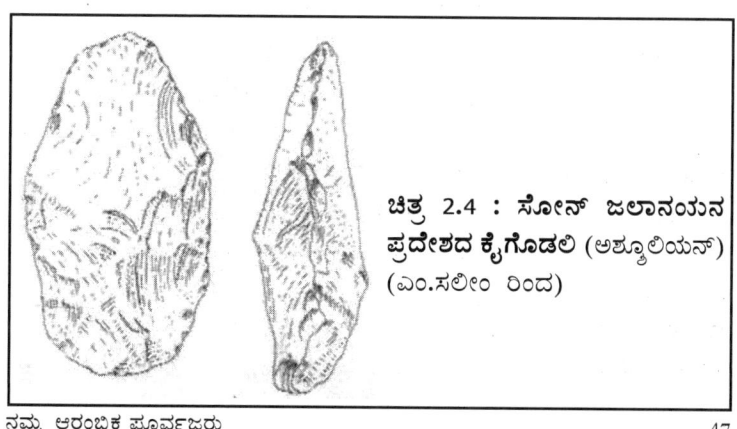

ಚಿತ್ರ 2.4 : ಸೋನ್ ಜಲಾನಯನ ಪ್ರದೇಶದ ಕೈಗೊಡಲಿ (ಅಶ್ಯೂಲಿಯನ್) (ಎಂ.ಸಲೀಂ ರಿಂದ)

ನಮ್ಮ ಆರಂಭಿಕ ಪೂರ್ವಜರು

ಸ್ತರವು ಯಾವಾಗಲೂ ಮೇಲಿನ ಸ್ತರಕ್ಕಿಂತ ಮುಂಚಿನದು. ಹಾಗೆಯೇ ಮೇಲಣ ಎಂದರೆ ನಂತರದ್ದು ಎಂದು ಅರ್ಥ).

2.2 ಭಾರತದಲ್ಲಿ ಆದಿ ಮಾನವ

ನರವಾನರ ಜೀವಸಂಕುಲಗಳ ಯಶಸ್ಸಿನ ಗುರುತೆಂದರೆ *ಹೊಮೋ ಹೆಬಿಲಿಸ್* (ಅಥವಾ ಪ್ರಾಚೀನ *ಹೊಮೋ ಎರೆಕ್ಟಸ್*) ತಾನು ವಿಕಾಸಗೊಂಡ ಆಫ್ರಿಕಾದ ಹುಲ್ಲುಗಾವಲು ಮತ್ತು ದಟ್ಟವಲ್ಲದ ಅರಣ್ಯದಿಂದ ಹೊರಬಂದು ಹಲವು ಭಿನ್ನ ವಾತಾವರಣಗಳಲ್ಲಿ ವಾಸಿಸಲಾರಂಭಿಸಿದುದು. ಅವನ ಈ ಹರಡುವಿಕೆಯ ವ್ಯಾಪ್ತಿ ಚೈನಾದಿಂದ (ಲಾಂಗುಪೋನಲ್ಲಿ ಒಂದು ದವಡೆಯ ಪಳೆಯುಳಿಕೆ ಹಾಗೂ ಒಲ್ಡೋವಾನ್ ಪರಿಕರಗಳು ದೊರೆತಿದ್ದು ಇವುಗಳ ಕಾಲಮಾನ ಸುಮಾರು 18 ರಿಂದ 19 ಲಕ್ಷ ವರ್ಷಗಳಷ್ಟು ಹಿಂದೆ) ಸ್ಪೇನ್‌ವರೆಗೂ ಇದೆ (ಬಾರಾಂಕೋ ಲಿಯೋನ್‌ನಲ್ಲಿ 18 ಲಕ್ಷ ವರ್ಷಗಳ ಹಿಂದೆ). ಅಲ್ಲದೆ ಇಂತಹುದೇ ಕಾಲಮಾನವನ್ನು (17 ಲಕ್ಷವರ್ಷ ಹಿಂದೆ) ಡಮಿನಿಸಿ (ಜಾರ್ಜಿಯಾ, ಕಾಕಸಸ್) ಹಾಗೂ ಮೋಜೋಕೆರ್ಟೊ (ಜಾವಾ, ಇಂಡೋನೇಷಿಯಾ–18 ಲಕ್ಷ ವರ್ಷಗಳ ಹಿಂದೆ)ಗಳಲ್ಲಿ ದೊರೆತ *ಹೋಮೋ ಎರೆಕ್ಟಸ್‌*ನ ಪಳೆಯುಳಿಕೆಗಳಿಗೆ ಕೊಡಲಾಗಿದೆ. (ಡಮನಿಸಿಯಲ್ಲಿ ಒಲ್ಡುವಾನ್ ಪರಿಕರಗಳೊಂದಿಗೆ ದೊರೆತ ಪಳೆಯುಳಿಕೆಯನ್ನು ಇಂದು *ಹೋಮೊ ಹೆಬಿಲಿಸ್‌*ನದ್ದು ಎಂದು ಭಾವಿಸಲಾಗುತ್ತಿದೆ.)

ಪಾಕಿಸ್ತಾನದಲ್ಲಿಯೂ ಸಹ *ಹೊಮೋ ಹೆಬಿಲಿಸ್* ಅಥವಾ ಆರಂಭದ *ಹೋಮೋ ಎರೆಕ್ಟಸ್* ಬಳಸಿರಬಹುದಾದ ಈ ಆರಂಭದ ಉಪಕರಣಗಳ ಸುಳಿವುಗಳು ದೊರೆತಿವೆ. ಇವು ಪಶ್ಚಿಮ ಪಂಜಾಬ್‌ನ ಪೋಟ್ವಾರ್ ತಪ್ಪಲಿನ ಸೋನ್ ಕಣಿವೆಯ ರಿವತ್ ಎನ್ನುವಲ್ಲಿ ದೊರೆತಿವೆ (ಚಿತ್ರ 2.2). ಇವುಗಳ ಕಾಲಮಾನ ಸುಮಾರು 20 ಲಕ್ಷ ವರ್ಷಗಳಷ್ಟು ಹಿಂದೆ. ಅಷ್ಟೇ ಪ್ರಾಚೀನ ಪರಿಕರಗಳು ಹಿಮಾಚಲ ಪ್ರದೇಶದ ಶಿವಾಲಿಕ್ ಶಿಲೆಗಳಲ್ಲಿ ದೊರೆತಿದ್ದು, ಇವುಗಳ ಕಾಲಮಾನವನ್ನು 18 ಲಕ್ಷ ವರ್ಷ ಹಿಂದೆ ಎಂದು ಪರಿಗಣಿಸಲಾಗಿದೆ.

ಹೋಮೋ ಎರಕ್ಟಸ್ ಕಾಲಾಂತರದಲ್ಲಿ *ಹೋಮೋ ಹೆಬಿಲಿಸ್‌*ನ ಸ್ಥಾನ ಆಕ್ರಮಿಸಿಕೊಂಡ. ಇವನ ಉಳಿಕೆಗಳು ಹಳೆಯ ಪ್ರಪಂಚದಲ್ಲಿ ವ್ಯಾಪಕವಾಗಿ ಕಂಡುಬಂದಿವೆ. ಈ ಪ್ರದೇಶಗಳನ್ನಲ್ಲದೆ ಅವನು ಉತ್ತರ ಚೀನಾದ ಶೀತಲ ಪ್ರದೇಶವನ್ನೂ ಪ್ರವೇಶಿಸಿದ್ದ (ಝೌಕುವೊದಿಯಾನ್, 7 ಲಕ್ಷ ವರ್ಷಗಳ ಹಿಂದೆ). ಇದೇ ಸಮಯದಲ್ಲಿ ಇಂಡೋನೇಷಿಯಾದ ದಟ್ಟ ಅರಣ್ಯಗಳ ಜಾವಾ ದ್ವೀಪದಲ್ಲಿಯೂ ಜೀವಿಸಿದ್ದ. ಅವನು ಇನ್ನೂ ತೀರಾ ಗಡುಸು ತಿರುಳುಗಲ್ಲಿನ ಮತ್ತು ಚಕ್ಕೆಯ ಉಪಕರಣಗಳನ್ನು ಬಳಸುತ್ತಿದ್ದಾಗ್ಯೂ, ಅವನ ದೃಢ ಕಾಯ , ಭಾಷೆಯ ಮೇಲೆ ಹೆಚ್ಚಿನ ಹಿಡಿತ ಮತ್ತು ದೊಡ್ಡ ಮೆದುಳು, ಅನುಕೂಲಗಳಾಗಿ ಪರಿಣಮಿಸಿದವು.

ಅವನಿಗೆ ಬೆಚ್ಚಗಿರಿಸಿ ಕೊಳ್ಳಲು, ಹಿಂಸ್ರ ಪ್ರಾಣಿಗಳನ್ನು ದೂರವಿರಿಸಲು ಅಥವಾ ಕಾಡು ಸವರಲು ಬೆಂಕಿಯನ್ನು ಬಳಸಲು ಸಾಧ್ಯವಾಗಿತ್ತು. ಆದರೆ, ಬಹುಶಃ ಮಾಂಸ, ಮೂಳೆ ಹುರಿಯುವುದನ್ನು ಇನ್ನೂ ಅರಿತಿರಲಿಕ್ಕಿಲ್ಲ.

ಪಾಕಿಸ್ತಾನದ ಝೇಲಂನ ಆಚೆ ಸೋನ್ ಕಣಿವೆ ಹತ್ತಿರದ ಪಬ್ಬಿ ಪರ್ವತಗಳಲ್ಲಿ ಚಕ್ಕೆ ತೆಗೆದ ಬೆಣಚುಗಲ್ಲುಗಳ ಮುಖ್ಯ ಉಪಕರಣಗಳ (ಇವನ್ನು ಮಚ್ಚುಗತ್ತಿ ಅಥವಾ ಚಾಪರ್ ಚಾಪಿಂಗ್ ಉಪಕರಣಗಳು ಎಂದು ಸಹ ಕರೆಯಲಾಗುತ್ತದೆ) ಕಾಲಮಾನ ಹತ್ತು ಲಕ್ಷ ವರ್ಷಗಳಿಗಿಂತ ಹಿಂದೆ ಎಂದು ಹೇಳಲಾಗಿದೆ (ಚಿತ್ರ 2.3). ಇಂತಹುದೇ ಹಸ್ತಕೃತಿಗಳು ಹಿಮಾಚಲ ಪ್ರದೇಶದ ಬ್ಯಾಸ್, ಬಂಗಾಂಗ ಮತ್ತು ಇತರ ನದಿಗಳ ಕಣಿವೆಗಳಲ್ಲಿ ಕಾಲಮಾನ ನಿರ್ಧರಿಸಲಾಗದ ಸ್ತರಗಳಲ್ಲಿ ದೊರೆತಿವೆ. ಈ ಯಾವ ಪ್ರದೇಶದಲ್ಲಿಯೂ ಈ ಕಾಲಮಾನದ *ಹೋಮೋ ಎರೆಕ್ಟಸ್*‌ನ ಪಳೆಯುಳಿಕೆಗಳು ದೊರೆತಿಲ್ಲ. ಆದರೆ ಈ ಉಪಕರಣಗಳು ಈ ಸಂತತಿಯದೇ ಕೆಲಸ ಎನ್ನುವುದು ಖಚಿತವೆಂದೇ ಹೇಳಬಹುದು.

14 ಲಕ್ಷ ವರ್ಷಗಳ ಹಿಂದೆಯೇ ಆಫ್ರಿಕಾದಲ್ಲಿ ಗುರುತಿಸಲಾಗಿದ್ದ ಅಶ್ಯೂಲಿಯನ್ ಕೈಗೊಡಲಿಗಳು ಸೋನ್ ಕಣಿವೆಯಲ್ಲಿ ಮಚ್ಚುಗತ್ತಿ ಪರಿಕರಗಳೊಂದಿಗೆ 7 ರಿಂದ 5 ಲಕ್ಷವರ್ಷಗಳ ಹಿಂದೆ ಕಂಡು ಬಂದಿವೆ (ನೋಡಿ ಚಿತ್ರ 2.4). ಇದೇ ಕಾಲಾವಧಿಯ ಇಂತಹುದೇ ಪರಿಕರಗಳು ಕಾಶ್ಮೀರದ ಪಹಲ್ಗಾಮ್‌ನ ದಿಬ್ಬದಲ್ಲಿಯೂ ಕಂಡುಬಂದಿವೆ. ಅದುವರೆಗೆ ಮಾಂಸಾಹಾರಿ ಪ್ರಾಣಿಗಳು ಸಾಯಿಸಿದ ಪ್ರಾಣಿಗಳ ಮಾಂಸವನ್ನು ತಿನ್ನುವವನಾಗಿದ್ದ, ಕಾಡಿನಲ್ಲಿ ಲಭ್ಯ ಹಣ್ಣುಗಳು, ಬೇರುಗಳು, ಹುಲ್ಲಿನ ಬೀಜಗಳ ಆಹಾರಕ್ಕಾಗಿ ಸಂಗ್ರಹಗಾರನಾಗಿದ್ದ *ಹೋಮೋ ಎರೆಕ್ಟಸ್* ಮಾನವ ಈಗ ಸಾಕಷ್ಟು ಪರಿಣಾಮಕಾರಿಯಾಗಿ ಎಸೆಯ ಬಹುದಾದ ಕೈಗೊಡಲಿಯನ್ನು ಆಯುಧವಾಗಿ ಹೊಂದಿದ್ದು, ಬೆಂಕಿಯನ್ನು ಹತೋಟಿಯಲ್ಲಿರಿಸಿಕೊಂಡಿದ್ದು ಅವನನ್ನು ಒಬ್ಬ ಸಣ್ಣ ಪ್ರಾಣಿಗಳ ಬೇಟೆಗಾರನಾಗಿಯೂ ಮಾಡಿರಬಹುದು.

ಹೋಮೋ ಎರೆಕ್ಟಸ್ ಕ್ರಮೇಣ ಭಾರತದ ಉಳಿದ ಭಾಗಗಳಿಗೆ, ಬಹುಮಟ್ಟಿಗೆ ಭೂಗರ್ಭಶಾಸ್ತ್ರಜ್ಞರು ಮಧ್ಯ ಪ್ಲಿಸ್ಟೋಸೀನ್ (ಸುಮಾರು 7.3 ಲಕ್ಷದಿಂದ 1.3 ಲಕ್ಷ ವರ್ಷಗಳ ಹಿಂದೆ) ಎಂದು ಕರೆಯುವ ಕಾಲದಲ್ಲಿ, ಹರಡಿರಬೇಕು. ಇದಕ್ಕೆ ಅಂದಿನ ಹಿಮಯುಗಗಳ ಪರಿಣಾಮವಾಗಿ ಉಂಟಾದ ಶೀತಲ, ಶುಷ್ಕ ವಾತಾವರಣದ ಹಂತಗಳು ಕಾಡುಗಳನ್ನು ಬರಿದಾಗಿಸಿದುದು ಮತ್ತು ಹಿಮಯುಗಗಳ ಮಧ್ಯದ ಬಿಸುಪು ಮತ್ತು ತೇವಾಂಶದಿಂದಾಗಿ ಹೆಚ್ಚಿದ ಕಾಡಿನ ನಿಬಿಡತೆ ಹೇಗೆ ಅಡ್ಡಿಯಾದವು ಅಥವಾ ಹೇಗೆ ಸಹಾಯ ಮಾಡಿದವು ಎಂದು ಹೇಳಲು ಸಾಧ್ಯವಾಗುವುದಿಲ್ಲ (ಪ್ಲಿಯೊಸ್ಟೋಸೀನ್ ಶಕೆಯ ಈ ಹಂತಗಳ ಬಗೆಗೆ ಅಧ್ಯಾಯ 1.2ನ್ನು ನೋಡಿ). ದಕ್ಷಿಣ ಭಾರತದಲ್ಲಿನ ಕರ್ನಾಟಕದ ಹುಣಸಿಗಿ ಕೊಳ್ಳ, ಚೆನ್ನೈ ಹತ್ತಿರದ ಅತ್ತಿರಾಂಪಾಕ್ಕಂಗಳನ್ನೂ ಒಳಗೊಂಡು ದಕ್ಷಿಣ ಭಾರತದ ಹಲವು

ನಿವೇಶನಗಳಲ್ಲಿ ಕೈಗೊಡಲಿ ಮತ್ತು ಇತರ, ಪ್ರಮುಖವಾಗಿ ತಿರುಗಳುಗಲ್ಲಿನಿಂದ ಮಾಡಿದ ಪ್ರಾರಂಭಿಕ ಅಶ್ಯೂಲಿಯನ್ ಉಪಕರಣಗಳು (ಇವು "ಮದ್ರಾಸ್ ಉದ್ದಿಮೆ"ಗೆ ಸೇರಿದವು ಎನ್ನಲಾಗಿದೆ) ದೊರೆತಿವೆ (ಚಿತ್ರ 2.5). ಯುರೇನಿಯಂ-ಥೋರಿಯಂ ಕಾಲಗಣನೆಯ ಪದ್ಧತಿಯ ಪ್ರಕಾರ ಕರ್ನಾಟಕದ ನಿವೇಶನಗಳ ಕಾಲಮಾನ 350,000 ವರ್ಷಗಳಿಗಿಂತ ಹಿಂದೆ ಎನ್ನಲಾಗಿದೆ. ರಾಜಸ್ಥಾನದ ದಿಡ್ವಾನದಲ್ಲಿನ ಹಾಗೂ ಮಹಾರಾಷ್ಟ್ರದ ಅಹಮದ್‌ನಗರ ಜಿಲ್ಲೆಯ ನೆವೇಸಾದಲ್ಲಿನ ಕೆಳಗಣ ಹಳೆಯ ಶಿಲಾಯುಗದ ಪರಿಕರಗಳಿಗೆ ಇದೇ ಪದ್ಧತಿಯ ಮೇಲೆ ಕೊಟ್ಟ ಕಾಲಮಾನ ಅನುಕ್ರಮವಾಗಿ 390.000 ಹಾಗೂ 350,000 ವರ್ಷ ಹಿಂದೆ.

ಈ ಪಸರಿಸುವಿಕೆಯ ಪ್ರಕ್ರಿಯೆಯ ಅವಧಿಯಲ್ಲಿ ಮೂಲ *ಹೋಮೋ ಎರೆಕ್ಟಸ್*‌ನ ವಿಕಾಸದ ಪ್ರವೃತ್ತಿ ಜಾರಿಯಲ್ಲಿತ್ತು. ಹೀಗೆ ವಿಕಾಸಗೊಂಡ ಉಪ-ಸಂತತಿಗಳ ಮಾನವರು ಕಡಿಮೆ ದೃಢಕಾಯರಾಗಿದ್ದರೂ ಹೆಚ್ಚು ಕುಶಲತೆ ಪಡೆದಿದ್ದರು. ಅವರು ಚಕ್ಕೆಗಳಿಂದ ಸಣ್ಣ ಪರಿಕರಗಳನ್ನು ಅಥವಾ ನಂತರದ ಅಶ್ಯೂಲಿಯನ್

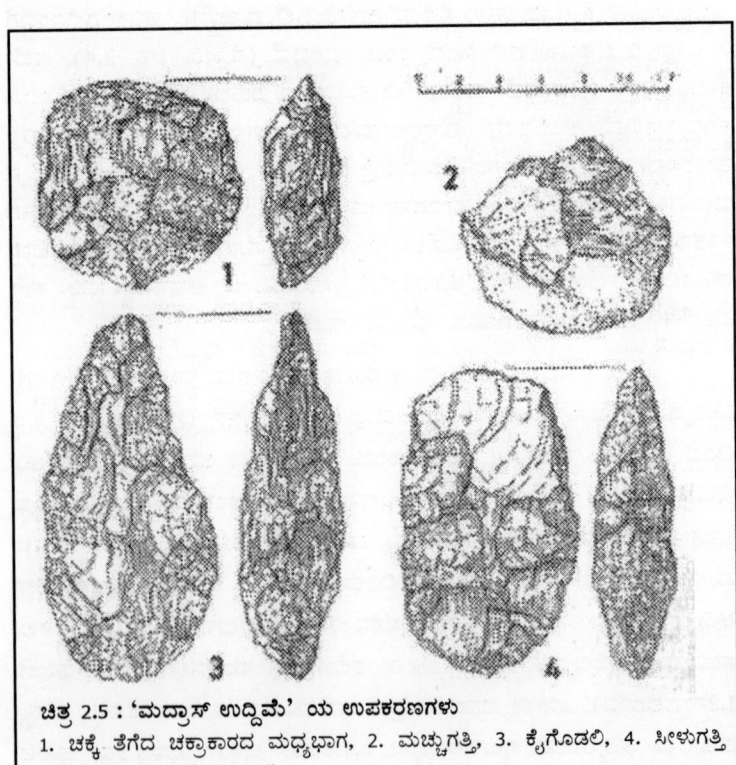

ಚಿತ್ರ 2.5 : 'ಮದ್ರಾಸ್ ಉದ್ದಿಮೆ' ಯ ಉಪಕರಣಗಳು

1. ಚಕ್ಕೆ ತೆಗೆದ ಚಕ್ರಾಕಾರದ ಮಧ್ಯಭಾಗ, 2. ಮಚ್ಚುಗತ್ತಿ, 3. ಕೈಗೊಡಲಿ, 4. ಸೀಳುಗತ್ತಿ (ಬಿ ಮತ್ತು ಆರ್ ಅಲ್ಚಿನ್ ರಿಂದ)

ಉಪಕರಣ ಗಳನ್ನು ಮಾಡತೊಡಗಿದ್ದರು. ಇಂತಹ ಪರಿಕಗಳ ಉಳಿಕೆಗಳು ನರ್ಮದಾ ಕಣಿವೆಯಲ್ಲಿ ಹತ್ನೋರದಲ್ಲಿ ಸಿಕ್ಕಿದ ನರ್ಮದಾ ತಲೆಬುರಡೆ ಯೊಂದಿಗೆ ಪತ್ತೆಯಾಗಿವೆ. ಈ ತಲೆಬುರುಡೆ ವಿಕಾಸಗೊಂಡ *ಹೋಮೋ ಎರೆಕ್ಟಸ್*ದಾಗಿದ್ದು 130,000 ವರ್ಷಗಳಿಗಿಂತ ಹಿಂದಿನದು. ಇದೇ ಪ್ರದೇಶದ ಪ್ರಖ್ಯಾತ ಭಿಂಬೆಟ್ಕ ಗುಹೆಯಲ್ಲಿ ಅನುಕ್ರಮ ಅವಧಿಗಳ ಮಾನವ ವಸತಿ ಕಂಡುಬಂದಿದ್ದು, ಅತಿ ಕೆಳಗಿನ ಸ್ತರಗಳಲ್ಲಿ ಸುಧಾರಿತ ಅಶ್ಯೂಲಿಯನ್ ಪರಿಕರಗಳು ಕಂಡುಬಂದಿವೆ.

ಹೋಮೋ ಎರೆಕ್ಟಸ್ ವಿಕಾಸಗೊಂಡಂತೆ, ತನ್ನ ಉಪಕರಣಗಳನ್ನು ಉತ್ತಮಪಡಿಸಿಕೊಂಡ, ಅವಕ್ಕೆ ಹೊಸ ಆಕಾರಗಳನ್ನು ಕೊಟ್ಟ ಹಾಗೂ ಸ್ಥಳೀಯವಾಗಿ ಲಭ್ಯವಿರುವ ಶಿಲೆಗಳಿಗೆ ತಂತ್ರಗಳನ್ನು ಹೊಂದಿಸಿಕೊಂಡ ಈ ಬದಲಾವಣೆಗಳು ಬಹಳ ನಿಧಾನವಾಗಿ ನಡೆದವು ಹಾಗೂ ಹತ್ತಾರು ಸಾವಿರ ವರ್ಷಗಳನ್ನೇ ತೆಗೆದುಕೊಂಡವು. ಆದರೆ ಇವು ಅಂತಿಮವಾಗಿ ಸ್ಥಳೀಯ ಸಂಸ್ಕೃತಿಗಳ ಉದಯಕ್ಕೆ ಕಾರಣವಾದವು. ಪುರಾತತ್ವಶಾಸ್ತ್ರಜ್ಞರು ಸಂಸ್ಕೃತಿ ಎಂಬ ಪದವನ್ನು ಒಂದೇ ರೀತಿಯ ಉಪಕರಣಗಳು, ಆಭರಣಗಳು ಮತ್ತು ಮಾನವ ಶ್ರಮದ ಇತರ ಉತ್ಪನ್ನಗಳ ಸಮೂಹ, ಹಾಗೆಯೇ ಒಂದೇ ತೆರನ ರೂಢಿಗಳು, ನಂಬಿಕೆಗಳು, ಸತ್ತವರನ್ನು ಹೂಳುವುದು ಇತ್ಯಾದಿ ಮತ್ತು ಆಚರಣೆಗಳ ಸಂಕೇತಗಳ ಸೂಚನೆ ಒಂದು ಅಥವಾ ಹೆಚ್ಚಿನ ನಿವೇಶನಗಳ ಸ್ತರಗಳಲ್ಲಿ ಕಂಡಾಗ ಬಳಸುತ್ತಾರೆ. ಇವನ್ನು ಹಸ್ತಕೃತಿಗಳು (artefacts) ಎಂದು ಕರೆಯಲಾಗುತ್ತದೆ. *ಹೋಮೋ ಎರೆಕ್ಟಸ್*ನ ನಂಬಿಕೆಗಳ, ಸಂಪ್ರದಾಯಗಳ ಬಗೆಗೆ ನಮಗೆ ಯಾವ ಮಾಹಿತಿ ದೊರೆಯುವುದಿಲ್ಲ, ಅವನ ಶಿಲಾ ಉಪಕರಣಗಳ ಸ್ವರೂಪವೇ ಅವನು ರೂಪಿಸಿದ ಭಿನ್ನ ಸಂಸ್ಕೃತಿಗಳ ಬಗೆಗೆ ಸೂಚನೆ ನೀಡುತ್ತದೆ. ಹಲವು ಸಾವಿರ ವರ್ಷಗಳು ಕಳೆದಂತೆ ಪರಿಕರಗಳು ಸಣ್ಣವಾಗುವ ಹಾಗೂ ತೆಳುವಾಗುವ ಪ್ರವೃತ್ತಿ ಕಾಣುತ್ತದೆ. ಪ್ರಪಂಚದಾದ್ಯಂತ ಸ್ವತಂತ್ರವಾಗಿ ಕಂಡುಬರುವ ಅಲಗು, ಚಕ್ಕೆ ಅಲಗಿನ ವಿವಿಧ ಸ್ವರೂಪಗಳು ಈ ಪ್ರವೃತ್ತಿಯ ಒಂದು ಸಹಜ ಫಲಿತಾಂಶ. ಚಕ್ಕೆ ಅಲಗುಗಳು ಭಾರತದಲ್ಲಿನ ಮಧ್ಯ ಹಳೆಯ ಶಿಲಾಯುಗದ ವೈಶಿಷ್ಟ್ಯ ಎನ್ನಲಾಗಿದೆ. ಇಂತಹ ಶಿಲಾ ಅಲಗುಗಳು ನೆವಾಸಾ ಸಂಸ್ಕೃತಿ ಯಲ್ಲಿ (ಈ ಹಿಂದೆ ಹೇಳಿದ ನೆವಾಸಾ ಎಂಬ ಸ್ಥಳದಿಂದ ಈ ಹೆಸರು ಪಡೆದಿದೆ) ದೊರೆಯುತ್ತವೆ. ಇದು ದಕ್ಷಿಣ ಭಾರತ ಹಾಗೂ ಮಧ್ಯ ಭಾರತಕ್ಕೂ ವ್ಯಾಪಿಸಿದಂತೆ ಕಾಣುತ್ತದೆ (ನೋಡಿ ಚಿತ್ರ 2.6). ದಿಡ್ವಾನದಲ್ಲಿ ಮಧ್ಯ ಆದಿಶಿಲಾಯುಗದ ಕಾಲಮಾನ 150,000 ವರ್ಷಗಳ ಹಿಂದೆ ಎಂದು ಥರ್ಮೋಲ್ಯೂಮಿನೆಸೆನ್ಸ್ ಪದ್ಧತಿಯ ಪ್ರಕಾರ ನಿರ್ಣಯಿಸಲಾಗಿದೆ. ಆದರೆ ಗುಜರಾತ್‌ನಲ್ಲಿ ಯುರೇನಿಯಂ–ಥೋರಿಯಂ ಪದ್ಧತಿಯ ಪ್ರಕಾರ ಪಡೆದ ಈ ಸಂಸ್ಕೃತಿಯ ಕಾಲಮಾನ ಸುಮಾರು 56,800ರಷ್ಟು ಇತ್ತೀಚಿನದು. ಶ್ರೀಲಂಕಾದ ದಕ್ಷಿಣದ ಒದ್ದೆ ವಲಯದಲ್ಲಿ ಇದಕ್ಕೆ ಸೂಚಿಸಲಾದ ಕಾಲಮಾನ 200,000 ದಿಂದ 40,000 ವರ್ಷ ಹಿಂದೆ. ಹೀಗೆ ಈ ಸಂಸ್ಕೃತಿಯು ಕನಿಷ್ಟ ಲಕ್ಷ ವರ್ಷಗಳಷ್ಟಾದರೂ ದೀರ್ಘವಾಗಿತ್ತು. ಈ ಸಂಸ್ಕೃತಿಯು ನೇರವಾಗಿ ಹಳೆಯ ಆದಿಶಿಲಾಯುಗದಿಂದ

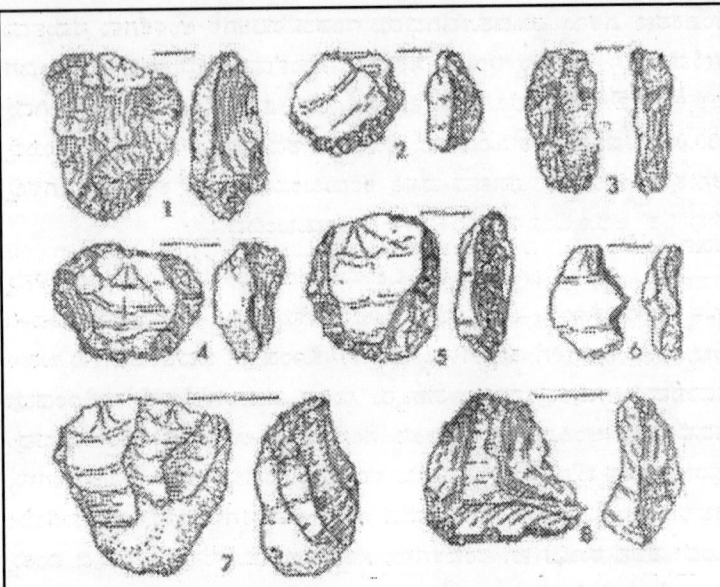

ಚಿತ್ರ 2.6 : 'ನೆವಾಸಾ'ದ ಉಪಕರಣಗಳು : ನಂ.3 ಒಂದು ಚಕ್ಕೆ ತೆಗೆದ ಅಲಗು, ಸ್ಥಳವನ್ನು ಗುರುತು ಹಾಕುವ ಮಧ್ಯ ಶಿಲಾಯುಗದ ಒಂದು ಉಪಕರಣ. ನಂ.7ನ್ನು ಗಮನಿಸಿ. ಇದು ಅರಳುಕಲ್ಲು ಚಕ್ಕೆ ಉದ್ದಿಮೆ ಮುಂದುವರಿಕೆಯನ್ನು ತೋರಿಸುತ್ತದೆ (ಬಿ. ಮತ್ತು ಆರ್. ಅಲ್ಚಿನ್ ರಿಂದ).

ಮುಂದುವರೆದುದು ಎಂದು ಭಾವಿಸಿಲಾಗಿದೆ. ಆದ್ದರಿಂದ ಇದರ ಕರ್ತೃಗಳು ನಂತರದ *ಹೋಮೋ ಎರೆಕ್ಟಸ್‌*ನ ನೇರ ವಂಶಜರಿರಬೇಕು. ಆದರೆ ಈ ಯಾವುದೇ ಕ್ಷೇತ್ರದಲ್ಲಿ ಈ ಮಾನವನ ಆಸ್ಥಿಪಂಜರದ ಪಳೆಯುಳಿಕೆಗಳು ದೊರೆತಿಲ್ಲ.

ಕೋಷ್ಟಕ 2.1 ಶಿಲಾಯುಗದ ಹಂತ ಉಪಕರಣಗಳ ವಿಧಗಳು, ಜೀವಸಂಕುಲಗಳು

ಕಾಲಮಾನ	ಉಪಕರಣ–ವಿಧ	ಮೊದಲು ಬಳಸಿದ್ದೆಂದು ಗುರುತಿಸಿದ ಜೀವಸಂಕುಲ
ಕೆಳಗಣ ಹಳೆಶಿಲಾಯುಗ	ಒಲ್ಡೋವಾನ್	*ಹೋಮೋ*
ಕೆಳಗಣ ಹಳೆಶಿಲಾಯುಗ	ಬೆಣಚುಕಲ್ಲ ಚಕ್ಕೆ	*ಹೋಮೋ*
ಕೆಳಗಣ ಹಳೆಶಿಲಾಯುಗ	ಅಶ್ಯುಲಿಯನ್	*ಹೋಮೋ*
ಮಧ್ಯ ಹಳೆಶಿಲಾಯುಗ	ಚಕ್ಕೆ ಅಲಗು	*ವಿಕಾಸಗೊ*
		ಪ್ರಾಚೀನ
ಮಧ್ಯ ಹಳೆಶಿಲಾಯುಗ	ಲೆವೆಲೋಯಿಸ್	*ನಿಯಾನ್*
ಮೇಲಣ ಹಳೆಶಿಲಾಯುಗ	ಹಿಂಬದಿಯಿರುವ ಅಲಗು	*ಹೋಮೋ*
ಮಧ್ಯಶಿಲಾಯುಗ	ಸೂಕ್ಷ್ಮಶಿಲಾ ಉಪಕರಣಗಳು	*ಹೋಮೋ*
ನವಶಿಲಾಯುಗ	ನಯವಾಗಿಸಿದ ಉಪಕರಣಗಳು	*ಹೋಮೋ*

ಟಿಪ್ಪಣಿ– ಹಿಂದಿನ ವಿಧದ ಪರಿಕರಗಳನ್ನು ನಂತರದ ಪರಿಕರಗಳೊಂದಿಗೆಯೂ ಬಳಸಬಹುದು ಹಾಗೆಯೇ ನಂತರದ ಭಿನ್ನ ಜೀವಸಂಕುಲಗಳೂ ಬಳಸಬಹುದು.

2.3 ದೈಹಿಕವಾಗಿ ಆಧುನಿಕನಾದ ಮಾನವ

ಆದರೆ ಪಾಕಿಸ್ತಾನದ ಸೋನ್ ಕಣಿವೆ (ಪೋಟ್ವಾರ್ ತಪ್ಪಲು) ಹಾಗೂ ರೋಹ್ರಿ ಪರ್ವತಗಳಲ್ಲಿ (ಉತ್ತರ ಸಿಂಧ್ ಪ್ರಾಂತ) ದೊರೆಯುವ ಹೇರಳವಾದ ಮಧ್ಯ ಹಳೆಶಿಲಾಯುಗದ ಉಪಕರಣಗಳಿಗೆ (ಚಕ್ಕೆ ಅಲಗುಗಳ ಉಪಕರಣಗಳನ್ನೂ ಒಳಗೊಂಡು) ಇಂತಹ ನಿರಂತರತೆ ಇತ್ತೆಂದು ಊಹಿಸಲು ಸಾಧ್ಯವಾಗುವುದಿಲ್ಲ. ಪೋಟ್ವಾರ್ ತಪ್ಪಲಿನಲ್ಲಿನ ಈ ಸಂಸ್ಕೃತಿಯ ಕಾಲಮಾನ 60,000 ದಿಂದ 20,000 ವರ್ಷ ಹಿಂದೆ (ಕಾರ್ಬನ್–14 ಕಾಲಗಣನೆ ಪದ್ಧತಿಯ ಪ್ರಕಾರ). ಅದಕ್ಕೂ 500,000 ವರ್ಷ ಹಿಂದಿನ ಹಳೆಯ ಆದಿಶಿಲಾಯುಗದ ಸೋನ್ ಸಂಸ್ಕೃತಿಗೆ ಈ ಹೊಸ ಸಂಸ್ಕೃತಿಯೊಂದಿಗೆ ಯಾವುದೇ ಸಂಪರ್ಕವಿಲ್ಲ. ಹೀಗಿರುವಾಗ ನಂತರದ ಉದ್ದಿಮೆ ಭಾರತದೊಳಕ್ಕೆ ಬರುತ್ತಲಿದ್ದ ಆಧುನಿಕ ಮಾನವನದು (ಹೋಮೋ ಸೆಪಿಯನ್ಸ್ ಸೆಪಿಯನ್ಸ್) ಆಗಿರಲು ಸಾಧ್ಯ. ಈ ಕಾರಣಕ್ಕೆ ಈಗ ಆತನ ಮೂಲಗಳ ಕಡೆಗೆ ಗಮನ ಹರಿಸುವುದು ಅಗತ್ಯ.

ಹೋಮೋ ಎರೆಕ್ಟಸ್ ಭಿನ್ನ ಗುಂಪುಗಳಾಗಿ ಹಳೆಯ ಪ್ರಪಂಚದ ದೂರದೂರದ ವಿವಿಧ ಪ್ರದೇಶಗಳಿಗೆ ಹಂಚಿ ಹೋದುದರಿಂದ, ಪ್ರತಿಯೊಂದು ಗುಂಪು ಇತರ ಎಲ್ಲವುಗಳಿಂದ ಪ್ರತ್ಯೇಕಿಸಲ್ಪಟ್ಟ ಕಾರಣಕ್ಕೆ ಅವುಗಳ ನಡುವೆ ವಂಶವಾಹಿಗಳ ಹರಿವು ಸಾಧ್ಯವಾಗದೇ ಹೋಯಿತು. ಈ ಕಾರಣಕ್ಕೆ ಹೋಮೋ ಎರೆಕ್ಟಸ್ ಹಲವು ಭಿನ್ನ ಉಪ–ಜೀವಸಂಕುಲಗಳಾಗಿ ಕವಲೊಡೆಯುವುದು ಅನಿವಾರ್ಯವಾಯಿತು. ಹೀಗೆ ರೂಪಗೊಂಡ ಭಿನ್ನ ಉಪ–ಜೀವಸಂಕುಲಗಳನ್ನು ಸಾಮಾನ್ಯವಾಗಿ *ಪ್ರಾಚೀನ ಹೋಮೋ ಸೆಪಿಯನ್ಸ್* ಎಂದು ವರ್ಗೀಕರಿಸಲಾಯಿತು. ದೇಹಗಳು ಹೆಚ್ಚೆಚ್ಚು ಹಗುರವಾಗುವ, ಅಥವಾ ಸಪೂರವಾಗುವ ಪ್ರವೃತ್ತಿ ಸಾಮಾನ್ಯವಾಗಿ ಕಂಡು ಬಂದರೂ ಅದು ಸಾರ್ವತ್ರಿಕವೇನೂ ಆಗಿರಲಿಲ್ಲ. ಸಾಕಷ್ಟು ಯಶಸ್ಸು ಸಾಧಿಸಿದ ದೃಢಕಾಯದ ಹೋಮೋ ಸೆಪಿಯನ್ಸ್ ನಿಯಾನ್ಡೆರ್ಥಲೆನ್ಸಿಸ್ ಅಥವಾ ನಿಯಾನ್ಡೆರ್ಥಲ್ ಮಾನವ ಹೋಮೋ ಎರೆಕ್ಟಸ್ ನಿಂದ ಯುರೋಪಿನಲ್ಲಿ ವಿಕಾಸಗೊಂಡ (ಚಿತ್ರ 2.1). ಈ ಮಾನವ 230,000 ವರ್ಷಗಳಿಂದ 30,000 ವರ್ಷಗಳ ಹಿಂದಿನವರೆಗೆ ಜೀವಿಸಿದ್ದ. ಪಶ್ಚಿಮ ಏಷಿಯಾ ಹಾಗೂ ಅದರ ಪೂರ್ವಕ್ಕೆ 50,000 ವರ್ಷಗಳಷ್ಟು ಹಿಂದಿನಿಂದಲೇ ಇವನ ನೆಲೆಗಳಿದ್ದಿರಬಹುದೆಂದು ಭಾವಿಸಬಹುದು. ಗಿಡ್ಡ ದೇಹ. ಸಣ್ಣ ಮುಂದಲೆ, ಉಬ್ಬಿದ ಹುಬ್ಬಿನ ಮೂಳೆ, ಗಲ್ಲವಿಲ್ಲದ ಈ ನಿಯಾನ್ಡೆರ್ಥಲ್ ಮಾನವನ ಮೆದುಳಿನ ಕೋಶದ ಗಾತ್ರ ಆಧುನಿಕ ಮಾನವನ ಸರಾಸರಿ ಮೆದುಳಿನ ಕೋಶದ ಗಾತ್ರಕ್ಕೆ ಹೋಲಿಸುವಷ್ಟು, ಅಂದರೆ ಸುಮಾರು 1450ಘಸೆಂ. ಅವನು 'ಲೆವಲೋಯಿಸ್ ಮೌಸ್ಟೇರಿಯನ್' ಎಂದು ಕರೆಯಲ್ಪಡುವ ಸಾಕಷ್ಟು ಸಂಕೀರ್ಣ ತಂತ್ರವನ್ನು ಬಳಸಿ ಉಪಕರಣಗಳನ್ನು ರೂಪಿಸುತ್ತಿದ್ದ. ಈ ತಂತ್ರದಲ್ಲಿ ಶಿಲೆಯ ತಿರುಳನ್ನು ಮೊದಲು ತನಗೆ ಬೇಕಾದ ಚಕ್ಕೆಗಳನ್ನು ಪಡೆಯುವ ರೀತಿಯಲ್ಲಿ, ನಂತರ ಅದನ್ನು ತನಗೆ ಬೇಕಾದ ಆಕಾರಗಳಲ್ಲಿ ಪ್ರತ್ಯೇಕಿಸಲು ಸಾಧ್ಯವಾಗುವಂತೆ ರೂಪಿಸಿಕೊಳ್ಳಲಾಗುತ್ತಿತ್ತು. ಇಷ್ಟೆಲ್ಲಾ ಇದ್ದಾಗ್ಯೂ, ಅವನು ಆಧುನಿಕ ಮಾನವನ ವಿಕಾಸದ ದಿಕ್ಕಿಗಿಂತ ಭಿನ್ನವಾಗಿ ವಿಕಾಸವಾದ.

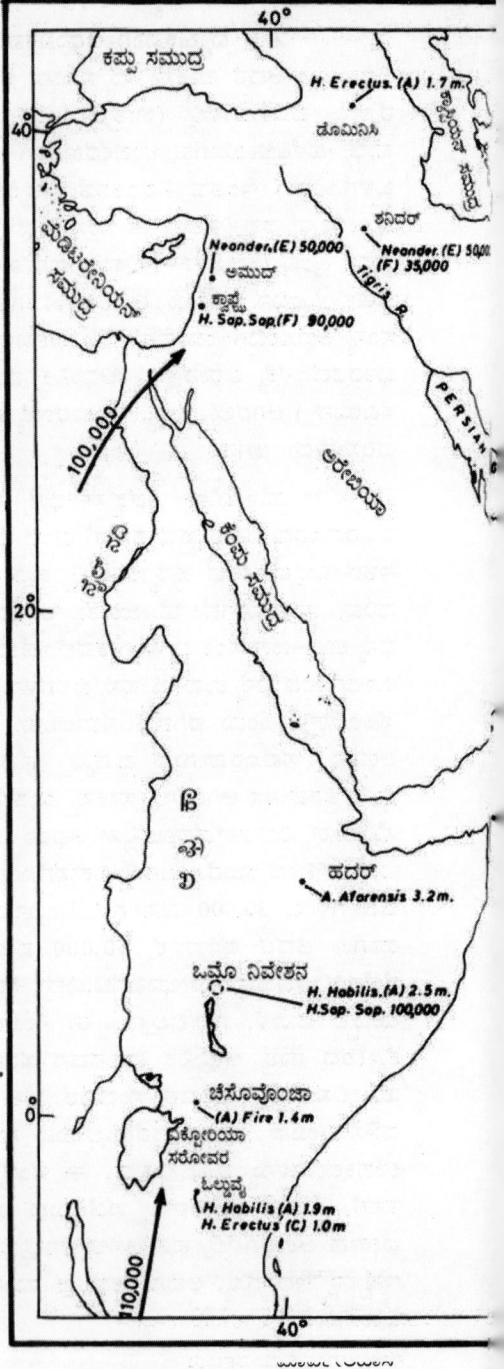

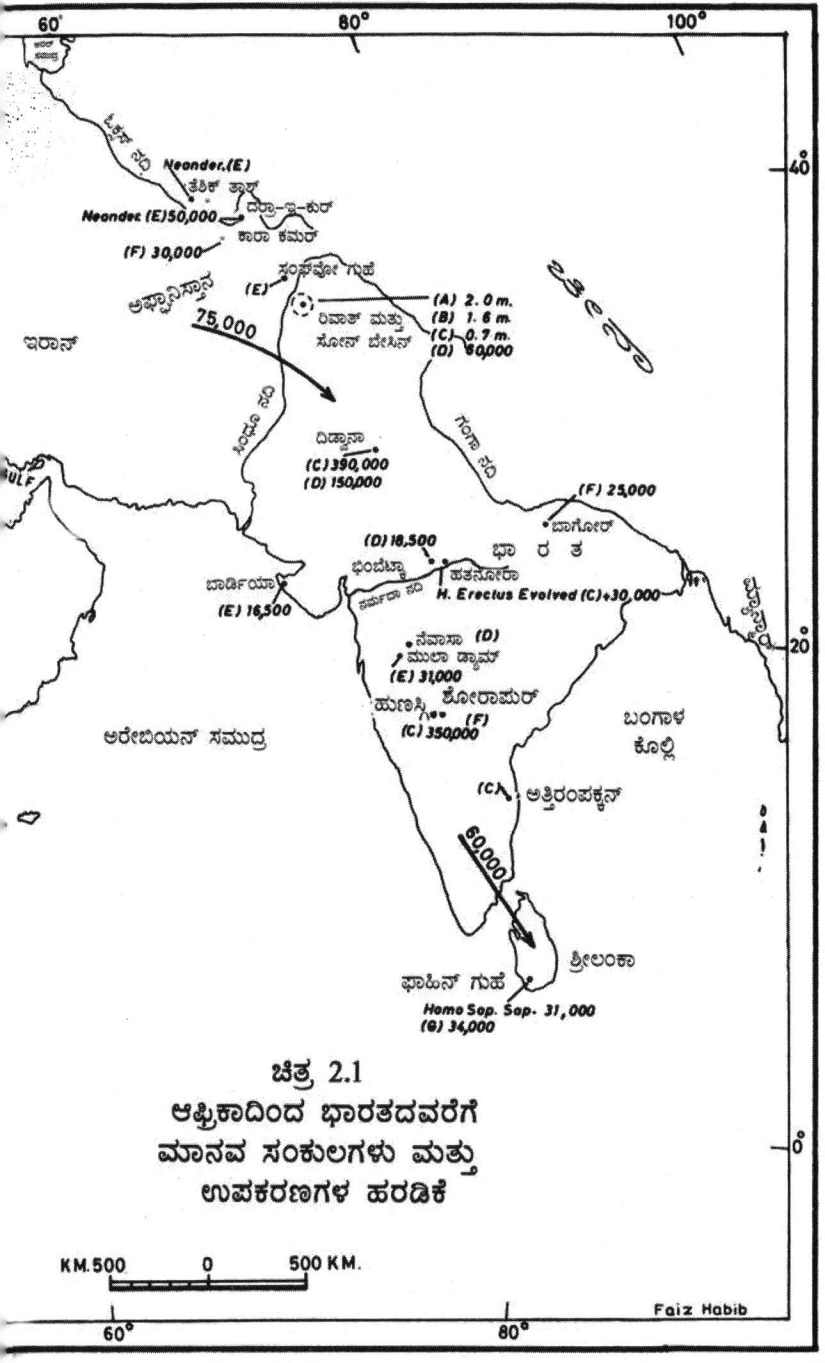

ಚಿತ್ರ 2.1
ಆಫ್ರಿಕಾದಿಂದ ಭಾರತದವರೆಗೆ
ಮಾನವ ಸಂಕುಲಗಳು ಮತ್ತು
ಉಪಕರಣಗಳ ಹರಡಿಕೆ

ಇತರ ನರವಾನರರಿಗೆ ಹೋಲಿಸಿದರೆ ಆಧುನಿಕ ಮಾನವನ ಎದ್ದುಕಾಣುವ
ಲಕ್ಷಣಗಳೆಂದರೆ ದೊಡ್ಡದಾದ ಮುಂದಲೆ, ಕಣ್ಣುಗಳ ಮೇಲಿನ ಭಾರೀ ಕೂಡಿಕೆ
ಇಲ್ಲವಾಗುವುದು, ಲಂಬವಾದ ಮುಖ (ಕೆಳಗಡೆ ಇಳಿಜಾರಾಗದೆ) ಮತ್ತು ಗಲ್ಲ.
ಅವನ ಮೂಳೆಗಳು ತೆಳುವಾಗುತ್ತಾ ಬರುತ್ತವೆ, ಅಂದರೆ "ದೃಢಕಾಯ"ದ ಬದಲು
"ಸಪೂರ"ವಾಗುತ್ತವೆ. ಈ ನಮ್ಮ ಜೀವಸಂಕುಲ ಆಫ್ರಿಕಾದಲ್ಲಿ ಹುಟ್ಟಿ, ಅಲ್ಲಿಂದ
ಜಗತ್ತಿನೆಲ್ಲೆಡೆ ಪಸರಿಸಿದೆ ಎಂದು ಊಹಿಸಲು ಸಾಕಷ್ಟು ಕಾರಣಗಳಿವೆ. ಆಫ್ರಿಕಾದ
ಸಹಾರದ ಕೆಳಗಿನ ಪ್ರದೇಶಗಳಲ್ಲಿರುವ ಜನರಲ್ಲಿ ಕಂಡು ಬರುವ ವಂಶವಾಹಿಗಳ
ವೈವಿಧ್ಯತೆ ಬೇರೆ ಪ್ರದೇಶದ ಜನಗಳಿಗೆ ಹೋಲಿಸಿದಲ್ಲಿ ತುಂಬಾ ಹೆಚ್ಚು. ಇದು
ಇಲ್ಲಿಯ ಜನರು ಹೋಮೋ ಸೇಪಿಯನ್ ಸೇಪಿಯನ್‌ಗಳಾಗಿ ಬಹುಕಾಲ ಗತಿಸಿತೆಂದೂ,
ಈ ಕಾರಣಕ್ಕೆ ಅವರಲ್ಲಿನ ವಂಶವಾಹಿಗಳು ಇತರೆಲ್ಲಾ ಕಡೆಗಳಲ್ಲಿನ
ಜನಸಮೂಹಗಳಿಗಿಂತ ಬಹಳ ಹೆಚ್ಚಿನ ವೃತ್ಯಯ (ಅಥವಾ ಮ್ಯುಟೇಶನ್ – ಜೀವಿಗಳ
ವಂಶವಾಹಿಗಳಲ್ಲಾಗುವ ಮಾರ್ಪಾಡು –ಅನು) ಗಳಿಗೆ ಒಳಗಾಗಿವೆ ಎಂದೂ
ಸೂಚಿಸುತ್ತದೆ. ಆಫ್ರಿಕಾದಲ್ಲಿ ಹೋಮೋ ಎರೆಕ್ಟಸ್‌ನ ಮಾರ್ಪಾಡು ಹಂತಹಂತವಾಗಿ
ನಡೆದಿದೆ ಎಂದು ಪುರಾತತ್ವ ಸಂಶೋಧನೆಗಳಿಂದ ಸಾಬೀತಾಗಿದೆ. ಇಥಿಯೋಪಿಯಾದ
ಅಫಾರ್‌ನಲ್ಲಿ ದೊರೆತ ಹೋಮೋ ಎರೆಕ್ಟಸ್‌ನಲ್ಲಿ ಕೆಲವು ಆಧುನಿಕ ಮಾನವನ
ಗುಣಲಕ್ಷಣಗಳು ಕಂಡುಬಂದಿವೆ (14 ಲಕ್ಷದಿಂದ 6 ಲಕ್ಷ ವರ್ಷಗಳಷ್ಟು ಹಿಂದೆ).
ನಂತರ ದಕ್ಷಿಣ ಆಫ್ರಿಕಾದ ಎಲಾಂಡ್ಸ್‌ಫೋಂಟೇನ್‌ನಲ್ಲಿ 200,000 ವರ್ಷಗಳ ಹಿಂದೆ
ಪ್ರಾಚೀನ ಹೋಮೋ ಸೇಪಿಯನ್ ಪತ್ತೆಯಾಗಿದ್ದಾನೆ. ಇವನಿಗೆ ಸಂಬಂಧಿಸಿದ ನಂತರದ
ಅಶ್ಯೂಲಿಯನ್ ಹಸ್ತಕೃತಿಗಳೂ ಕಂಡುಬಂದಿವೆ. ಒಂದು ಹೆಚ್ಚು ವಿಕಸಿತವಾದ ರೂಪ
120,000 ವರ್ಷಗಳ ಹಿಂದೆ ಕಂಡು ಬಂದಿತು. ಅವನಾಗಲೇ ಚಿಕ್ಕ ಶಿಲಾ
ಉಪಕರಣಗಳನ್ನು ತಯಾರಿಸಿ, ಬಳಸುವ ನಿಪುಣತೆಯನ್ನು, ವಿಶೇಷವಾಗಿ ಆಫ್ರಿಕಾದ
ಮಧ್ಯ ಶಿಲಾಯುಗ (ಎಂಎಸ್‌ಎ) ಉದ್ದಿಮೆ ಎಂದು ಕರೆಯಲ್ಪಡುವ ವಿಶಿಷ್ಟವಾದ
ಚಿಕ್ಕೆ ಅಲುಗುಗಳನ್ನು ಬಳಸುವ ಕುಶಲತೆ ಪಡೆದಿದ್ದ.

ಈ ಜೀವಸಂಕುಲದ ಮೂಲ ರಚನೆ (10,000 ಮತ್ತು ಅದಕ್ಕಿಂತ ಹೆಚ್ಚಾದ
ಒಳ ಸಂತಾನೋತ್ಪತ್ತಿ ಗುಂಪು) ಸುಮಾರು 200,000 ವರ್ಷಗಳ ಹಿಂದೆ
ರೂಪಗೊಂಡಿತು ಎಂದು ತಳಿಶಾಸ್ತ್ರಜ್ಞರು ಊಹಿಸುತ್ತಾರೆ. ಆದರೆ ಪುರಾತತ್ವ
ದಾಖಿಲೆಗಳ ಪ್ರಕಾರ ನಿಜವಾದ ದೈಹಿಕವಾಗಿ ಆಧುನಿಕನಾದ ಮಾನವ ದಕ್ಷಿಣ
ಆಫ್ರಿಕಾದಲ್ಲಿ 115,000 ವರ್ಷಗಳ ಹಿಂದೆ ಮೊದಲು ಕಾಣಿಸಿಕೊಳ್ಳುತ್ತಾನೆ. ಆಧುನಿಕ
ಮಾನವರು ಮಧ್ಯ ಹಳೆಶಿಲಾಯುಗದ ಉಪಕರಣಗಳನ್ನೇ ಪ್ರಾರಂಭದಲ್ಲಿ ಬಳಸಿದರೂ
ನಂತರದಲ್ಲಿ (ಸುಮಾರು 90,000 ವರ್ಷಗಳ ಹಿಂದೆ) ತೆಳುವಾದ, ಎರಡು ಸಮಾಂತರ
ಅಂಚುಗಳ ಮುಪ್ಪಟ್ಟೆಯ ಅಥವಾ ಪ್ರಿಸಂ ರೀತಿಯ ಚಕ್ಕೆಯ ಉಪಕರಣಗಳನ್ನು
(ಇದನ್ನು 'backed blade' ಅಂದರೆ ಹೊಂಬದಿಯಿರುವ ಅಲಗು ಎಂದು
ಕರೆಯಲಾಗುತ್ತದೆ) ತಯಾರಿಸಿದ್ದು ಕಂಡುಬರುತ್ತದೆ (ಚಿತ್ರ 2.7). ನಿಜವಾಗಿಯೂ ಈ
ಸಮಾಂತರ ಅಂಚಿನ ಅಲುಗುಗಳು ಆಧುನಿಕ ಮಾನವನಿಗೆ ವಿಶಿಷ್ಟವಾದ

ಉಪಕರಣಗಳಿದ್ದಂತೆ ಕಾಣುತ್ತದೆ. ಅವುಗಳೊಂದಿಗೆ ಅವನಿಗೆ ಭಿನ್ನ ಭಿನ್ನ ಕಾರ್ಯಗಳಿಗೆ ಬಳಸಲು ವೈವಿಧ್ಯಪೂರ್ಣ ಉಪಕರಣಗಳನ್ನು ಮಾಡಲು ಸಾಧ್ಯವಾಯಿತು. ಪ್ರಾಣಿಗಳ ಮೂಳೆಗಳಿಂದ ಮತ್ತು ಕೊಂಬುಗಳಿಂದ ಪರಿಕರಗಳನ್ನು, ಆಭರಣಗಳನ್ನು ಸಹ ಅವನು ತಯಾರಿಸ ತೊಡಗಿದ್ದ. ಆಧುನಿಕ ಮಾನವ ತನಗೆ ಎದುರಾಗಿ ಕಂಡ ಲೆವೆಲೋಯಿಸ್ ಮೌಸ್ಟೇರಿಯನ್ ತಂತ್ರ ಅಥವಾ ಅಶ್ಯೂಲಿಯನ್ ತಂತ್ರ ಅಥವಾ ಬೆಣಚುಕಲ್ಲು ಪರಿಕರಗಳಂತಹ ಹಿಂದಿನ ತಂತ್ರಜ್ಞಾನಗಳನ್ನು ಅಳವಡಿಸಿಕೊಂಡ.

ನಿಶ್ವಾಸ ಅಥವಾ ಉಸಿರು ಬಿಡುವ ಶಕ್ತಿಯ ಸುಧಾರಣೆಯಿಂದಾಗಿ ಅವನು ಶಾರೀರಕವಾಗಿ *ಹೋಮೋ ಎರೆಕ್ಟಸ್*ಗಿಂತ ಚೆನ್ನಾಗಿ ಮಾತನಾಡುವ ಸಾಮರ್ಥ್ಯ ಪಡೆದಿದ್ದ. ಬಹುಶಃ ಈಗ ಅವನಲ್ಲಿ ಬಹಳಷ್ಟು ವೈವಿಧ್ಯಮಯ ಮಾತುಗಳಿದ್ದವು. ಈಗಲೂ ಬಹುಶಃ ಬಾಯಿ ಧ್ವನಿಗಳಿಗೆ ಪೂರಕವಾಗಿ ಸಂಜ್ಞೆ, ಸಿಳ್ಳೆ , ಉಚ್ಛ್ವಾಸ, ಗುರುಗುಟ್ಟುವಿಕೆ ಮುಂತಾದ ಇತರ ಧ್ವನಿಗಳೂ ಇದ್ದಿರಬಹುದು. ಆದರೆ ಬಹಳ ದೀರ್ಘ ಕಾಲದಿಂದ ಪ್ರತ್ಯೇಕಿಸಲ್ಪಟ್ಟ ಮಾನವ ಜನಸಮುದಾಯಗಳು, ಮುಖ್ಯವಾಗಿ ಸುಮಾರು 60,000 ವರ್ಷ ಅಥವಾ ಇನ್ನೂ ಹಿಂದೆ ಬೇರ್ಪಟ್ಟ ಆಸ್ಟ್ರೇಲಿಯಾದಲ್ಲಿ ಜೀವಿಸಿದ್ದವರನ್ನೂ ಒಳಗೊಂಡು ಎಲ್ಲಾ ಆಧುನಿಕ ಮಾನವ ಜೀವಸಂಕುಲ ಒಂದಲ್ಲ ಒಂದು ರೀತಿಯ ಭಾಷೆಯನ್ನು ಪೂರ್ಣವಾಗಿ ಪಡೆದಿದೆ ಎಂಬ ಸಂಗತಿ, ಇದನ್ನು ಆಧುನಿಕ ಮಾನವ ಆಫ್ರಿಕಾದಿಂದ ಚದುರಿ ಹೋಗಲು ಆರಂಭವಾದ ಹೊತ್ತಿಗಾಗಲೇ ಸಾಧಿಸಿದ್ದ ಎನ್ನುವ ಸುಳಿವು ನೀಡುತ್ತದೆ. ಭಾಷೆ ಆತನಿಗೆ ಸಹಜೀವಿಗಳೊಂದಿಗೆ ಸಂವಹನ ನಡೆಸುವ ಶಕ್ತಿಯನ್ನು ಕೊಟ್ಟಿತು ಹಾಗೂ ಇದು ಕೌಶಲವನ್ನು ಒಬ್ಬರಿಂದೊಬ್ಬರಿಗೆ ವರ್ಗಾಯಿಸುವಲ್ಲಿ ನಿರ್ಣಾಯಕ ಅನುಕೂಲವಾಗಿ ಪರಿಣಮಿಸಿತು. ಇದರಿಂದ ಸಂಕೀರ್ಣವಾದ ಮತ್ತು ಪೂರ್ವಯೋಜಿತವಾದ ಸಾಮೂಹಿಕ ಕಾರ್ಯಾಚರಣೆ ಸಾಧ್ಯವಾಯಿತು. ಅಷ್ಟೇ ಅಲ್ಲ,

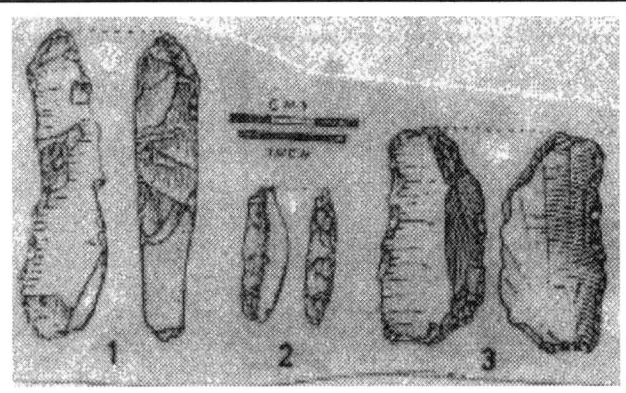

ಚಿತ್ರ 2.7 : ಶೋರಾಪುರ (ಕರ್ನಾಟಕ)ದ ಎರಡು ನದಿಗಳ ಮಧ್ಯದ ಪ್ರದೇಶದಿಂದ ಸಿಕ್ಕಿದ ಹಿಂಬದಿಯಿರುವ ಅಲಗುಗಳು. ನಂ.2 ರ ಸಣ್ಣ ಆಕಾರವನ್ನು ನೋಡಿ. (ಕೆ.ಪದ್ದಯ್ಯ ರವರಿಂದ)

ನೆನಪುಗಳನ್ನು ಕೂಡಿಡಲು ಹಾಗೂ ಚಿಂತನೆಗಳನ್ನು ವ್ಯವಸ್ಥೆಗೊಳಿಸಲು ಒಂದು ಹೆಚ್ಚು ಅನುಕೂಲಕರ ಸಾಧನ ಸಿಕ್ಕಂತಾಯಿತು.

2.4 ಭಾರತದಲ್ಲಿ ಆಧುನಿಕ ಮಾನವ

ಆಧುನಿಕ ಮಾನವ ಆಫ್ರಿಕಾದಿಂದ ಬಹಳ ವೇಗವಾಗಿ ಪ್ರಪಂಚದಾದ್ಯಂತ ಪಸರಿಸಿದ ಎಂದು ಮಾನವ ಅಸ್ಥಿಪಂಜರದ ಉಳಿಕೆಗಳು (ಇನ್ನೂ ಪಳೆಯುಳಿಕೆಗಳ ರೂಪದಲ್ಲಿಯೇ) ಸಾಕ್ಷಿ ನುಡಿಯುತ್ತವೆ. ಸುಮಾರು 100,000 ವರ್ಷಗಳ ಹಿಂದೆ, ಪಶ್ಚಿಮ ಏಷಿಯಾದಲ್ಲಿ, ಸಮಾಂತರ ಅಂಚುಗಳ ಅಲಗಿನ ಉದ್ದಿಮೆಯೊಂದಿಗೆ ಅವನು ಕಂಡು ಬಂದಿದ್ದಾನೆ. ಸುಮಾರು 60,000 ವರ್ಷಗಳ ಹಿಂದೆ ಏಷಿಯಾ ದಾಟಿ ಆಸ್ಟ್ರೇಲಿಯ ಪ್ರವೇಶಿಸಿದ್ದಾನೆ. ಹೊಸ ಪ್ರಪಂಚಕ್ಕೆ (ಅಮೇರಿಕಾ ಖಂಡಗಳು) ಅವನು ಸೈಬೆರಿಯ ಮತ್ತು ಅಲಸ್ಕಾದ ಮೂಲಕ ಪ್ರವೇಶಿಸಿದುದು ಬಹುಶಃ 20,000 ವರ್ಷಗಳಿಗೂ ಹಿಂದೆ. ಭಾರತೀಯ ಗಡಿಪ್ರದೇಶಗಳು ಆಫ್ರಿಕಾದಿಂದ ಈ ಮಾನವನ ಪಯಣದ ಮಧ್ಯದಾರಿಯಲ್ಲಿರುವದರಿಂದ 50,000 ವರ್ಷಗಳಿಗೆ ಬಹು ಮುಂಚೆಯೇ ಅವನು ಭಾರತೀಯ ಉಪಖಂಡದ ಅಂಚನ್ನು ತಲುಪಿರಬೇಕು. ಶ್ರೀಲಂಕಾದ ಫಾ ಹೀನ್ ಗುಹೆಯಲ್ಲಿ ದೊರೆತ, ಸುಮಾರು 31,000 ವರ್ಷಗಳ ಹಿಂದಿನದೆಂದು ಗುರುತಿಸಲಾದ, ಆಧುನಿಕ ಮಾನವನ ಅಸ್ಥಿಪಂಜರದ ಪಳೆಯುಳಿಕೆ (ಮಗುವಿನದು) ಗಣನೆಗೆ ತೆಗೆದುಕೊಂಡರೆ, ನಂತರದ 20,000 ವರ್ಷಗಳಲ್ಲಿ ಭಾರತದ ಮೂಲಕ ಸಂಚರಿಸಿ ಶ್ರೀಲಂಕಾ ಪ್ರವೇಶಿಸಿರಬೇಕು. ಶ್ರೀಲಂಕಾದಲ್ಲಿ ಆಧುನಿಕ ಮಾನವನ ವಾಸದ ಕಾಲ ಇನ್ನೂ ಮುಂಚೆ 34,000 ವರ್ಷಗಳ ಹಿಂದಕ್ಕೆ ಹೋಗುತ್ತವೆ. ಇಲ್ಲಿನ ಬಟಡೊಂಬಾ ಲೆನದ ಗುಹೆಯಲ್ಲಿ 28,500 ವರ್ಷಗಳ ಹಿಂದಿನ ಆಧುನಿಕ ಮಾನವನ ಅಸ್ಥಿಪಂಜರದ ಉಳಿಕೆಗಳು ಪತ್ತೆಯಾಗಿವೆ. ಸುಮಾರು 30,000 ವರ್ಷಗಳ ಹಿಂದೆ ಸಮುದ್ರ ಮಟ್ಟ ಏರಿದ್ದರೂ ಅದಕ್ಕೂ ಹಿಂದೆ (50,000 ಅಥವಾ ಹೆಚ್ಚು ವರ್ಷಗಳ ಹಿಂದೆ) ಹಿಮಯುಗದ ಹಿಂದಿನ ಘಟ್ಟದಲ್ಲಿ ಸಮುದ್ರ ಮಟ್ಟ ಕೆಳಗಿಳಿದು ಭಾರತದಿಂದ ಶ್ರೀಲಂಕಾಕ್ಕೆ ಒಂದು ನೇರ ಭೂಸೇತುವೆ ಇದ್ದಿರಬಹುದು ಎಂಬುದನ್ನು ನಾವು ನೆನಪಿಸಿಕೊಳ್ಳಬಹುದು (ಅಧ್ಯಾಯ 1.2).

ಆಧುನಿಕ ಮಾನವನ ಮೊದಲ ಆಗಮನವನ್ನು ಏಷಿಯಾದ ಮೂಲಕ ಆಸ್ಟ್ರೇಲಿಯಾಕ್ಕೆ ಪಯಣಿಸುವ ಸಂದರ್ಭದಲ್ಲಿ ನೋಡುವುದಾದರೆ, ಆಧುನಿಕ ಮಾನವರು ಭಾರತೀಯ ಗಡಿಪ್ರದೇಶಗಳ ಬಳಿ ತಲುಪುವಾಗ ಅವರ ಬಳಿ ಹಿಂಬದಿಯಿರುವ ಅಲಗಿನ (backed blade) ತಂತ್ರಜ್ಞಾನ ಇದ್ದಿರಲಿಕ್ಕಿಲ್ಲ. ಏಕೆಂದರೆ ಇದನ್ನವರು ಆಸ್ಟ್ರೇಲಿಯಾಕ್ಕೆ ತೆಗೆದು ಕೊಂಡು ಹೋಗಲಿಲ್ಲ. ಪಾಕಿಸ್ತಾನದ ಸೋನ್ ಕಣಿವೆಯಲ್ಲಿನ, ಆಧುನಿಕ ಮಾನವಕೃತವಾಗಿದ್ದಿರಬಹುದಾದ, ಮಧ್ಯ ಆದಿಶಿಲಾಯುಗದ ಸಂಸ್ಕೃತಿಯಲ್ಲಿ (60,000 ರಿಂದ 20,000 ವರ್ಷಗಳ ಹಿಂದೆ) ಈ ಸಮಾಂತರ ಅಂಚುಗಳ ಅಲಗುಗಳು ಇರಲಿಲ್ಲ. ಈ ಸಂಸ್ಕೃತಿಯ ಉಪಕರಣಗಳ ಬಾಹುಳ್ಯ ಮತ್ತು ಅವುಗಳ ಮುರಕಲು

ಗುಪ್ಪೆಗಳು (ವಿಶೇಷವಾಗಿ ರೋಹ್ರಿ ಪರ್ವತಗಳಲ್ಲಿ) ಇಲ್ಲಿ ಇದ್ದಿರಬಹುದಾದ ಒಂದು ಸಮಾಜದ ಚಿತ್ರವನ್ನು ಕೊಡುತ್ತವೆ. ಈ ಜನಸಮುದಾಯಗಳಲ್ಲಿ ಕೆಲಜನರು ಕಾಡು, ಕಣಿವೆ, ಸಮತಟ್ಟು ಪ್ರದೇಶಗಳಲ್ಲಿ ಬೇಟೆಯಾಡಿದರೆ, ಪರಿಣಿತಿ ಪಡೆದ ಇನ್ನೂ ಕೆಲವರು ಉತ್ತಮ ಹಾಗೂ ಸೂಕ್ತ ಶಿಲೆಗಳನ್ನು ಕಡಿದು ತೆಗೆಯ ಬಹುದಾದ ದೂರದ ಸ್ಥಳಗಳಲ್ಲಿ ಇದ್ದ ಕಾರ್ಖಾನೆಗಳಲ್ಲಿ ಉಪಕರಣಗಳನ್ನು ತಯಾರಿಸುವ ಕಾರ್ಯದಲ್ಲಿ ತೊಡಗಿದ್ದರೆಂದು ಕಾಣುತ್ತದೆ. ಇದರಿಂದ ಒಂದು ರೀತಿಯ ಒರಟು ಶ್ರಮ ವಿಭಜನೆ ಮತ್ತು ವಸ್ತುವಿನಿಮಯ ಆ ಕಾಲಕ್ಕಾಗಲೇ ಮೂಡಿರಬಹುದೆಂದು ಊಹಿಸಲು ಸಾಧ್ಯ.

ದಕ್ಷಿಣ ಏಷಿಯಾದಲ್ಲಿ ಮೇಲಣ ಹಳೆಶಿಲಾಯುಗದ ವೈಶಿಷ್ಟ್ಯವಾದ ಹಿಂಬದಿಯಿರುವ ಅಲಗುಗಳ ಉದ್ದಿಮೆ ಹಾಗೂ ಮಧ್ಯಶಿಲಾಯುಗದ ವೈಶಿಷ್ಟ್ಯವಾದ ಸೂಕ್ಷ್ಮ ಅಥವಾ ಸಣ್ಣ ಶಿಲಾ ಉಪಕರಣಗಳಲ್ಲಿ ಸಾಮಾನ್ಯವಾಗಿ ಇರುವ ಅನುಕ್ರಮತೆ ಮಸುಕಾಗಿದೆ. ಏಕೆಂದರೆ ಇವುಗಳ ಅನುಕ್ರಮತೆಯನ್ನು ಸ್ಪಷ್ಟ ಸ್ತರೀಕರಣದಿಂದ ಬಹಳ ವಿರಳವಾಗಿ ಗುರುತಿಸಬಹುದು. ಅಲ್ಲದೆ, ಎಲ್ಲಿಯೂ ಮೇಲಣ ಹಳೆಶಿಲಾಯುಗದ ಸ್ಥಳಗಳ ಕಾಲ 34,000 ವರ್ಷಕ್ಕಿಂತ ಹಿಂದೆ ಹೋಗುವುದಿಲ್ಲ, ಇದು ಶ್ರೀಲಂಕಾದಲ್ಲಿ ದೊರೆತ ಮಧ್ಯಶಿಲಾಯುಗದ ಸಣ್ಣ ಉಪಕರಣಗಳ ಕಾಲಮಾನವೂ ಹೌದು. ಆದರೆ ಈ ಎರಡು ತಂತ್ರಜ್ಞಾನಗಳ ಬಗೆಗಿನ ಅನುಕ್ರಮದ ತರ್ಕ ಸ್ಪಷ್ಟವಾಗಿಯೇ ಇದ್ದು, ಹಿಂಬದಿಯಿರುವ ಅಲಗುಗಳ ಬಳಕೆ ಇಲ್ಲದೆ ಸಣ್ಣ ಶಿಲಾ ಉಪಕರಣಗಳನ್ನು ಉತ್ಪಾದಿಸಬಹುದೆಂದು ಊಹಿಸಲೂ ಸಾಧ್ಯವಾಗುವುದಿಲ್ಲ. ಈ ಕಾರಣಕ್ಕೆ ಮುಂದಿನ ಸಂಶೋಧನೆಗಳು ನಮಗೆ ಭಾರತದಲ್ಲಿ ಸಮಾಂತರ ಅಂಚುಗಳ ಹಿಂಬದಿಯಿರುವ ಅಲಗು ತಂತ್ರಜ್ಞಾನಕ್ಕೆ ಇದುವರೆಗೆ ಸಿಕ್ಕಿರುವ ಕಾಲಮಾನಕ್ಕಿಂತ ಹಿಂದಿನ ಕಾಲಮಾನವನ್ನು ಒದಗಿಸುತ್ತವೆ ಎಂದು ಭಾವಿಸಬಹುದು.

ಇಂತಹ ಹಿಂದಿನ ಕಾಲಮಾನವನ್ನು ಆಂಧ್ರಪ್ರದೇಶದ ಚಿತ್ತೂರು ಜಿಲ್ಲೆಯ ರೇಣಿಗುಂಟ ನಿವೇಶನಕ್ಕೆ, ಕರ್ನಾಟಕದ ಶೋರಪುರ ದೋಆಬ್‌ನ (ಎರಡು ನದಿಗಳ ಮಧ್ಯದ ಪ್ರದೇಶ) ಮೇಲಣ ಹಳೆಶಿಲಾಯುಗದ ನಿವೇಶನಕ್ಕೆ (ಶೋರಪುರದ ಹಸ್ತಕೃತಿಗಳಿಗೆ ಚಿತ್ರ 2.7 ನೋಡಿ) ಅಥವಾ ರಾಜಸ್ಥಾನದ ಬುಧ ಪುಷ್ಕರದ ಸಮಾಂತರ ಅಂಚುಗಳ ಅಲಗುಗಳಿಗೆ ಕೊಡಬೇಕಾಗಬಹುದು. ಆದರೆ ಸದ್ಯಕ್ಕೆ ಇವುಗಳ ನಿಜ ಕಾಲಮಾನದ ಬಗೆಗೆ ಏನನ್ನೂ ಹೇಳಲು ಸಾಧ್ಯವಾಗುವುದಿಲ್ಲ. ಮಧ್ಯ ಭಾರತದಲ್ಲಿ ಎರಡು ಪ್ರಮುಖ ಮೇಲಣ ಹಳೆಶಿಲಾಯುಗದ ಸಂಸ್ಕೃತಿಗಳು ದೊರೆಯುತ್ತವೆ, ಅದರಲ್ಲಿ ಮೊದಲನೆಯದು ಬಾಗೋರ್–I. ಬಾಗೋರ್ ಕಾಲಮಾನ 25,500 ರಿಂದ 10,500 ವರ್ಷಗಳ ಹಿಂದೆ ಎಂದು ನಿರ್ಣಯಿಸಲಾಗಿದೆ. ಇನ್ನೊಂದು ಬೇಲಾನ್ ಕಣಿವೆಯದು. ಅದರ ಕಾಲಮಾನ 18,000 ದಿಂದ 16,000 ವರ್ಷಗಳ ಹಿಂದೆ. ಇದರಲ್ಲಿ, ಸೋನ್ ಕಣಿವೆ ಮಧ್ಯದಲ್ಲಿರುವ, ಬಾಗೋರ್ ವಿಶೇಷ ಪ್ರಾಮುಖ್ಯತೆ ಪಡೆದಿದೆ. ಇದು ಹಿಂಬದಿಯಿರುವ ಅಲಗುಗಳು, ಅಸಮ ತ್ರಿಕೋನಾಕೃತಿಗಳು, ರಂಧ್ರಕ ಹಾಗೂ ಕೆರೆಯುವ ಉಪಕರಣಗಳು ಮುಂತಾದ ಶಿಲಾ ಉಪಕರಣಗಳನ್ನು ಹೇರಳವಾಗಿ

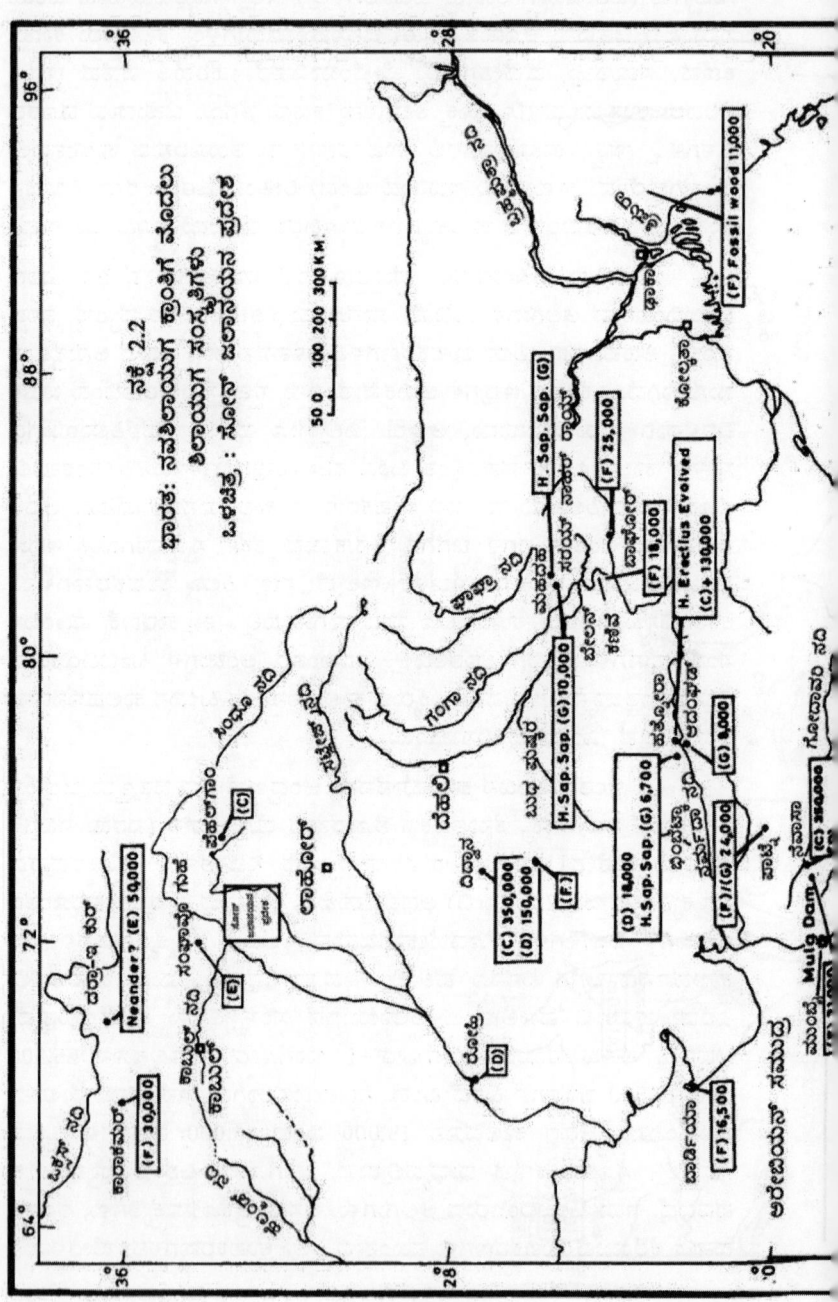

ಭಾರತ: ನವಶಿಲಾಯುಗ ಕ್ಲಾಂತಿಗೆ ಮೊದಲು
ಶಿಲಾಯುಗ ಸಂಸ್ಕೃತಿಗಳು
ಒಳಚಿತ್ರ : ಸೋಪ್ ಜಲಾನಯನ ಪ್ರದೇಶ

ಚಿತ್ರ 2.2

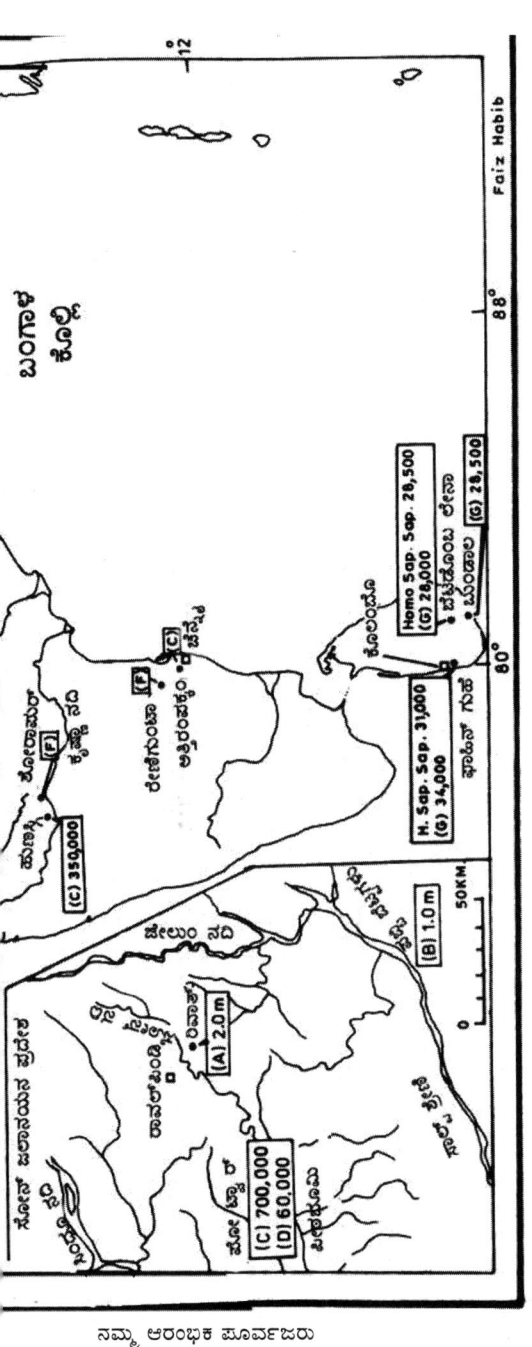

(A) 2.0m
(C) 700,000
(D) 60,000
(B) 1.0m
0
50KM
(F)
(C) 350,000
(F)
(C)
ಕೊಲಂಬೊ
H. Sap. Sap. 31,000
(G) 34,000
Homo Sap. Sap. 28,500
(G) 28,000
(G) 28,500
ಬಂಗಾಳ ಕೊಲ್ಲಿ
80°
88°
Faiz Habib

ಸಂಕುಲಗಳ ಸೂಚಿ

H. Habilis	ಹೊಮೊ ಹೆಬಿಲಿಸ್
H. Erectus	ಹೊಮೊ ಎರೆಕ್ಟಸ್
Neander.	ಹೊಮೊ ಸೆಪಿಯನ್ ನಿಯಾಂಡರ್ಥಲೆನ್ಸಿಸ್
H. Sap. Sap.	ಹೊಮೊ ಸೆಪಿಯನ್ಸ್ ಸೆಪಿಯನ್ಸ್ (ದೈಹಿಕವಾಗಿ ಆಧುನಿಕನಾದ ಮಾನವ)

ಟಿಪ್ಪಣಿ :
ನಿವೇಶನದಲ್ಲಿ ಹಲಬುಗೂಡಿನ ಪಳೆಯುಳಿಕೆಗಳಿಂದ ಸಿದ್ಧವಾದಲ್ಲಿ ಮಾತ್ರ ಸಂಕುಲಗಳನ್ನು ತೋರಿಸಲಾಗಿದೆ.

ಬಾಣದ ಗುರುತುಗಳು ಹೊಮೊ ಸೆಪಿಯನ್ಸ್ ಸೆಪಿಯನ್ಸ್ ಹೋಗಿರಬಹುದಾದ ದಿಕ್ಕನ್ನು ತೋರಿಸುತ್ತವೆ ಅಂಕಿಗಳು ಎಷ್ಟು ವರ್ಷದ ಹಿಂದೆ ಎಂಬುದನ್ನು ತೋರಿಸುತ್ತವೆ.

ಸೂಚಿಗಳು
ಉಪಕರಣ ಗುಂಪುಗಳು
(A) ಒಲ್ಡೊವಾನ್
(B) ಹರಳುಕಲ್ಲು ಚೆಕ್ಕೆಗಳು
(C) ಅಶ್ಯೂರಿಯನ್
(D) ಚೆಕ್ಕೆ ಅಲಗುಗಳು
(E) ಲೆವಾಲೊಯ್ಸ್
(F) ಹಿಂಬದಿ ಅಲಗುಗಳು
(G) ಸಣ್ಣ ಶಿಲಾ ಉಪಕರಣಗಳು

ತಯಾರಿಸಿರುವ ಸ್ಥಳ. ಮೂಢನಂಬಿಕೆಯೂ (ಒಂದು ಅತ್ಯಂತ ಮಾನವ ಸಹಜ ಸ್ವಭಾವ!) ಇಲ್ಲಿ ರಾರಾಜಿಸುತ್ತಿತ್ತು. ಉಸುಕುಗಲ್ಲಿನ ಶಿಥಿಲ ವೇದಿಕೆಯೊಂದನ್ನು ಇಲ್ಲಿ ಅಗೆದು ತೆಗೆಯಲಾಗಿದೆ. ಇದರ ಮಧ್ಯದಲ್ಲಿ ವಿವಿಧ ಛಾಯೆಗಳ ಅಯಸ್ಸಂಯುಕ್ತವಿರುವ ಉಸುಕು ಕಲ್ಲಿನ ತುಣುಕು ಇತ್ತು. ಇದು ಬಹುಶಃ ಯಾವುದೋ ದೈವವನ್ನು ಪ್ರತಿನಿಧಿಸುತ್ತಿರಬೇಕು.

ಆಧುನಿಕ ಮಾನವ ಸಮುದಾಯಗಳ ಒಂದು ವಲಸೆ ಪೂರ್ವ ಭಾರತಕ್ಕೆ ಮ್ಯಾನ್ಮಾರ್ (ಬರ್ಮಾ) ದಿಂದಲೂ ಪ್ರವೇಶಿಸಿರಬಹುದಾದ ಸಾಧ್ಯತೆ ಇದೆ. ತ್ರಿಪುರ ಹಾಗೂ ಪೂರ್ವ ಬಂಗ್ಲಾದೇಶದಲ್ಲಿ ಕಟ್ಟಿಗೆಯ ಪಳೆಯುಳಿಕೆಯಿಂದ ತಯಾರಿಸಿದ ಹಸ್ತಕೃತಿಗಳು ದೊರೆತಿವೆ. ಸಮಾಂತರ ಅಂಚಿನ ಚಾಕು ಕೂಡಾ ಇದರಲ್ಲಿ ಸೇರಿದೆ. ಇವುಗಳ ಕಾಲಮಾನ ಸುಮಾರು 11,000 ದಿಂದ 4,500 ವರ್ಷಗಳ ಹಿಂದೆ. ಇವು ಮ್ಯಾನ್ಮಾರಿನ ಮೇಲಣ ಇರವಡ್ಡಿ ಕಣಿವೆಯ "ಅನ್ಯೇತಿಯನ್" ಎಂದು ಕರೆಯಲ್ಪಡುವ ಹಳೆಶಿಲಾಯುಗದ ಕೊನೆಯ ಹಂತಕ್ಕೆ ಸಂಬಂಧಿಸಿದವುಗಳು.

ಈ ಹೊಸ ಜೀವಸಂಕುಲ ಭಾರತವನ್ನು ಪ್ರವೇಶಿಸುವಾಗ ಇತರ ನರವಾನರಗಳನ್ನು ಎದುರಿಸಿದವೇ? ಇದೊಂದು ತರ್ಕಬದ್ಧ ಅನಿಸಿಕೆ. ನಿಯಾನ್‌ಡೆರ್ಥಲ್ ಮಾನವ ತಯಾರಿಸುತ್ತಿದ್ದ ಲೆವೋಲಿಯಸ್ ಮೌಸ್ತೇರಿಯನ್ (ಅಪೇಕ್ಷಿತ ಆಕಾರಗಳ ಉಪಕರಣಗಳನ್ನು ಪಡೆಯಲು ಮುಂಚೆ ಆಕಾರಗೊಳಿಸಿದ ಅಥವ ಸಿದ್ಧಗೊಳಿಸಿದ ತಿರುಳಿನಿಂದ ಮಾಡಿದ) ಉಪಕರಣಗಳು ಅಫಘಾನಿಸ್ತಾನದ ದರ್ರಾ–ಇ–ಕುರ್‌ನಲ್ಲಿ (ಸುಮಾರು 50,000 ವರ್ಷಗಳ ಹಿಂದೆ), ಕಾರ ಕಮಾರ್‌ನಲ್ಲಿ (30,000 ವರ್ಷಗಳ ಹಿಂದೆ) ಹಾಗೂ ಪಾಕಿಸ್ತಾನದ ಸಾಂಘಾವೊ ಗುಹೆಯಲ್ಲಿ ಕಂಡು ಬಂದಿವೆ (ನೋಡಿ ಚಿತ್ರ 2.8). ಈ ಸ್ಥಳಗಳು ನಿಯಾನ್‌ಡೆರ್ಥಲ್‌ನ ತಲೆಬುರುಡೆ ದೊರಕಿದ ಉಜ್ಬೇಕಿಸ್ಥಾನದ ತೆಷಿಕ್ ತಾಷ್‌ನಿಂದ ಬಹಳ ದೂರವೇನಿಲ್ಲ. ದರ್ರಾ–ಇ–ಕುರ್‌ನಲ್ಲಿ ನಿಯಾನ್‌ಡೆರ್ಥಲ್ ಜನಸಮುದಾಯಕ್ಕೆ 'ಭಾಗಶಃ' *ಸೇರಿದ್ದಿರಬಹುದಾದ* ತಲೆಬುರುಡೆಯೊಂದು ದೊರೆತಿದೆ. ಇಂತಹುದೇ ಮೌಸ್ತೇರಿಯನ್ ಉಪಕರಣಗಳು ಮಹಾರಾಷ್ಟ್ರದ ಮೂಲಾ ಆಣೆಕಟ್ಟಿನಲ್ಲಿ (ಕಾಲಮಾನ 31,000 ವರ್ಷಗಳ ಹಿಂದೆ), ಗುಜರಾತ್‌ನ ಬರಡಿಯಾದಲ್ಲಿ (ಕಾಲಮಾನ 15,000 ವರ್ಷಗಳ ಹಿಂದೆ) ಹಾಗೂ ಭಾರತದ ಇತರ ಕಡೆಗಳಲ್ಲಿ ದೊರೆತಿವೆ. ಇವು ನಿಯಾನ್‌ಡೆರ್ಥಲ್‌ದಾಗಿರದಿದ್ದಲ್ಲಿ, ಈ ತಂತ್ರವನ್ನು ಆಧುನಿಕ ಮಾನವ ನಿಯಾನ್‌ಡೆರ್ಥಲ್‌ರಿಂದ ಕಲಿತು ವಾಯುವ್ಯ ದಿಕ್ಕಿನಿಂದಲೇ ಭಾರತಕ್ಕೆ ತಂದಿರಬೇಕು. ಹಾಗಿದ್ದಲ್ಲಿ, ಅವರು ಪಶ್ಚಿಮ ಏಷಿಯಾದಲ್ಲಿನ ಮಧ್ಯವರ್ತಿ ಸ್ವರೂಪದ ಅಸ್ಥಿಪಂಜರಗಳಿಂದ ಸೂಚಿತವಾದಂತೆ, ನಿಯಾನ್‌ಡೆರ್ಥಲ್‌ರೊಂದಿಗೆ ಬೆರೆತು ಸಂತಾನೋತ್ಪತ್ತಿಯನ್ನೂ ಮಾಡಿರಬಹುದು. ಇಂತಹುದೇ ಸಂಬಂಧಗಳು ಆಧುನಿಕ ಮಾನವ ಹಾಗೂ ನಂತರದ *ಹೋಮೋ ಎರೆಕ್ಟಸ್* ಸಮುದಾಯಗಳ ಮಧ್ಯವೂ ಉಂಟಾಗಿರಬಹುದು. ಇಂತಹುದು ಇಂಡೋನೇಷಿಯಾದ ಜಾವದಲ್ಲಿನ ನಗಾಂಡಾಗ್‌ನಲ್ಲಿ 53,000 ದಿಂದ 27,000 ವರ್ಷಗಳ ಹಿಂದೆ ನಡೆಯಿತು. ಶ್ರೀಲಂಕಾದ ವಾಯುವ್ಯ ಕಡಲತೀರದಲ್ಲಿನ ತಡವಾದ

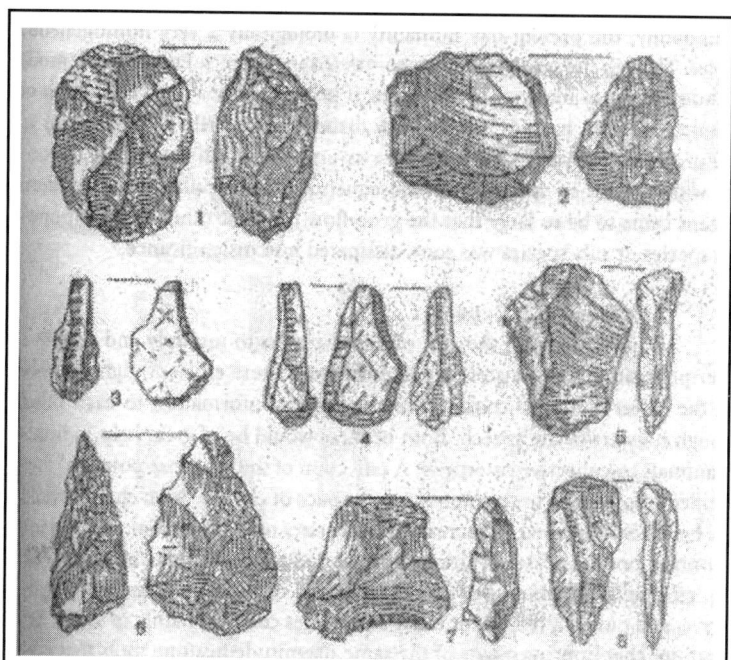

ಚಿತ್ರ 2.8 : ಸಂಘಾವೋ ಗುಹೆಗಳು, ಪಾಕಿಸ್ತಾನ, ಇಲ್ಲಿ ಸಿಕ್ಕಿದ ಹಸ್ತಕೃತಿಗಳು. ನಂ.1 ಲೆವಾಲೊಯ್ಸ್ ತಯಾರಿತ ಮಧ್ಯಭಾಗ, ಇವುಗಳಿಂದ ಚಕ್ಕೆಗಳನ್ನು ಇನ್ನೂ ಕೆತ್ತಿಹಾಕಿಲ್ಲ. ನಂ.2 ಚಕ್ಕೆಗಳನ್ನು ಕೆತ್ತಿ ತೆಗೆದ ಒಂದು ಮಧ್ಯಭಾಗ. ಉಳಿದವು ಚಕ್ಕೆಗಳಿಂದ ತಯಾರಿಸಿದ ಉಪಕರಣಗಳು (ಬಿ. ಮತ್ತು ಆರ್. ಅಲ್ಚಿನ್ ರಿಂದ)

ಮಧ್ಯ ಹಳೆಶಿಲಾಯುಗದ ಸಂಸ್ಕೃತಿಯ ಕರ್ತೃಗಳು *ಹೋಮೋ ಎರೆಕ್ಟಸ್* ಎಂದಾದಲ್ಲಿ, ಇಂತಹುದೇ ಅಲ್ಲಿಯೂ ನಡೆದಿರಬೇಕೆಂದು ನಾವು ಊಹಿಸಬಹುದು. ಶ್ರೀಲಂಕಾದ ಸಣ್ಣಶಿಲಾ (ಮೈಕ್ರೋಲಿಥ್) ಉಪಕರಣಗಳ ಕರ್ತೃ, ಅಸ್ಥಿಪಂಜರಗಳು (34,000 ವರ್ಷಗಳ ನಂತರ ಇವು ದೊರೆಯ ತೊಡಗುತ್ತವೆ) ಸೂಚಿಸುವಂತೆ, ನಿರ್ವಿವಾದವಾಗಿ ಆಧುನಿಕ ಮಾನವ. (ಆದರೆ, ಆಧುನಿಕ ಮಾನವ 60,000 ವರ್ಷಗಳ ಬಹಳಷ್ಟು ಮುಂಚೆ ಶ್ರೀಲಂಕಾ ಪ್ರವೇಶಿಸಿದ್ದರೆ ಈ ಇನ್ನೊಂದು ಸಂಸ್ಕೃತಿಯ ಕರ್ತೃ ಸಹ ಅವನೇ ಎಂದು ನಾವು ಹೇಳಬಹುದು). ಅಲ್ಲದೆ ಪ್ರತಿಸ್ಪರ್ಧಿಗಳನ್ನು ಕಗ್ಗೊಲೆ ಮಾಡಿರಬಹುದಾದ ಸಾಧ್ಯತೆಯನ್ನೂ ನಾವು ಪರಿಗಣನೆಗೆ ತೆಗೆದುಕೊಳ್ಳಬೇಕಿದೆ. ಪ್ರಬಲರಾದವರು (ನಮ್ಮವರು!) ಕಡಿಮೆ ಪ್ರತಿರೋಧ ಸಾಮರ್ಥ್ಯದವರನ್ನು ಕೊಂದಿರಬಹುದು. ಹೀಗೆ ಶಾರೀರಿಕವಾಗಿ ಆಧುನಿಕನಾದ ಮಾನವ ಭಾರತದಲ್ಲಿ ಮಾತ್ರವಲ್ಲ ಹಳೆಯ ಜಗತ್ತಿನಾದ್ಯಂತ ಲೀನಗೊಳಿಸಿಕೊಳ್ಳುವ ಹಾಗೂ ನಿರ್ಮೂಲಗೊಳಿಸುವ ಪ್ರಕ್ರಿಯೆಯ ಮೂಲಕ ಹಿಂದಿನ ನರವಾನರಗಳನ್ನು ಅಳಿಸಿ ಹಾಕಿದ.

ನಮ್ಮ ಮತ್ತು ಇತರ ಸಂಕುಲಗಳ ಒಳಗೆ ಸಂತಾನೋತ್ಪತ್ತಿ ನಡೆದಿದಲ್ಲಿ, ಈ ಹಿಂದಿನ ಸಂಕುಲಗಳ ಕುರುಹುಗಳು ನಮ್ಮಲ್ಲಿ ಏಕೆ ಉಳಿದಿಲ್ಲ ಎಂಬ ಪ್ರಶ್ನೆ ಚರ್ಚೆಗೆ ಸಾಕಷ್ಟು ಗ್ರಾಸ ಒದಗಿಸಿದೆ. *ಹೊಮೊ ಎರೆಕ್ಟಸ್‌*ನ ಕೆಲವು ಸಣ್ಣ ದೈಹಿಕ ಲಕ್ಷಣಗಳು ಇಂದಿಗೂ ಪೂರ್ವ ಏಷಿಯಾದ ಮಂಗೋಲಾಯ್ಡರಲ್ಲಿ ಹಾಗೂ ಆಸ್ಟ್ರೇಲಿಯಾದ ಆಸ್ಟ್ರಲಾಯ್ಡರಲ್ಲಿ ಉಳಿದುಕೊಂಡಿವೆ ಎಂದು ನಂಬಲಾಗಿದೆ. ಆದರೆ ಈ ಅಲ್ಪ ಜನಾಂಗೀಯ ವ್ಯತ್ಯಾಸಗಳ ನಡುವೆಯೂ ಹಾಗೂ ಆಸ್ಟ್ರಲಾಯ್ಡ್ ಹಾಗೂ ಅಮೆರಿಂಡಿಯನ್ ಜನಗಳು ಮಾನವಕುಲದ ಇತರರಿಂದ ಬಹಳ ದೀರ್ಘಕಾಲ ಪ್ರತ್ಯೇಕಿಸಲ್ಪಟ್ಟಾಗ್ಯೂ ಇಂದಿನ ಮನುಕುಲ ಜೈವಿಕವಾಗಿ ಅತ್ಯಂತ ಏಕರೂಪತೆ ಹೊಂದಿರುವ ಜೀವಸಂಕುಲ. ನಿಯಾನ್‌ಡೆರ್ಥಲರು ಪಶ್ಚಿಮ ಯುರೋಪಿನಲ್ಲಿ ಆಧುನಿಕ ಮಾನವರೊಂದಿಗೆ ಕನಿಷ್ಟ 10,000 ವರ್ಷಗಳ ಕಾಲ ಸಹ ಜೀವನ ನಡೆಸಿದರು. ಆದಾಗ್ಯೂ ಇತ್ತೀಚೆಗೆ ಪಡೆದ ನಿಯಾನ್‌ಡೆರ್ಥಲ್ ಡಿಎನ್‌ಎ ಯುರೋಪಿಯನ್ ಮಾನವ ವಂಶವಾಹಿಗಳ (ಜೀನ್‌ಗಳ) ಸಮೂಹಕ್ಕೆ ತನ್ನ ವಿಶಿಷ್ಟ ಕೊಡುಗೆಯನ್ನೇನೂ ಕೊಟ್ಟಂತೆ ಕಾಣುವುದಿಲ್ಲ. ಬಹುಶಃ ಬೇರೆ ಜೀವಸಂಕುಲಗಳ ಸಂಪರ್ಕ ಬರುವ ವೇಳೆಗೆ ಹಾಗೂ ನಂತರ ಆಧುನಿಕ ಮಾನವ ಜೀವಸಂಕುಲ ಸಂಖ್ಯಾತ್ಮಕವಾಗಿ ಅದೆಷ್ಟು ದೊಡ್ಡದಿತ್ತೆಂದರೆ ಸಣ್ಣ ಸಂಖ್ಯೆಯ ಇತರ ಜೀವಸಂಕುಲ, ಉಪಜೀವಸಂಕುಲಗಳ (ಸಬ್‌ಸ್ಪೀಷೀಸ್) ವಂಶವಾಹಿಗಳ ಹರಿವು ಶೀಘ್ರದಲ್ಲಿಯೇ ಗೌಣವೆನ್ನಿಸ ತೊಡಗಿತು ಎಂದು ಊಹಿಸಬೇಕಾಗುತ್ತದೆ.

2.5 ಮಧ್ಯಶಿಲಾಯುಗ ಸಂಸ್ಕೃತಿ

ನಮ್ಮ ಪೂರ್ವಜರ ಸಂಖ್ಯಾತ್ಮಕವಾಗಿ ವೃದ್ಧಿಸಿಕೊಳ್ಳಬಲ್ಲ ಹಾಗೂ ಈ ದೊಡ್ಡ ಸಂಖ್ಯೆಯ ಸಮುದಾಯಗಳನ್ನು ಪೋಷಿಸಬಲ್ಲ ಸಾಮರ್ಥ್ಯ ಪ್ರಮುಖವಾಗಿ ಬಂದುದು ಅವರ ಹೆಚ್ಚು ಕುಶಲ, ಹಗುರ ಉಪಕರಣಗಳು ಹಾಗೂ ಚಿಂತನೆ, ಮಾಹಿತಿಗಳನ್ನು ಸ್ಫುಟ ಮಾತುಗಳ ಮೂಲಕ ಪರಸ್ಪರ ಸಂವಹಿಸುವ ಶಕ್ತಿಯಿಂದಲೇ. ಈ ಎರಡೂ, ಒಂದು ಸಾಮೂಹಿಕ ಪ್ರಯತ್ನದ ಮೂಲಕ ಪ್ರಾಣಿಗಳನ್ನು ಬೇಟೆಯಾಡುವಲ್ಲಿ ಬಹಳ ನೆರವಾದವು. ಬದಲಾವಣೆಯ ವೇಗದಲ್ಲಿ ಆದ ಹೆಚ್ಚಳ ಹೀಗೆ ಪಡೆದ ಈ ಅಪಾರ ಸಾಮರ್ಥ್ಯವನ್ನು ಬಿಂಬಿಸುತ್ತದೆ. ಇಂತಹ ಬದಲಾವಣೆಯನ್ನು ಉಪಕರಣಗಳ ವಸ್ತುಗಳ ವೈವಿಧ್ಯತೆಯನ್ನು ಹೆಚ್ಚಿಸುವ ಮೂಲಕ, ಮೂಳೆಗಳು ಮಾತ್ರವಲ್ಲ ಪ್ರಾಣಿಗಳ ಕೊಂಬು, ಕಟ್ಟಿಗೆ, (ವಿಶೇಷವಾಗಿ ಚೈನಾ ಹಾಗೂ ಆಗ್ನೇಯ ಏಷಿಯಾದಲ್ಲಿ) ಬಿದಿರು ಇವುಗಳನ್ನು ಬಳಸುವ ಮೂಲಕ ಸಾಧಿಸಲು ಸಾಧ್ಯವಾಯಿತು. ಇಂತಹ ಸಾಯುವ ಪದಾರ್ಥಗಳು ಬಹಳಷ್ಟು ಸಲ ಉಳಿದುಕೊಂಡು ಬರುವುದಿಲ್ಲವಾದ್ದರಿಂದ ಆ ಆರಂಭದ ಕಾಲದ ನಮ್ಮ ಉಪಕರಣಗಳ ದಾಖಲೆ ಹೆಚ್ಚಾಗಿ ಶಿಲಾಪರಿಕರಗಳನ್ನೇ ಅವಲಂಬಿಸಿದೆ. ಆದಾಗ್ಯೂ ನಾವು ಶಿಲಾಉಪಕರಣಗಳಲ್ಲಿ ಸಹ ಭಾರೀ ಸುಧಾರಣೆಗಳನ್ನು ನೋಡಬಹುದು. ಅಷ್ಟೇ ಮಹತ್ವದ ಸುಧಾರಣೆಗಳಿಗೆ

ಹಿಂದೆ ಹಲವು ನೂರು ಸಾವಿರ ವರ್ಷಗಳು ತೆಗೆದುಕೊಂಡರೆ, ಈಗ ಕೆಲವು ಹತ್ತು ಸಾವಿರ ವರ್ಷ ತೆಗೆದುಕೊಂಡಿತು, ನಂತರದಲ್ಲಿನ ಬದಲಾವಣೆಗಳು ಕೇವಲ ಕೆಲ ಸಾವಿರ ವರ್ಷಗಳಲ್ಲೇ ಆದದ್ದನ್ನು ಕಾಣಬಹುದು. ನಾವು ಮೊದಲು ನೋಡುವ ಪರಿವರ್ತನೆಯೆಂದರೆ ಅಲಗು ತಂತ್ರಜ್ಞಾನದಿಂದ ಸೂಕ್ಷ್ಮಶಿಲಾ ಪರಿಕರಗಳಿಗೆ ಬದಲಾವಣೆ (ಕಲ್ಲಿನ ಸಣ್ಣ ಉಪಕರಣಗಳು, ಮೊನೆಗಳು, ಕೆಲವೊಮ್ಮೆ ಸಣ್ಣ ಅಲಗಿನ ತುಂಡುಗಳನ್ನು ಕಟ್ಟಿಗೆ ಅಥವಾ ಮೂಳೆಯ ಹಿಡಿಗೆ ತಗಲಿಸಿ ಮಾಡಿದ ಉಪಕರಣಗಳು, ನೋಡಿ ಚಿತ್ರ 2.9). ಈ ಪರಿವರ್ತನೆಗೆ ಸುಮಾರು 70,000 ವರ್ಷ (100,000 ದಿಂದ 30,000 ವರ್ಷಗಳ ಹಿಂದಿನವರೆಗೂ) ತೆಗೆದು ಕೊಂಡರೆ, ನಂತರದ ನವಶಿಲಾಯುಗದ ಉಪಕರಣಗಳ ಆಗಮನಕ್ಕೆ ತೆಗೆದುಕೊಂಡ ಕಾಲ ಕೇವಲ ಸುಮಾರು 25000 ವರ್ಷಗಳು (34000ದಿಂದ 9000 ವರ್ಷಗಳ ಹಿಂದಿನವರೆಗೆ).

ಮೈಕ್ರೊಲಿಥ್‌ಗಳು ಅಂದರೆ ಕಲ್ಲಿನ ಸಣ್ಣ ಪರಿಕರಗಳ ಮೂಲಕ ಗುರುತಿಸಲ್ಪಡುವ ಈ ಸಂಕ್ರಮಣ ಕಾಲವನ್ನು ಮೆಸೊಲಿಥಿಕ್ ಅಥವಾ ಮಧ್ಯಶಿಲಾಯುಗ

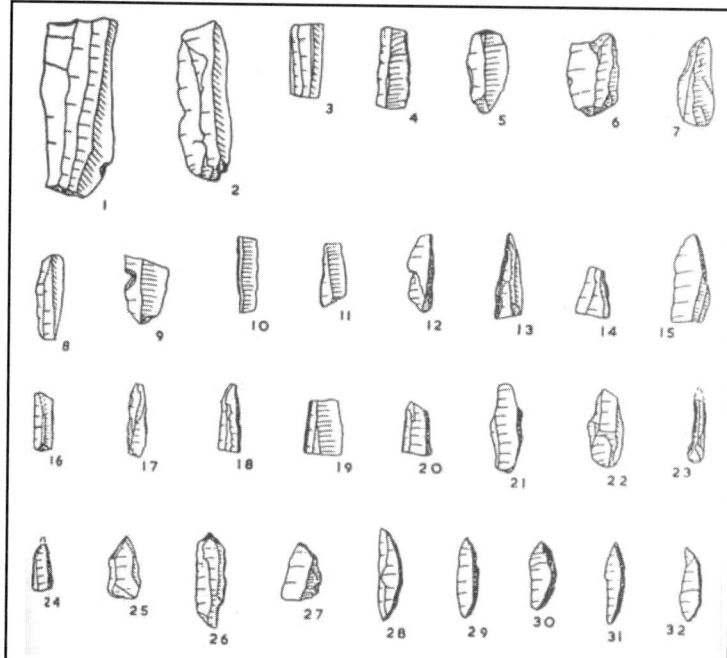

ಚಿತ್ರ 2.9 : ಮಹದಹದಲ್ಲಿ ಸಿಕ್ಕಿದ ಸಣ್ಣ ಶಿಲಾ ಪರಿಕರಗಳು. ನಂ.1 ರಿಂದ 9 ಸಮಾಂತರ ಬಾಹುಗಳ ಅಲಗುಗಳು; ನಂ.10 ರಿಂದ 21 ಮೊಟಕಾದ ಹಿಂಭಾಗವಿರುವ ಅಲಗುಗಳು; ನಂ.22ರಿಂದ 25 ಚೂಪುಗಳು; ನಂ.26 ಮತ್ತು 27 ಕೊರೆಯುಳಿಗಳು; ನಂ.28 ರಿಂದ 32 ಬಾಲಚಂದ್ರಾಕೃತಿ ಉಪಕರಣಗಳು (ಜಿ.ಆರ್.ಶರ್ಮಾರಿಂದ)

ಎಂದು ಕರೆಯಲಾಗುತ್ತದೆ. ದಕ್ಷಿಣ ಏಷಿಯಾದಲ್ಲಿನ (ಬಹುಶಃ ಪ್ರಪಂಚದಲ್ಲಿಯೇ) ತೀರ ಪುರಾತನ ಸೂಕ್ಷ್ಮಶಿಲಾ ಉಪಕರಣಗಳು ಶ್ರೀಲಂಕಾದಿಂದ ಬಂದಿವೆ. ಫಾ ಹೀನ್ ಗುಹೆಯ ಈ ಸರಳ ಸೂಕ್ಷ್ಮಶಿಲಾ ಉಪಕರಣಗಳ ಕಾಲಮಾನ ಸುಮಾರು 34000 ವರ್ಷಗಳ ಹಿಂದೆ ಮತ್ತು ಬಟಾದೊಂಬಾ ಲೇನಾದಲ್ಲಿನ ಸಮಾಂತರ ಸಣ್ಣ ಜ್ಯಾಮಿತೀಯ ಶಿಲಾ ಉಪಕರಣಗಳ ಕಾಲಮಾನ ಸುಮಾರು 28000 ವರ್ಷಗಳ ಹಿಂದೆ. ಕೆಲವು ಸಣ್ಣ ಶಿಲಾ ಪರಿಕರಗಳು ಮಹಾರಾಷ್ಟ್ರದ ಚಾಲಿಸ್‌ಗಾಂವ್‌ನಲ್ಲಿನ ಪಾಟ್ನೇಯಲ್ಲಿ ಅಂತಿಮ ಮೇಲಣ ಶಿಲಾಯುಗದ ಉಪಕರಣಗಳೊಂದಿಗೆ (ಸುಮಾರು 24000 ವರ್ಷಗಳ ಹಿಂದೆ) ಕಂಡು ಬರುತ್ತವೆ. ಹಾಗಿದ್ದಲ್ಲಿ ಶ್ರೀಲಂಕಾದಿಂದ ಈ ಮಧ್ಯಶಿಲಾಯುಗದ ತಂತ್ರಜ್ಞಾನ ಉತ್ತರಕ್ಕೆ ಹರಿದು ಬಂದಿತೆ? ಈಗ ಮಾನವ ಸಮುದಾಯಗಳು ಗುಹೆಗಳನ್ನು, ಬಂಡೆಗಳು, ದಿಬ್ಬ ಮತ್ತು ಇತರ ಪ್ರಕೃತಿ ಸಹಜ ಆಶ್ರಯಗಳಲ್ಲಿ ತಾತ್ಕಾಲಿಕ ಆಸರೆಯನ್ನು ಪಡೆಯುವ ಅಲೆಮಾರಿ ಗುಂಪುಗಳಿಂದ ಪ್ರಗತಿ ಹೊಂದಿ ಪ್ರಾರಂಭಿಕ ಗುಡಿಸಲುಗಳನ್ನು ಕಟ್ಟಿಕೊಳ್ಳುತ್ತಿದ್ದ ಭಾಗಶಃ ನೆಲೆನಿಂತ ಸಮುದಾಯಗಳಾಗಿದ್ದವು. ಶ್ರೀಲಂಕಾದ ಬೇಲಿ ಲೇನಾದ ಮಧ್ಯಶಿಲಾಯುಗದ ನಿವೇಶನವು ಸುಟ್ಟ ಕಾಡುಧಾನ್ಯಗಳ ಸಾಕ್ಷಿ ಒದಗಿಸುತ್ತದೆ (ಸುಮಾರು 12000 ದಿಂದ 9000 ವರ್ಷಗಳ ಹಿಂದೆ ಅಥವಾ 10000 ಕ್ರಿ ಪೂ ದಿಂದ 7000 ಕ್ರಿ ಪೂ ಕಾಲಮಾನ). ಇದು ಕಾಡು ಧಾನ್ಯಗಳನ್ನಾಗಲೇ ಮಾನವ ಆಹಾರಕ್ಕಾಗಿ ಸಂಗ್ರಹಿಸುತ್ತಿದ್ದ ಎಂದು ಸೂಚಿಸುತ್ತದೆ. ನಾವು ಈಗಾಗಲೇ ಬಾಗೋರ್– I ರಲ್ಲಿ ಮೇಲಣ ಹಳೆಶಿಲಾಯುಗದಲ್ಲಿ ಧಾರ್ಮಿಕ ನಂಬಿಕೆ ಹಾಗೂ ದೈವದ ಸಂಕೇತದ ಬಗೆಗೆ ಸಾಕ್ಷಿಯಿರುವುದನ್ನು ನೋಡಿದ್ದೇವೆ. ಮಧ್ಯಶಿಲಾಯುಗ ಸಂಸ್ಕೃತಿಗಳಲ್ಲಿ ಇಂತಹ ಆರಾಧನೆಯ ಸಂಕೇತ ಗಳು ಆಭರಣಗಳಲ್ಲಿ ಕಂಡುಬರುತ್ತವೆ. ಈ ಸಂಕೇತಗಳನ್ನು ಬಹುಶಃ ತಾಯತಗಳಾಗಿ ಧರಿಸಲಾಗುತ್ತಿತ್ತು ಹಾಗೂ ಕಲ್ಲುಗಳ ಮೇಲೆ ಕೊರೆಯಲಾಗುತ್ತಿತ್ತು. ಇದೇ ಮುಂದೆ ಬಂಡೆ ಕಲೆ (ರಾಕ್ ಆರ್ಟ್) ಅಥವಾ ಗುಹಾ ಕಲೆಯಾಗಿ ವಿಕಾಸವಾಯಿತು.

ಮಧ್ಯ ಉತ್ತರ ಪ್ರದೇಶದ ಬಯಲುಗಳಲ್ಲಿನ ಸರಾಯ್ ನಹರ್ ರಾಯ್ ಮತ್ತು ಅದರ ಪಕ್ಕದಲ್ಲಿರುವ ಮಹಾದಹ ನಂತರದ ಮಧ್ಯಶಿಲಾಯುಗದ ಪ್ರಮುಖ ನಿವೇಶನಗಳಲ್ಲಿ ಸೇರಿವೆ. ಸರಾಯ್ ನಹರ್ ರಾಯ್‌ನ ಕಾಲಮಾನವನ್ನು ರೇಡಿಯೋ ಕಾರ್ಬನ್ ಪದ್ಧತಿಯ ಮೂಲಕ 10000 ವರ್ಷಗಳ ಹಿಂದೆ (8000 ಕ್ರಿ ಪೂ) ಎಂದು ನಿರ್ಣಯಿಸಲಾಗಿದೆ. ಈ ನಿವೇಶನಗಳಲ್ಲಿ ಹಲವು ಹೂಳಲ್ಪಟ್ಟ, ಎತ್ತರದ ವ್ಯಕ್ತಿಗಳ (ಗಂಡಿನ ಎತ್ತರ 180 ಸೆಮೀ, ಹೆಣ್ಣಿನ ಎತ್ತರ 170 ಸೆಮೀ) ಅಸ್ಥಿಪಂಜರಗಳು ಪತ್ತೆಯಾಗಿವೆ. ಇವು ದೊಡ್ಡ ಮೂಳೆಗಳ, ಸಾಕಷ್ಟು ದೃಢಕಾಯ ಜನರವು (ನೋಡಿ ಚಿತ್ರ 2.10). ಉಪಕರಣಗಳು ಈಗ ಬಹಳವಾಗಿದ್ದರೂ ಅವು ಸಮಾಂತರ ಅಲಗುಗಳನ್ನೇ ಈಗಲೂ ಆಧರಿಸಿದ್ದವು. ಮೂಳೆಗಳ ಹಾಗೂ ಕಠಿಣಶಿಲೆಯ ಬಾಣದ ತುದಿಗಳು, ಕಠಿಣಶಿಲೆಯ ಬಾಣದ ತುದಿ ಒಂದು ಅಸ್ಥಿಪಂಜರದಲ್ಲಿ ಹೂತಿರುವುದು ಬೇಟೆಗಾರನ ಪರಿಕರಗಳಿಗೆ ಬಿಲ್ಲು, ಬಾಣಗಳ ಸೇರ್ಪಡೆಯಾಗಿರುವುದನ್ನು ಸೂಚಿಸುತ್ತದೆ. ಅವರು ಬೇಟೆಯಾಡಿ, ಆಹಾರವಾಗಿ ತಿನ್ನುತ್ತಿದ್ದ ಪ್ರಾಣಿಗಳಲ್ಲಿ ಜೆಬು

66 ಪೂರ್ವೇತಿಹಾಸ

ಜಾನುವಾರು, ಕೋಣ (ಹಾಗೂ ಎಮ್ಮೆ), ಕುರಿ, ಮೇಕೆ, ಜಿಂಕೆ, ಹಂದಿ, ಖಡ್ಗಮೃಗ, ಆನೆ, ಆಮೆ, ದೊಡ್ಡ ಆಮೆ ಮತ್ತು ವಿವಿಧ ಪಕ್ಷಿಗಳು ಸೇರಿವೆ. ಜಾನುವಾರು ಅಥವಾ ಕುರಿ, ಆಡನ್ನು ಸಾಕುತ್ತಿದ್ದ ಬಗ್ಗೆ ದೃಢ ಸಾಕ್ಷಿ ಇಲ್ಲ. ಅವರ ವಸತಿಗಳು ಬೇಟೆಯಾಡುವ ಪ್ರಾಣಿಗಳು ಲಭ್ಯವಿರುವ ಕಾಡಿನಲ್ಲಿಯೇ ಇರುತ್ತಿದ್ದವು. ಮಾಂಸವನ್ನು ಹುರಿಯಲು ಬೆಂಕಿಯನ್ನು ಬಳಸಿದ ಸಾಕ್ಷಿ ಇಲ್ಲಿ ದೊರೆಯುತ್ತದೆ. ಬೀಸುವ ಕಲ್ಲು, ಅರೆಯುವ ಕಲ್ಲು ದೊರೆತಿರುವುದರಿಂದ ಅವರು ಧಾನ್ಯಗಳನ್ನು ಸಂಗ್ರಹಿಸಿ ಹುಡಿ ಮಾಡುತ್ತಿದ್ದಿರಬೇಕು. ಅವರು ಧಾನ್ಯಗಳನ್ನು ಮುಂದಿನ ಬಳಕೆಗಾಗಿ ರಕ್ಷಿಸಿಕೊಳ್ಳುತ್ತಿದ್ದಿರಬಹುದೆಂಬ ಸೂಚನೆಯೂ ಇದರಿಂದ ದೊರೆಯುತ್ತದೆ. ದಾರದ ಬಟ್ಟೆಯ ಗುರುತುಗಳಿಲ್ಲ. ಬಹುಶಃ ಅವರು ಪ್ರಾಣಿಗಳ ಚರ್ಮದ ತುಂಡುಗಳನ್ನು ಧರಿಸುತ್ತಿದ್ದರಬಹುದು. ಕೂದಲುಗಳನ್ನು ಹಗ್ಗಗಳಾಗಿ ಕೈಯಿಂದ ಹೆಣೆಯಲಾಗುತ್ತಿತ್ತು, ಆದರೆ ನೇಯ್ಗೆಯ ಸಾಕ್ಷಿಗಳು ಲಭ್ಯವಿಲ್ಲ. ಕುಂಬಾರಿಕೆ ಇನ್ನೂ ಇರಲಿಲ್ಲ. ಮೂಳೆಯ ಆಭರಣಗಳು (ಲೋಲಕಗಳು ಮತ್ತು ಕುತ್ತಿಗೆಯ ಹಾರಗಳು) ಮಹಾದಹನಲ್ಲಿ ದೊರೆತಿದ್ದು, ಇವುಗಳನ್ನು ಹೆಂಗಸರು ಧರಿಸುತ್ತಿರಲಿಲ್ಲ ಬದಲಾಗಿ ಗಂಡಸರು ಧರಿಸುತ್ತಿದ್ದಂತೆ ಕಾಣುತ್ತದೆ.

ಮಾನವ ಜೀವನ ಬಹುಶಃ ಇನ್ನೂ ಬಹಳ, ಬಹಳ ಕಷ್ಟಕರವಾಗಿತ್ತು. ಮಹಾದಹಾದಲ್ಲಿ ಹೂಳಲ್ಪಟ್ಟ 13 ವ್ಯಕ್ತಿಗಳು ಸತ್ತ ವಯಸ್ಸನ್ನು ನಿರ್ಣಯಿಸಲಾಗಿದೆ. ಇವರ ಸರಾಸರಿ ವಯಸ್ಸು 19 ರಿಂದ 28 ವರ್ಷಗಳು, ಇದು 19 ಕ್ಕೇ ಹೆಚ್ಚು ಹತ್ತಿರ. ಒಬ್ಬನ ವಯಸ್ಸು ಮಾತ್ರ 40 ವರ್ಷಗಳಿಗಿಂತ ಹೆಚ್ಚಿದ್ದು ಯಾರದ್ದೂ 50 ವರ್ಷ ದಾಟಿರಲಿಲ್ಲ.

ಸತ್ತವರ ಹೂಳುವಿಕೆಯು ಧರ್ಮ ಮತ್ತು ಮೂಢನಂಬಿಕೆಗಳು ಅಸ್ತಿತ್ವದಲ್ಲಿದವು ಎಂದು ತೋರಿಸು ತ್ತದೆ. ಮೂಳೆಯ ಆಭರಣ ಗಳು ಮತ್ತು ಕೊಂದ ಪ್ರಾಣಿಗಳ ಮೂಳೆಗಳನ್ನು ಸತ್ತವರೊಂದಿಗೆ ಹೂಳುವುದು, ಸತ್ತ ನಂತರ ಬದುಕಿನ ಬಗೆಗೆ ನಂಬಿಕೆ ಸೂಚಿಸುತ್ತದೆ. ಹೆಂಗಸರನ್ನೂ ಗಂಡಸರಂತೆಯೇ ಹೂಳ

ಚಿತ್ರ 2.10 : ಮಹಾದಹದಲ್ಲಿ ಸಿಕ್ಕಿದ ಹೂಳಲ್ಪಟ್ಟ ಹೆಂಗಸಿನ ತಲೆಬುರುಡೆ

ಲಾಗುತ್ತಿತ್ತು. ಜೋಡಿ ಹೂಳುವಿಕೆ ಹಾಗೂ ಎರಡನೇ ಸಲ ಹೂಳುವಿಕೆ ದೊರೆಯುತ್ತವೆಯಾದರೂ ಒಬ್ಬರನ್ನು ಇನ್ನೊಬ್ಬರ ನಂತರದ ಜೀವನದಲ್ಲಿ ಜೊತೆಗಿರಲೆಂದು ಹೂಳಲಾಗಿದೆ ಎಂದು ಸೂಚಿಸಲು ಏನೂ ದೊರೆತಿಲ್ಲ. ಬೇಲನ್ ಕಣಿವೆಯಲ್ಲಿ ಮೂಳೆಯಲ್ಲಿ ಕೊರೆದ ಚಿಕ್ಕ ಪ್ರತಿಮೆ ದೊರೆತಿದೆ. ಮಹಾರಾಷ್ಟ್ರದ ಪಾಟ್ನೇಯಲ್ಲಿ ಹಾಗೂ ಮಧ್ಯಪ್ರದೇಶದ ರೋಜ್ಡಿಯಲ್ಲಿ ಉಷ್ಟ್ರಪಕ್ಷಿಯ (ಈ ಪಕ್ಷಿ ಬಹು ಕಾಲದ ಮಾನವ ಬೇಟೆಯ ಪರಿಣಾಮವಾಗಿ ನಮ್ಮಲ್ಲಿ ಇಲ್ಲವಾಗಿದೆ) ಮೊಟ್ಟೆಯ ಕವಚದ ಮೇಲೆ ಸಣ್ಣ ಆಕೃತಿ ಕೆತ್ತಲ್ಪಟ್ಟಿದೆ. ಇದರಲ್ಲಿ ಕೇವಲ ಸೌಂದರ್ಯ ಪ್ರಜ್ಞೆಯಲ್ಲದೆ ಧಾರ್ಮಿಕ ಮಹತ್ವವೂ ಇರಬಹುದು ಅಥವಾ ಇದರ ಹಿಂದೆ ಮೂಢನಂಬಿಕೆ ಇರುವುದನ್ನು ಸಹ ತೋರಿಸುತ್ತಿರಬಹುದು.

ಸುಮಾರು 8000 ವರ್ಷಗಳ ಹಿಂದಿನದೆಂದು (ಕ್ರಿ ಪೂ 6000) ನಿರ್ಣಯಿಸಲಾದ ನರ್ಮದಾ ಕಣಿವೆಯ ಅದವ್‌ಘಡ ಮಧ್ಯಶಿಲಾಯುಗ ಸಂಸ್ಕೃತಿಯಲ್ಲಿ ಇನ್ನೂ ಹೆಚ್ಚಿನ ಪ್ರಗತಿಯಾದುದನ್ನು ತೋರಿಸುತ್ತದೆ. ಇಲ್ಲಿ ಸಾಕು ಪ್ರಾಣಿಗಳಾದ ನಾಯಿಗಳು, ಜೆಬು ಜಾನುವಾರು, ಎಮ್ಮೆಗಳು, ಕುರಿಗಳು, ಹಂದಿಗಳ ಜೊತೆಗೆ ಕಾಡು ಪ್ರಾಣಿಗಳಾದ ಜಿಂಕೆ, ಮುಳ್ಳುಹಂದಿ, ಹಲ್ಲಿಗಳ ಎಲುಬುಗಳು ಸಮಭಾಗದಲ್ಲಿ ದೊರೆಯುತ್ತವೆ. ಸ್ಪಷ್ಟವಾಗಿಯೇ ಈ ಸಮುದಾಯಗಳು ಬೇಟೆಯಿಂದ ಭಾಗಶಃ ಪಶುಸಂಗೋಪನಾ ಸಮಾಜಗಳಾಗಿ ಪರಿವರ್ತನೆಯಾಗಿದ್ದವು. ಇವುಗಳ ಉಪಕರಣಗಳು ಇನ್ನೂ ಸಮಾಂತರ ಅಂಚಿನ ಅಲಗುಗಳ ಮೂಲದ್ದಾಗಿದ್ದರೂ,

ಚಿತ್ರ 2.11 : 'ಅಸ್ತಿತ್ವಕ್ಕೆ ಹೋರಾಟ', ಭಿಂಬೆಟ್ಕ, III ಸಿ–18/ಎ
(ಪ್ರತಿಕೃತಿ: ವೈ. ಮಠಪಾಲ್)

ಚಿತ್ರ 2.12 : ಹೊರೆ ಹೊತ್ತ ಮಹಿಳೆ, ಭಿಂಬೆಟ್ಕ, II ಎಫ್-8
(ಪ್ರತಿಕೃತಿ : ವೈ.ಮಠಪಾಲ್)

ಚಿತ್ರ 2.13 : ಹೆಣ್ಣು ನವಿಲು, ಭಿಂಬೆಟ್ಕ, III ಸಿ-ಆರ್ (ಪ್ರತಿಕೃತಿ : ವೈ.ಮಠಪಾಲ್)

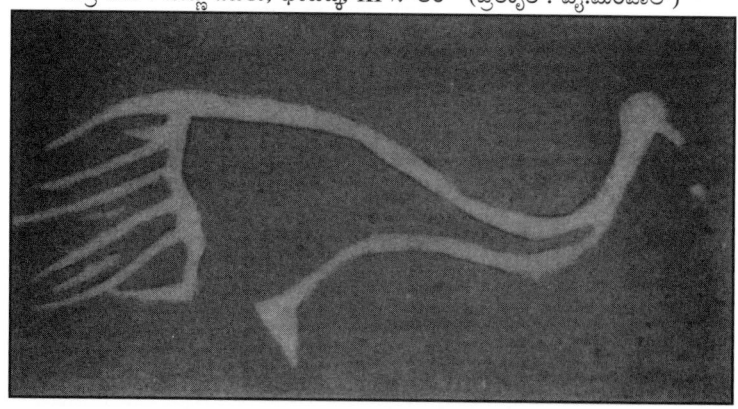

ನಮ್ಮ ಆರಂಭಿಕ ಪೂರ್ವಜರು

ಇವುಗಳು ಡಬ್ಬಳ, ರಂಧ್ರಕ , ಕೆತ್ತುವ ಉಪಕರಣಗಳು ಹೀಗೆ ವಿವಿಧ ಸ್ವರೂಪಗಳಲ್ಲಿ ಇದ್ದವು. ಕೈಯಿಂದ ತಯಾರಿಸಿದ ಮಡಕೆಗಳು ಕೂಡಾ ದೊರೆತಿವೆ. ಈ ಜನಸಮುದಾಯಗಳು ಬಂಡೆಗಳ ಆಸರೆಗಳಲ್ಲಿ ಜೀವಿಸುತ್ತಿದ್ದು ಇವರು ಬಹುಶಃ ಭಾರತದ ಗುಹಾ ಚಿತ್ರಗಳ ಮೊದಲ ಕರ್ತೃಗಳು. ಭೂಪಾಲ್ ಹತ್ತಿರದ ಭಿಂಬೆಟ್ಕ ಬಂಡೆ ಚಿತ್ರಗಳ ಪ್ರಾಚೀನತೆ (ಕಾರ್ಬನ್–14 ಪದ್ದತಿಯು ನಂತರದ ಕಾಲಮಾನ ತೋರಿಸುತ್ತಿದ್ದಾಗ್ಯೂ) ಸುಮಾರು 6,000 ಕ್ರಿ ಪೂ ದಷ್ಟು ಹಿಂದೆ ಹೋಗಬಹುದು. ಈ ಚಿತ್ರಗಳು ಮನುಷ್ಯರು ಬಿಲ್ಲು ಬಾಣಗಳಿಂದ ಪ್ರಾಣಿಗಳನ್ನು ಬೇಟೆಯಾಡುವದನ್ನು ತೋರಿಸುತ್ತವೆ (ನೋಡಿ ಚಿತ್ರ 2.11). ಇವುಗಳಲ್ಲಿ ಮಾನವ ಆಕೃತಿಗಳನ್ನು ಕಡ್ಡಿಯ ರೂಪದಲ್ಲಿ ಚಿತ್ರಿಸಲಾಗಿದೆ. ಭಾರ ಹೊತ್ತಿರುವ ಹೆಣ್ಣಿನ ಗಮನಾರ್ಹ ಚಿತ್ರವೂ ಇಲ್ಲಿದೆ (ನೋಡಿ ಚಿತ್ರ 2.12). ಯಾವುದೇ ಒಂದು ವ್ಯಕ್ತಿಯ ವರ್ಗ ಅಥವಾ ದರ್ಜೆಯನ್ನು ಇತರರಿಂದ ಪ್ರತ್ಯೇಕವಾಗಿ ಗುರುತಿಸುವ ಚಿತ್ರಗಳಿಲ್ಲ. ವ್ಯವಸಾಯ ಅಥವಾ ಪಶುಸಂಗೋಪನೆಯ ಚಟುವಟಿಕೆಗಳನ್ನು ಸೂಚಿಸುವ ಚಿತ್ರಗಳೂ ಇಲ್ಲ. ಹೆಣ್ಣು ನವಿಲಿನ ಚಿತ್ರ (ನೋಡಿ ಚಿತ್ರ 2.13) ಅವರ ಕಲಾ ಕೌಶಲ್ಯವನ್ನು ಸೂಚಿಸುತ್ತದೆ.

ಟಿಪ್ಪಣಿ 2.1

ಪೂರ್ವೇತಿಹಾಸದಲ್ಲಿ ಬಳಸುವ ಕಾಲಗಣನೆಯ ಪದ್ಧತಿಗಳು

ಬರೆವಣಿಗೆಯ ದಾಖಲೆಗಳು ಲಭ್ಯವಿಲ್ಲದ ಕಾಲವು ಪುರಾತತ್ವಶಾಸ್ತ್ರಜ್ಞರ ಪರಿಭಾಷೆಯಲ್ಲಿ ಪೂರ್ವೇತಿಹಾಸ ಎಂದು ಕರೆಯಲ್ಪಡುತ್ತದೆ. ಬರೆವಣಿಗೆಯ ದಾಖಲೆಗಳು ಲಭ್ಯವಾಗ ತೊಡಗಿದಾಗ ನಾವು ಇತಿಹಾಸ ಕ್ಕೆ ಕಾಲಿರಿಸುತ್ತೇವೆ. ಸಂಸ್ಕತಿಯೊಂದರ ಲಿಖಿತ ದಾಖಲೆಗಳು ಲಭ್ಯವಿದ್ದೂ ಓದಲು ಸಾಧ್ಯವಾಗದಿದ್ದಲ್ಲಿ ಅಥವಾ ಸಂಸ್ಕೃತಿಯೊಂದರಲ್ಲಿ ಬರವಣಿಗೆ ಇಲ್ಲದಿದ್ದಾಗ್ಯೂ ಆ ಸಂಸ್ಕೃತಿಯ ಬಗೆಗೆ ಇತರ ಬರೆವಣಿಗೆ ಅರಿತ ಸಮಾಜಗಳಿಂದ ಮಾಹಿತಿ ಲಭ್ಯವಾಗಿದ್ದಾಗ ಆ ಕಾಲವನ್ನು ಆದಿ ಇತಿಹಾಸ (protohistory)ಎಂದು ಕರೆಯಲಾಗುತ್ತದೆ.

ಅಧ್ಯಾಯ 1 ಹಾಗೂ 2 ರಲ್ಲಿ ವಿವರಿಸಿದ ಸಂಸ್ಕೃತಿಗಳು ಹಾಗೂ ಅಧ್ಯಾಯ 3ರಲ್ಲಿ ವಿವರಿಸಲಿರುವ ಸಂಸ್ಕೃತಿಗಳು ಪೂರ್ವೇತಿಹಾಸ ಕ್ಕೆ ಸಂಬಂಧಿಸಿದವು. ಇವುಗಳ ಬಗೆಗೆ ನಮಗಿರುವ ಅರಿವು ಪೂರ್ಣವಾಗಿ ಅವುಗಳ ಭೌತಿಕ ಉಳಿಕೆಗಳಿಂದಲೇ ಬಂದುದು. ಈ ಕಾರಣಕ್ಕೆ ಸಹಜವಾಗಿಯೇ ನಮಗೆ ಲಭ್ಯವಿರುವ ದಾಖಲೆಗಳಿಂದ ಯಾವ ಕಾಲಮಾನವೂ ದೊರಕಲಾರದು. ಆದಾಗ್ಯೂ ವಿಶಿಷ್ಟ ಉಳಿಕೆ ಅಥವಾ ನಿವೇಶನಗಳ ಕಾಲಮಾನವನ್ನು ನಿರ್ಧರಿಸಲು ಹಲವು ಸಾಧನಗಳು, ವಿಶೇಷವಾಗಿ ಭೌತವಿಜ್ಞಾನಗಳಲ್ಲಿ ಲಭ್ಯವಿವೆ. ಹೀಗೆ ಅವು ಯಾವ ಸಂಸ್ಕೃತಿಗಳಿಗೆ ಸೇರಿದ್ದೆಂದೂ ನಿರ್ಧರಿಸಬಹುದು.

ಮೊದಲನೆಯದಾಗಿ, ಪುರಾತತ್ವ ನಿವೇಶನಗಳ ಉತ್ಖನನ ಮಾಡತೊಡಗಿದಾಗ ಭಿನ್ನ ಸಂಸ್ಕೃತಿಗಳ ಸ್ತರಗಳು ಒಂದರ ಮೇಲೊಂದು ದೊರೆಯಬಹುದು. ಉತ್ಖನನದಲ್ಲಿ ಕಂಡುಬಂದ ಸ್ತರಗಳ ಅವಲೋಕನದಿಂದಲೇ ಕಾಲಮಾನ ಪಡೆಯಲು ಸಾಧ್ಯವಾಗುವುದಿಲ್ಲವಾದರೂ, ನಾವು ಅನುಕ್ರಮವೊಂದನ್ನು ನಿರ್ಧರಿಸಬಹುದು. ಸಾಮಾನ್ಯವಾಗಿ ಕೆಳ ಸ್ತರದಲ್ಲಿನ ಸಂಸ್ಕೃತಿಗಳು ನಂತರದ ಸ್ತರಗಳಲ್ಲಿದ್ದವಕ್ಕಿಂತಲೂ ಹಿಂದಿನ ಕಾಲದವು.

ಕೋಷ್ಟಕ 2.2 ಆದಿ ಮಾನವರ ಕಾಲಮಾನ

ವರ್ಷಗಳ ಹಿಂದೆ	
32 ಲಕ್ಷ	'ಲೂಸಿ', ಆಸ್ಟ್ರಲೋಪಿತೆಕಸ್ ಅಫಾರೆನ್ಸಿಸ್
26–17 ಲಕ್ಷ	ಹೋಮೋ ಹೆಬಿಲಿಸ್‌ನ ಕಾಲ
20 ಲಕ್ಷ	ಆಫ್ರಿಕಾದಲ್ಲಿ ಹೋಮೋ ಎರೆಕ್ಟಸ್ ಮೊದಲು ಕಂಡುಬಂದುದು
20 ಲಕ್ಷ	ಒಲ್ಡೊವನ್ ಉಪಕರಣಗಳು, ರಿವತ್(ಪಾಕಿಸ್ತಾನ)
10 ಲಕ್ಷ	ಬೆಣಚು ಕಲ್ಲಿನ ಚಕ್ಕೆ ಸಂಸ್ಕೃತಿ, ಪಾಕಿಸ್ತಾನದ ಸೊನ್ ಕಣಿವೆಯಲ್ಲಿ
7 ರಿಂದ 4 ಲಕ್ಷ	ಅಶ್ಯೂಲಿಯನ್ ಸಂಸ್ಕೃತಿ, ಪಬ್ಬಿ ಪರ್ವತ ಶ್ರೇಣಿ (ಪಾಕಿಸ್ತಾನ) ಮತ್ತು ಹಿಮಾಚಲ
5 ರಿಂದ 1.3 ಲಕ್ಷ	ನರ್ಮದಾ ತಲೆಬುರುಡೆ , ಹತ್ನೋರ (ವಿಕಾಸಗೊಂಡ ಹೋಮೋ ಎರೆಕ್ಟಸ್)
4 ರಿಂದ 3 ಲಕ್ಷ	ಕೆಳಗಣ ಹಳೆಶಿಲಾಯುಗ ಸಂಸ್ಕೃತಿಗಳು, ದಕ್ಷಿಣ ಭಾರತ (ಮದ್ರಾಸ್ ಉದ್ಯಮ), ರಾಜಸ್ಥಾನ ಮತ್ತು ಮಧ್ಯ ಭಾರತ
150,000 ರಿಂದ 50,000	ಮಧ್ಯ ಹಳೆಶಿಲಾಯುಗ ಸಂಸ್ಕೃತಿಗಳು, ರಾಜಸ್ಥಾನ, ಮಧ್ಯ ಮತ್ತು ದಕ್ಷಿಣ ಭಾರತ
115,000	ದಕ್ಷಿಣ ಆಫ್ರಿಕಾದಲ್ಲಿ ಹೋಮೋ ಸೆಪಿಯನ್ಸ್ ಸೆಪಿಯನ್ಸ್ (ಆಧುನಿಕ ಮಾನವ)ನ ಅತಿ ಹಳೆಯ ಪಳೆಯುಳಿಕೆಯ ಕಾಲ
75,000 ?	ಭಾರತದಲ್ಲಿ ಆಧುನಿಕ ಮಾನವನ ಆಗಮನ
60,000 ?	ಶ್ರೀಲಂಕಾದಲ್ಲಿ ಆಧುನಿಕ ಮಾನವನ ಆಗಮನ
60,000 ದಿಂದ 20,000	ಮಧ್ಯ ಹಳೆಶಿಲಾಯುಗ ಸಂಸ್ಕೃತಿ, ಪಾಕಿಸ್ತಾನ (ಸೋನ್ ಕಣಿವೆ, ರೋಹ್ರಿ ಪರ್ವತ ಶ್ರೇಣಿ)
50,000ದಿಂದ 30,000	ಅಪಘಾನಿಸ್ತಾನದಲ್ಲಿ ನಿಯಾನ್‌ಡೆರ್ಥಲ್‌ರು?
34,000	ಶ್ರೀಲಂಕಾದಲ್ಲಿ ಸಣ್ಣ ಶಿಲಾ ಪರಿಕರಗಳು ಕಂಡುಬಂದ ಕಾಲ
31,000	ದಕ್ಷಿಣ ಏಷಿಯಾ (ಶ್ರೀಲಂಕಾ)ದಲ್ಲಿ ಮೊದಲ ಆಧುನಿಕ ಮಾನವನ ಪಳೆಯುಳಿಕೆ
25,500 ರಿಂದ 10,500	ಮೇಲಣ ಹಳೆಶಿಲಾಯುಗದ ಸಂಸ್ಕೃತಿಗಳು, ಕರ್ನಾಟಕ ಮತ್ತು ಮಧ್ಯ ಭಾರತ
24,000	ಭಾರತದ ಅತಿ ಹಳೆಯ ಸಣ್ಣಶಿಲಾ ಉಪಕರಣಗಳು (ಪಾಟ್ನೇ, ಮಹಾರಾಷ್ಟ್ರ)
10,000	ಮಧ್ಯಶಿಲಾಯುಗ ಸಂಸ್ಕೃತಿ, ಸರಾಯ್ ನಹರ್ ರಾಯ್ ಮತ್ತು ಮಹದಹ (ಉತ್ತರ ಪ್ರದೇಶ)
8,000	ಮಧ್ಯಶಿಲಾಯುಗ ಸಂಸ್ಕೃತಿ, ನರ್ಮದಾ ಕಣಿವೆ

ಒಂದೇ ನಿವೇಶನದಲ್ಲಿ ದೊರೆತ ಭಿನ್ನ ಮೂಳೆಗಳ ಸಾಪೇಕ್ಷ (ನಿರಪೇಕ್ಷ ಅಲ್ಲ) ಕಾಲಮಾನವನ್ನು ಅವುಗಳಲ್ಲಿರುವ ಫ್ಲೋರಿನ್, ಯುರೇನಿಯಂ ಮತ್ತು ಸಾರಜನಕದ ಪ್ರಮಾಣದ ಮೇಲೆ ನಿರ್ಣಯಿಸಬಹುದು. ಕಾಲಕಳೆದಂತೆ ಅವುಗಳಲ್ಲಿನ ಫ್ಲೋರಿನ್ ಹಾಗೂ ಯುರೇನಿಯಂ ಪ್ರಮಾಣ ಹೆಚ್ಚಾಗುತ್ತದೆ ಹಾಗೂ ಸಾರಜನಕದ ಅಂಶ ಕಡಿಮೆಯಾಗುತ್ತದೆ. ಈ ಅಳತೆಗಳು ಭಿನ್ನ ಮೂಳೆಗಳನ್ನು ಹೊಂದಿದ ಸಾಂಸ್ಕೃತಿಕ ಹಂತಗಳನ್ನು ಅನುಕ್ರಮದಲ್ಲಿ ಜೋಡಿಸಲು ಇದು ಸಹಕಾರಿಯಾಗುತ್ತದೆ.

ಒಂದು ಸ್ತರದಿಂದ ಇನ್ನೊಂದು ಸ್ತರವನ್ನು ಬೇರ್ಪಡಿಸುವ ಕಾಲಮಾನವನ್ನು ಸಹ ಅವುಗಳ ಮಧ್ಯದ ಪದರದ ದಪ್ಪದ ಆಧಾರದ ಮೇಲೆ ಅಂದಾಜಿಸ ಬಹುದು.

ನಿಜವಾದ ಅಥವಾ ನಿರಪೇಕ್ಷ ಕಾಲಮಾನ ನಿರ್ಣಯಕ್ಕೆ ಹಲವು ಪದ್ಧತಿಗಳನ್ನು ಅಭಿವೃದ್ಧಿ ಪಡಿಸಲಾಗಿದೆ. ಸಾಪೇಕ್ಷ ಕಾಲಗಣನೆಯನ್ನು ನಿರಪೇಕ್ಷ ಕಾಲಗಣನೆಗೆ ಹೊಂದಿಸಬಹುದು. ಇಂತಹ ಎರಡು ಪ್ರಮುಖ ಕಾಲನಿರ್ಣಯ ತಂತ್ರಗಳು ವಿಕಿರಣ ಹಾಗೂ ಕಾಂತತ್ವಗಳ ಅಳತೆಗಳನ್ನು ಆಧರಿಸಿವೆ.

ಬಹಳ ಹಿಂದಿನ ಕಾಲಮಾನವನ್ನು (ಈ ಕಾಲವು 1ಲಕ್ಷ ವರ್ಷಗಳಿಂದ 3000 ದಶಲಕ್ಷವರ್ಷಗಳವರೆಗೂ) ವಿಕಿರಣ ಪದ್ಧತಿಯನ್ನು ಬಳಸುವ ಪೊಟ್ಯಾಸಿಯಂ-ಅರ್ಗಾನ್ (K-Ar) ಪದ್ಧತಿಯಲ್ಲಿ ಅಳೆಯಲಾಗುತ್ತದೆ. ಕಲ್ಲಿನ ತುಣುಕೊಂದರ ವಯಸ್ಸನ್ನು ಅದರಲ್ಲಿರುವ ಪೊಟಾಸಿಯಂ (K-40) ಮತ್ತು ಆರಗಾನ್‌ಗಳ (A-40) ಅನುಪಾತದ ಆಧಾರದ ಮೇಲೆ ನಿರ್ಣಯಿಸಬಹುದು.

ಬಹಳ ಪ್ರಾಚೀನ ಕಾಲವಾನ (200 ದಶಲಕ್ಷವರ್ಷಗಳಿಂದ 780000ವರ್ಷಗಳವರೆಗೆ) ನಿರ್ಣಯದಲ್ಲಿ ಬಳಸುವ ಇನ್ನೊಂದು ಪ್ರಮುಖ ಪದ್ಧತಿ ಪ್ರಾಚೀನ-ಕಾಂತತ್ವ (ಪಾಲಿಯೋ-ಮ್ಯಾಗ್ನೆಟಿಸಂ) ಪದ್ಧತಿ. ಸಮುದ್ರ ಶಿಲೆಗಳು ಹಾಗೂ ಸಂಚಿತ ಗಷ್ಟುಗಳು ಅಥವಾ ಮಡ್ಡಿಗಳು ಅವು ರೂಪಗೊಂಡಾಗಿನ ಕಾಂತ ಕ್ಷೇತ್ರದ ದಿಕ್ಕನ್ನು ಉಳಿಸಿಕೊಳ್ಳುತ್ತವೆ. ಪ್ರಪಂಚದಾದ್ಯಂತ ಈ ಕಾಂತಕ್ಷೇತ್ರವು ಕೆಲವು ನಿರ್ದಿಷ್ಟ ಕಾಲಗಳಲ್ಲಿ (ಇದನ್ನು ಪೊಟಾಸಿಯಂ-ಆರ್ಗಾನ್ ಪದ್ಧತಿಯ ಮೂಲಕ ಕಾಂತ ಶಿಲೆಗಳಿಂದ ನಿರ್ಣಯಿಸಲಾಗಿದೆ) ಹಿಂದುಮುಂದಾಯಿತು. ಜ್ವಾಲಾಮುಖಿ ಶಿಲೆಗಳ ಅಥವಾ ಮಡ್ಡಿಗಳ ಕಾಲಮಾನವನ್ನು ಅವುಗಳ ಕಾಂತತ್ವದ ಹಂತದಿಂದ ನಿರ್ಣಯಿಸಬಹುದು. ಈ ಕಾಲವಾನವು ಅವುಗಳಲ್ಲಿರುವ ಪಳೆಯುಳಿಕೆಗಳಿಗೂ ಅನ್ವಯವಾಗುತ್ತದೆ. ಕಳೆದ 5 ದಶಲಕ್ಷವರ್ಷಗಳಲ್ಲಿ ಪ್ರಮುಖವಾಗಿ 4 ಬಾರಿ ಕಾಂತಕ್ಷೇತ್ರ ಹಿಂದುಮುಂದಾದುನ್ನು ಗುರುತಿಸಲಾಗಿದೆ.

ಇಂದು ಈ ಎರಡೂ ಪದ್ಧತಿಗಳಿಗೂ ಪೂರಕವಾಗಿ ಇತರ ವಿಧಾನಗಳನ್ನೂ ಬಳಸಲಾಗುತ್ತಿದೆ.

ಶಿಲೆಗಳ ವಯಸ್ಸನ್ನು ವಿದಳನದ-ಜಾಡು (ಫಿಶನ್ ಟ್ರ್ಯಾಕಿಂಗ್) ಪದ್ಧತಿಯ ಮೂಲಕ ಸಹ ನಿರ್ಣಯಿಸಲಾಗುತ್ತದೆ. ಶಿಲೆಗಳಲ್ಲಿ ಅಡಕಗೊಂಡ ಕೆಲವು ಖನಿಜಗಳ ವಯೋಮಾನ ನಿರ್ಣಯಿಸಲು ಈ ಪದ್ಧತಿಯನ್ನು ಬಳಸುತ್ತಾರೆ. ವಿದಳನದ ಜಾಡು ಅಥವಾ ವಿಕಿರಣಪಟುತ್ವ ಹೊಂದಿದ ಸಮಸ್ಥಾನಿ (ಒಂದೇ ಧಾತುವಿನಲ್ಲಿ ಒಂದೇ ಸಂಖ್ಯೆಯ ಪ್ರೋಟಾನ್‌ಗಳಿದ್ದು ಆದರೆ ಬೇರೆ ಬೇರೆ ಸಂಖ್ಯೆಯ ನ್ಯೂಟ್ರಾನ್‌ಗಳಿದ್ದಲ್ಲಿ ಅವುಗಳನ್ನು ಆ ಧಾತುವಿನ ಸಮಸ್ಥಾನಿ ಅಥವಾ ಐಸೋಟೋಪ್‌ಗಳೆನ್ನುತ್ತಾರೆ-ಅನು) ಕಣಗಳು ಬಿಟ್ಟುಹೋಗಿರುವ ಸೂಕ್ಷ್ಮ ಜಾಡುಗಳನ್ನು ಎಣಿಸುವ ಮೂಲಕ ಕಾಲಮಾನವನ್ನು ನಿರ್ಣಯಿಸುತ್ತಾರೆ. ಈ ಪದ್ಧತಿಯು 1000 ದಶಲಕ್ಷವರ್ಷಗಳಿಂದ 500000 ವರ್ಷಗಳವರೆಗಿನ

ಕಾಲಮಾನ ಕೊಡುತ್ತದೆ.

ವಿಕರಣಪಟುತ್ವ ಕ್ಷಯಿಸುವಿಕೆಯನ್ನು ಅಳೆಯುವ ಹಲವು ಭಿನ್ನ ಭಿನ್ನ ಪದ್ಧತಿಗಳಿವೆ. ಇವುಗಳಲ್ಲೊಂದು ಯುರೇನಿಯಂ–ಥೋರಿಯಂ (U-Th)ಪದ್ಧತಿ , ಇದು 350000 ವರ್ಷಗಳು ಅಥವಾ ಅದಕ್ಕೂ ಹಿಂದಿನವರೆಗಿನ ಕಾಲಮಾನ ಕೊಡಬಲ್ಲದು. ಯುರೇನಿಯಂ–ಥೋರಿಯಂ ಪದ್ಧತಿಯನ್ನು ಭಾರತದ ಕೆಲವು ಹಳೆಶಿಲಾಯುಗ ನಿವೇಶನಗಳ ಕಾಲಮಾನ ಪತ್ತೆಹಚ್ಚಲು ಬಳಸಲಾಗಿದೆ.

ಈ ಪದ್ಧತಿಗಳಿಂದ ಪಡೆದ ಪ್ರಾಚೀನ ಕಾಲಮಾನಗಳನ್ನು ಸಂಕ್ಷಿಪ್ತ ರೂಪದಲ್ಲಿ 'mya' ಅಥವಾ 'my' (ದಶಲಕ್ಷವರ್ಷಗಳ ಹಿಂದೆ) ಎಂದು ಹೇಳುತ್ತಾರೆ. ಅಲ್ಲದೆ kya ಅಥವಾ ky ಸಾವಿರ ವರ್ಷಗಳನ್ನು ಸೂಚಿಸಲು ಕೆಲವು ಸಲ ಬಳಸಲ್ಪಡುತ್ತದೆ.

ಹೆಚ್ಚಿನ ಖಚಿತತೆ ಬೇಕಾಗುವ ಕಡಿಮೆ ಕಾಲಾವಧಿಯ ಗಣನೆಯಲ್ಲಿ ಸಾವಯವ ಪದಾರ್ಥಗಳಲ್ಲಿನ ರೇಡಿಯೋಕಾರ್ಬನ್ ಕಾಲನಿರ್ಣಯ ಪದ್ಧತಿ ಅತಿ ಹೆಚ್ಚಿನ ಮಹತ್ವ ಪಡೆದಿದೆ. ಸಾವಯವ ಪದಾರ್ಥದಲ್ಲಿ ಕಾರ್ಬನ್–12ರೊಂದಿಗೆ ನಿಶ್ಚಿತ ಅನುಪಾತದಲ್ಲಿರುವ ಕಾರ್ಬನ್–14(14C)ದ ಪ್ರಮಾಣ, ಸಾವಯವ ಪದಾರ್ಥದಲ್ಲಿ ಜೀವ ಅಳಿದು ಹೋದ ಮೇಲೆ ನಿಗದಿತ ವೇಗದಲ್ಲಿ ಕಡಿಮೆಯಾಗ ತೊಡಗುತ್ತದೆ. ಈ ವೇಗ ತಿಳಿದಿದ್ದು (ಕಾರ್ಬನ್–14ರ 'ಅರ್ಧ ಜೀವನ' 5730 ವರ್ಷಗಳು ಅಂದರೆ ಕಾರ್ಬನ್–14ರ ಪ್ರಮಾಣ 5730ವರ್ಷಗಳಲ್ಲಿ ಅರ್ಧವಾಗುತ್ತದೆ.), ಸತ್ತ ಸಾವಯವ ಪದಾರ್ಥದಲ್ಲಿನ ಕಾರ್ಬನ್–14 ಮತ್ತು ಕಾರ್ಬನ್–12ರ ಅನುಪಾತವನ್ನು ಅಳೆಯುವ ಮೂಲಕ ಆ ಸಾವಯವ ಅಂಶ ಜೀವಿಯಿಂದ ಬೇರ್ಪಟ್ಟ/ ಜೀವಿಯು ಸತ್ತ ಕಾಲ ಹಾಗೂ ಇಂದಿನ ಮಧ್ಯದ ಕಾಲವನ್ನು ಲೆಕ್ಕ ಹಾಕಬಹುದು. 1949ರಲ್ಲಿ ಇದನ್ನು ಕಂಡುಹಿಡಿದ ಕೆಲ ಕಾಲದ ನಂತರ ವಿಶ್ವ ವಿಕಿರಣಗಳು ಹೆಚ್ಚು ಕಡಿಮೆಯಾಗುವ ಕಾರಣಕ್ಕೆ ಕಾರ್ಬನ್–14 ಕ್ಷಯಿಸುವ ವೇಗ ಕ್ರಿ ಪೂ 800ರ ಹಿಂದೆ ಇಂದಿನಂತೆಯೇ ಇರಲಿಲ್ಲವೆಂದು ಪತ್ತೆಯಾಯಿತು. ಇದನ್ನು ವಿಶೇಷವಾಗಿ ಕಾರ್ಬನ್–14 ಕಾಲಮಾನ ಹಾಗೂ ವೃಕ್ಷಕಾಲಗಣನೆಯು (ಡೆಂಡ್ರೋಕ್ರೋನಾಲಜಿ) ಪದ್ಧತಿಯನ್ನು ಬಳಸಿ ಪಡೆದ ಕಾಲಮಾನಗಳೊಂದಿಗೆ ಹೋಲಿಸಿ ಪತ್ತೆಮಾಡಲಾಯಿತು. ವಾತಾವರಣದ ಬದಲಾವಣೆಗಳನ್ನು ಮರಗಳ ವಾರ್ಷಿಕ ವೃಕ್ಷ–ಉಂಗುರುಗಳ ಅಧ್ಯಯನ, ಎಣಿಸುವಿಕೆಯಿಂದ ಪತ್ತೆಹಚ್ಚ ಬಹುದು. ಏಕೆಂದರೆ ಈ ಉಂಗುರಗಳು ಆರ್ದ್ರ ವಾತಾವರಣದಲ್ಲಿ ದಪ್ಪವಾಗಿಯೂ, ಒಣ ವಾತಾವರಣದಲ್ಲಿ ತೆಳುವಾಗಿಯೂ ಇರುವ ಪ್ರವೃತ್ತಿ ತೋರುತ್ತವೆ. ಪ್ರಾಚೀನ, ಸತ್ತ ಮರಗಳ ವೃಕ್ಷ–ಉಂಗುರಗಳನ್ನು ಹೋಲಿಸುವ ಮೂಲಕ ಅಮೇರಿಕಾದ ಕ್ಯಾಲಿಪೋರ್ನಿಯೋದಲ್ಲಿನ ಒಣ ಹಾಗೂ ಆರ್ದ್ರ ವಾತಾವರಣದ ಸತತ ಕಾಲಗಣನೆಯನ್ನು 7000ವರ್ಷಗಳವರೆಗೆ ದಾಖಲಿಸಲಾಯಿತು. ಆದರೆ ಇದು ಸತ್ತ ಮರಗಳ ಕಾರ್ಬನ್–14 ಕಾಲಗಣನೆಗೆ ತಾಳೆಯಾಗಲಿಲ್ಲ. ಈ ವ್ಯತ್ಯಾಸವನ್ನು "ಕ್ರಮಾಂಕನ" (ಕ್ಯಾಲಿಬ್ರೇಶನ್) ಮೂಲಕ ಸರಿಪಡಿಸಲಾಯಿತು. ಕ್ರಿ ಪೂ 800ರ ಹಿಂದಿನ ಕಾರ್ಬನ್–14 ಕ್ಷಯಿಸುವಿಕೆಗೆ ಭಿನ್ನ ವೇಗವನ್ನು ಅಂದಾಜಿಸಿ, ಕಾರ್ಬನ್–14 ವರ್ಷಗಳಿಗೆ ಸೇರಿಸಿ ಇದನ್ನು ಮಾಡಲಾಯಿತು. ಹೀಗೆ ಕ್ರಮಾಂಕನ ಮಾಡಿದ ಕಾಲಮಾನಗಳು ಪ್ರಾಚೀನ ಇಜಿಪ್ಟ ಹಾಗೂ ಇರಾಕ್‌ನ ಈಗಾಗಲೇ ದಾಖಲೆಗಳಿಂದ ಸ್ಥಾಪಿತವಾದ ಕಾಲಮಾನಗಳಿಗೆ ಹೆಚ್ಚು ಚೆನ್ನಾಗಿ ಹೊಂದಿಕೊಂಡವು. ಕ್ರಿ ಪೂ 800ರ ಹಿಂದಿನ ಕಾಲಮಾನಗಳಿಗೆ ಕ್ರಮಾಂಕನ ಮಾಡದ ಕಾರ್ಬನ್–14 ಪದ್ಧತಿಯ ಕಾಲಮಾನಗಳನ್ನು ಉಪಯೋಗಿಸಬಾರದು, ಏಕೆಂದರೆ ಕಾಲದಲ್ಲಿ ಹಿಂದೆ ಹೋದಂತೆ ವ್ಯತ್ಯಾಸ ಹೆಚ್ಚಾಗುತ್ತದೆ. ಹೀಗೆ ಕಾರ್ಬನ್–14ರಿಂದ ಪಡೆದ ಕ್ರಿ ಪೂ 3000 ವು ಕ್ರಮಾಂಕನದ ನಂತರ ಕ್ರಿ ಪೂ 3700 ಆಗುತ್ತದೆ. ಕಾರ್ಬನ್ ಕಾಲಗಣನೆ ಪದ್ಧತಿಗೆ ಕ್ರಮಾಂಕನವು ಕ್ರಿ ಪೂ 8000 ದ ವರೆಗೆ ವೃಕ್ಷ–ಉಂಗುರದ ಆಧಾರದ

ಮೇಲೆ ಲಭ್ಯವಿದ್ದು ಅದು ಕ್ರಿ ಪೂ 9350 ಆಗುತ್ತದೆ. ಹಾಗೆಯೇ ಹವಳದ ದಿಬ್ಬ ಆಧಾರದ ಕ್ರಮಾಂಕನವು ಸಹ ಕ್ರಿ ಪೂ 18000 ದ ವರೆಗೂ ಲಭ್ಯವಿದ್ದು ಅದು ಕ್ರಮಾಂಕನದ ನಂತರ 21650 ಆಗುತ್ತದೆ. ಇದಕ್ಕೂ ಹಿಂದಿನ ಕಾರ್ಬನ್ ಕಾಲಮಾನವನ್ನು ಹಾಗೆಯೇ ಪರಿಗಣಿಸ ಬೇಕು, ಏಕೆಂದರೆ ಅವುಗಳನ್ನು ನಿಜ ಮೌಲ್ಯಗಳಾಗಿ ಪರಿವರ್ತಿಸಲು ಯಾವ ಮಾರ್ಗವೂ ಲಭ್ಯವಿಲ್ಲ. ಕಾರ್ಬನ್ ಪದ್ಧತಿಯಿಂದ ಪಡೆದ ಕ್ರಿ ಪೂ 40000ಕ್ಕೂ ಹಿಂದಿನ ಕಾಲಮಾನಗಳನ್ನು ಅಷ್ಟೊಂದು ನಂಬಲರ್ಹವಲ್ಲವೆಂದು ಭಾವಿಸಲಾಗಿದೆ. ಇದಕ್ಕಿಂತ ಉನ್ನತವಾದ ವೇಗೋತ್ಕರ್ಷಕ ರಾಶಿ ರೋಹಿತಮಾಪಕ (ಎಕ್ಸಲ್‌ರೇಟರ್ ಮಾಸ್ ಸ್ಪೆಕ್ಟ್ರೋಮೀಟರ್) ಅಥವಾ ಎಎಂಎಸ್‌ಪದ್ಧತಿಯನ್ನು ಬಳಸಲಾಗುತ್ತದೆ.– ಈ ಪದ್ಧತಿಯ ಮೂಲಕ 100000 ವರ್ಷಗಳಷ್ಟು ಹಿಂದಿನ ಸಾವಯವ ಪದಾರ್ಥಗಳ ಕಾಲಮಾನವನ್ನು ಪಡೆಯಬಹುದು.

ಕಾರ್ಬನ್ ಕಾಲಮಾನವನ್ನು ಯಾವಾಗಲೂ ಶಿಷ್ಟವಿಚಲನೆಯೊಂದಿಗೆ (ಸ್ಟ್ಯಾಂಡರ್ಡ್ ಡೀವಿಯೇಶನ್) ಸಂಭವನೀಯ ಕಾಲ ಶ್ರೇಣಿಯೊಂದಿಗೆ ನೀಡಲಾಗುತ್ತಿದ್ದು ಕೆಲವು ಸಲ ಇದು ಸ್ಥಾಪಿತ ಸ್ತರಗಳ ಅನುಕ್ರಮಕ್ಕೆ ಹೊಂದಿಕೊಳ್ಳದಿರಬಹುದು (ಕೆಳಗಿನ ಸ್ತರದ ಕಾಲಮಾನ ಮೇಲಿನದಕ್ಕಿಂತ ನಂತರದೆಂದು ಬರಬಹುದು) ಅಥವ ಇನ್ನಾವುದೇ ರೀತಿಯಲ್ಲಿ ಏರುಪೇರು ಆಗಿರಬಹುದು. ಪುರಾತತ್ವಶಾಸ್ತ್ರಜ್ಞ ಪರೀಕ್ಷಿಸಿದ ಮಾದರಿಯ ಸ್ತರದ ತಪ್ಪು ವಾಚನ, ನಂತರದ ಸಾವಯವ ತುಣುಕು ಮಾದರಿಯೊಂದಿಗೆ ಸೇರಿರುವುದು ಅಥವಾ ಪ್ರಯೋಗಶಾಲೆಯ ತಪ್ಪಿನಂತಹ ಅನೇಕ ಅಂಶಗಳು ಇದಕ್ಕೆ ಕಾರಣವಾಗಿರಬಹುದು. ಇಂತಹ ಸಂದರ್ಭಗಳಲ್ಲಿ ಸಂಭವನೀಯತೆಯ ಆಧಾರದ ಮೇಲೆ ಕಾಲಮಾನದ ಆಯ್ಕೆ ಅಗತ್ಯವಾಗುತ್ತದೆ.

ಕಾರ್ಬನ್-14 ಕಾಲಮಾನ BP (ಬಿ.ಪಿ.-ಬಿಫೋರ್ ಪ್ರೆಸೆಂಟ್ ಅಂದರೆ ಇಂದಿನಿಂದ ಹಿಂದೆ) ಎಂದು ಸಾಂಪ್ರದಾಯಿಕವಾಗಿ ಸೂಚಿತವಾಗುತ್ತದೆ ಹಾಗೂ ಈ ಇಂದು 1950ನ್ನು ಸೂಚಿಸುತ್ತದೆ. ಕ್ರಿ ಪೂ ಪಡೆಯಬೇಕಾದರೆ ಬಿ.ಪಿ. ಗಳಿಂದ 1950ನ್ನು ಕಳೆಯಬೇಕಾಗುತ್ತದೆ. ಕಾಲಮಾನವು 1950ರಕ್ಕಿಂತ ಕಡಿಮೆ ಇದ್ದರೆ 1950ರಲ್ಲಿ ಅವುಗಳನ್ನು ಕಳೆಯುವ ಮೂಲಕ ಕ್ರಿ ಶ ಪಡೆಯಬಹುದು. ಹೀಗಾಗಿ 3000 ಬಿ.ಪಿ. ಅಂದರೆ ಕ್ರಿ ಪೂ 1050ಕ್ಕೆ ಸಮ ಹಾಗೂ 500 ಬಿ.ಪಿ. ಕ್ರಿ ಶ 1450ಕ್ಕೆ ಸಮ. ಬಿ.ಪಿ.ಯನ್ನು ಮೊದಲು ಕಾರ್ಬನ್-14 ಕಾಲಮಾನ ಪದ್ಧತಿಯಲ್ಲಿ ಬಳಸಲಾಯಿತಾದರೂ ಇಂದು ಇತರ ಪದ್ಧತಿಗಳಲ್ಲಿಯೂ ಇದನ್ನು ಬಳಸಲಾಗುತ್ತಿದೆ.

ಕಾಲಮಾನ ನಿರ್ಣಯಿಸಬೇಕಿರುವ ವಸ್ತುಗಳು ಉಷ್ಣತೆಗೆ ಒಡ್ಡಲ್ಪಟ್ಟಿದ್ದರೆ ಉಷ್ಣದೀಪ್ತಿ ಅಥವಾ ತರ್ಮೋಲೂಮಿನೆಸೆನ್ಸ್ (ಟಿ.ಎಲ್.) ವಿಧಾನ ಉಪಯುಕ್ತವಾಗಿದೆ. ಮುಖ್ಯವಾಗಿ ಮಡಕೆಗಳ ಕಾಲಗಣನೆಗೆ ಈ ಪದ್ಧತಿಯನ್ನು ಬಳಸಲಾಗಿದೆ. ಜೇಡಿ ಮಣ್ಣನ್ನು ಕಾಯಿಸಿದಾಗ ಅದರಲ್ಲಿನ ಸ್ಫಟಿಕವು (ಕ್ವಾರ್ಟ್ಸ್) ಶಕ್ತಿಯನ್ನು ಬಿಡುಗಡೆ ಮಾಡುತ್ತದೆ. ಮತ್ತೆ ತಣ್ಣಗಾಗತೊಡಗಿದಾಗ ಸ್ಫಟಿಕವು ಶಕ್ತಿಯನ್ನು ಹೀರಿಕೊಳ್ಳತೊಡಗುತ್ತದೆ. ಹೀಗೆ ಪುನರ್ ಶೇಖರಣೆಗೊಂಡ ಶಕ್ತಿಯನ್ನು ಅಳೆಯುವ ಮೂಲಕ ಆ ಮಡಕೆಯನ್ನು ಉಷ್ಣಕ್ಕೆ ಒಡ್ಡಿದ (ಮಡಕೆಯನ್ನು ಕಾಯಿಸಿದ) ಕಾಲವು ದೊರೆಯುತ್ತದೆ. ಈ ಪದ್ಧತಿಯಲ್ಲಿ 500000 ವರ್ಷಗಳ ಹಿಂದಿನ ವರೆಗಿನ ವಸ್ತುಗಳ ಕಾಲಗಣನೆ ಮಾಡಲು ಸಾಧ್ಯ. ಈ ಪದ್ಧತಿಯ ಬಳಕೆಯನ್ನು ಈಗ ಉಷ್ಣಕ್ಕೆ ಒಡ್ಡಲ್ಪಟ್ಟ ಮಣ್ಣು ಮತ್ತು ಚಕಮಕಿ ಕಲ್ಲುಗಳ ಕಾಲ ನಿರ್ಣಯಕ್ಕೆ ವಿಸ್ತರಿಸಲಾಗುತ್ತಿದ್ದು, ಈ ಪದ್ಧತಿ ಉಳಿಕೆಗಳು ಹಾಗೂ ಹಸ್ತಕೃತಿಗಳ ಹಿಂದಿನ (ಮಡಕೆ ಪೂರ್ವದ) ಕಾಲಮಾನವನ್ನು ಕೂಡಾ ಕೊಡಬಲ್ಲದು.

ಸಂಬಂಧಿತ ಇನ್ನೊಂದು ಪದ್ಧತಿಯನ್ನು ದ್ಯುತಿ ಉತ್ತೇಜಿತ ದೀಪ್ತಿ (ಆಪ್ಟಿಕಲಿ ಸಿಮುಲೇಟೆಡ್ ಲ್ಯುಮಿನೆಸೆನ್ಸ್-ಒ.ಎಸ್.ಎಲ್.) ಎಂದು ಕರೆಯಲಾಗಿದ್ದು ಖನಿಜವು

ಹೂಳಲ್ಪಟ್ಟಿದ್ದರೆ, ಸಿಲುಕಿಕೊಂಡ ಬೆಳಕು ಸಂವೇದಿ ಎಲೆಕ್ಟ್ರಾನ್‌ಗಳ ಸಂಖ್ಯೆ ಕ್ರಮೇಣ ಹೆಚ್ಚತೊಡಗುತ್ತವೆ ಎಂಬ ಸಂಗತಿಯನ್ನು ಇದು ಆಧರಿಸಿದೆ. ಪ್ರಯೋಗಶಾಲೆಯಲ್ಲಿ ಇವುಗಳ ಮೇಲೆ ಬೆಳಕು ಬಿಟ್ಟಾಗ ಬಿಡುಗಡೆ ಹೊಂದುವ ಎಲೆಕ್ಟ್ರಾನ್‌ಗಳು ಹೊರಹೊಮ್ಮಿಸುವ ಬೆಳಕನ್ನು ಅಳೆಯಬಹುದು. ಇದರಿಂದ ಆ ಖನಿಜವು ಎಷ್ಟು ಕಾಲದಿಂದ ಹೂಳಲ್ಪಟ್ಟಿದೆ ಎಂಬುದನ್ನು ಲೆಕ್ಕಹಾಕಬಹುದಾಗಿದೆ.

ಕೊನೆಯದಾಗಿ, ಎಲೆಕ್ಟ್ರಾನ್ ಸ್ಪಿನ್ ರೆನೋಸಾನ್ಸ್(ಇ.ಎಸ್.ಆರ್.) ಪದ್ಧತಿ ಇತ್ತೀಚೆಗೆ ಬಳಕೆಗೆ ಬಂದಿದೆ. ಖನಿಜಗಳು, ಹಲ್ಲಿನ ಲೇಪನ, ಚಿಪ್ಪು ಮತ್ತು ಹವಳಗಳ ಕಾಲಮಾನವನ್ನು ತಿಳಿಯಲು ಈ ಪದ್ಧತಿಯನ್ನು ಬಳಸಲಾಗುತ್ತಿದ್ದು, ಇದು 1 ದಶಲಕ್ಷ ವರ್ಷದಿಂದ 1000 ವರ್ಷಗಳ ಹಿಂದಿನ ಕಾಲಮಾನವನ್ನು ಕೊಡಬಲ್ಲದು.

ಟಿಪ್ಪಣಿ 2.2

ಗ್ರಂಥಸೂಚಿ ಕುರಿತ ಟಿಪ್ಪಣಿ

ಪೂರ್ವೇತಿಹಾಸವನ್ನು ಕುರಿತ ಸಾಕ್ಷ್ಯಗಳನ್ನು ಒಂದು ವಿಶ್ವ ಕಣ್ಣೋಟದಿಂದ ಪರಿಶೀಲಿಸುವ ಎರಡು ಮಹತ್ವದ ಸಾರಾಂಶಗಳು 1994ರಲ್ಲಿ ಪ್ರಕಟವಾದವು. ಎಸ್.ಜೆ.ಡೆ ಲೈಟ್(ಸಂ.), ಹಿಸ್ಟರಿ ಆಫ್ ಹ್ಯುಮೇನಿಟಿ, ಸಂಪುಟ 1: ಪ್ರಿಹಿಸ್ಟರಿ ಅಂಡ್ ದಿ ಬಿಗಿನಿಂಗ್ಸ್ ಆಫ್ ಸಿವಿಲಿಝೇಶನ್, ಯುನೆಸ್ಕೋ, ಪ್ಯಾರಿಸ್/ಲಂಡನ್, ಇದು ಪ್ರಮುಖವಾಗಿ ಪುರಾತತ್ವ ಪುರಾವೆಗಳನ್ನು ಮುಂದಿಟ್ಟರೆ, ಎಲ್. ಎಲ್. ಕವಲ್ಲಿ-ಸ್ಫೋರ್ಝ, ಪಿ. ಮೆನೊಝ್ಝಿ ಮತ್ತು ಎ.ಪಿಯಝ್ಝಿ ತಮ್ಮ ಹಿಸ್ಟರಿ ಅಂಡ್ ಜಿಯೋಗ್ರಫಿ ಆಫ್ ಹ್ಯೂಮನ್ ಜೀನ್ಸ್ ನಲ್ಲಿ ವಂಶವಾಹಿ ಸಂಬಂಧಿ ಪುರಾವೆಗಳನ್ನು ಮಂಡಿಸಿದರು. ಇವೆರಡೂ ಕೃತಿಗಳು ಜಾಗತಿಕ ಮಟ್ಟದಲ್ಲಿ ಏನು ನಡೆಯಿತು ಎಂಬುದರ ಒಂದು ತರ್ಕಬದ್ಧ ನೋಟವನ್ನು ರೂಪಿಸಲು ಅಗತ್ಯ. ಆದರೆ ಇವೆರಡನ್ನೂ ಸಮಕಾಲಿಕಗೊಳಿಸುವ ಅಗತ್ಯವಿದೆ. ಏಕೆಂದರೆ, ಜಗತ್ತಿನಾದ್ಯಂತ ಹೊಸ ಪುರಾತತ್ವ ವರದಿಗಳು, ಕಾಲಗಣನೆಯಲ್ಲಿ ಹೊಸ ತಂತ್ರವಿಧಾನಗಳ ಅನ್ವಯ, ಹೊಸ ಒಳನೋಟಗಳು ಮತ್ತು ಸಲಹೆ-ಸೂಚನೆಗಳು ಬಂದಿವೆ. ಪೀಟರ್ ಬೊಗುಕಿ, ದಿ ಒರಿಜಿನ್ಸ್ ಆಫ್ ಹ್ಯೂಮನ್ ಸೊಸೈಟಿ, ಆಕ್ಸ್‌ಫರ್ಡ್, 1999, ಒಂದು ಉಪಯೋಗಿ ಪಠ್ಯಪುಸ್ತಕ. ಇದು ಸಮಕಾಲೀನ ಮಾಹಿತಿಗಳನ್ನು ಮತ್ತು ಪ್ರಮುಖ ವಿವಾದಗಳನ್ನು ವಿವೇಚನಾಪೂರ್ಣವಾಗಿ ಕೊಡುತ್ತದೆ. ಆಂಟಿಕ್ವಿಟಿ, ಲಂಡನ್ ಮತ್ತು ಆರ್ಕಿಯಲೊಜಿ, ನ್ಯೂಯಾರ್ಕ್ ಮುಂತಾದ ಪತ್ರಿಕೆಗಳ ಇತ್ತೀಚಿನ ಸಂಚಿಕೆಗಳನ್ನು ನೋಡಿ ಹೊಸ ಮಾಹಿತಿಗಳು ಮತ್ತು ವ್ಯಾಖ್ಯೆಗಳನ್ನು ತಿಳಿದುಕೊಂಡಿರಬಹುದು. ಸೈಂಟಿಫಿಕ್ ಅಮೆರಿಕನ್, ಜನವರಿ 2000 ಸಂಚಿಕೆಯಲ್ಲಿ ಪ್ರಕಟವಾದ ಇಯನ್ ಟಟ್ಟೆರ್ಸಾಲ್‌ರವರ ಒಂದೊಮ್ಮೆ ನಾವು ಒಂಟಿಗಳಾಗಿರಲಿಲ್ಲ ಎಂಬ ಲೇಖನದಲ್ಲಿ ನಮ್ಮ ಜೀವಸಂಕುಲಗಳು ಈಗ ಅಳಿದು ಹೋಗಿರುವ ನರವಾನರ (ಹೊಮಿನಿಡ್) ಜೀವಸಂಕುಲಗಳೊಂದಿಗೆ ಹೊಂದಿರುವ ಸಂಬಂಧಗಳ ಬಗ್ಗೆ ಆಸಕ್ತಿದಾಯಕ ಚರ್ಚೆಯಿದೆ.

ಹೆಚ್. ಡಿ. ಸಂಕಲಿಯಾ, ಪ್ರಿಹಿಸ್ಟರಿ ಅಂಡ್ ಪ್ರೊಟೊಹಿಸ್ಟರಿ ಆಫ್ ಇಂಡಿಯ ಅಂಡ್ ಪಾಕಿಸ್ತಾನ್, 2ನೇ ಆವೃತ್ತಿ, ಪುಣೆ, 1974 ಒಂದು ವಿವರವಾದ ವರ್ಣನೆಯುಳ್ಳ ಕೃತಿ. ನಂತರ ನಡೆದಿರುವ ಸಂಶೋಧನೆಗಳು ಮತ್ತು ಉತ್ತಮಗೊಂಡಿರುವ ಕಾಲಾನುಕ್ರಮಣಿಕೆಯಿಂದಾಗಿ ಇದು ಭಾಗಶಃ ಹಳಸಲಾಗಿದೆ. ಬ್ರಿಡ್ಗೆಟ್ ಮತ್ತು ರೇಮಂಡ್

ಅಲ್ಚಿನ್, ದಿ ರೈಸ್ ಆಫ್ ಸಿವಿಲಿರ್ಝೇಶನ್ ಇನ್ ಇಂಡಿಯ ಅಂಡ್ ಪಾಕಿಸ್ತಾನ್, ಭಾರತೀಯ ಆವೃತ್ತಿ, ನವದೆಹಲಿ, 1983, ಸ್ವಲ್ಪ ಹಳೆಯದಾದರೂ ಇನ್ನೂ ಉಪಯುಕ್ತ. ಡಿ.ಪಿ.ಅಗರವಾಲ್‌ರವರ ದಿ ಆರ್ಕ್‌ಯಾಲಜಿ ಆಫ್ ಇಂಡಿಯಾ, ಲಂಡನ್, 1982, ಇದನ್ನು ಕೂಡ ನೋಡಿ. ಬಿ. ಮತ್ತು ಆರ್. ಅಲ್ಚಿನ್ ತಮ್ಮ ಹಿಂದಿನ ಕೃತಿಯನ್ನು ಒಂದು ಹೊಸದಾದ, ಸ್ವಲ್ಪ ಸಣ್ಣದಾದ ಸರ್ವೆ, ಒರಿಜಿನ್ಸ್ ಆಫ್ ಸಿವಿಲಿರ್ಝೇಶನ್: ದಿ ಪ್ರಿಹಿಸ್ಟರಿ ಅಂಡ್ ಅರ್ಲಿ ಅರ್ಕಿಯೊಲೊಜಿ ಆಫ್ ಸೌತ್ ಏಶ್ಯಾ, ನವದೆಹಲಿ, 1997, ಇದರಲ್ಲಿ ಸಮಕಾಲಿಕಗೊಳಿಸಿದ್ದಾರೆ. ಉತ್ತರ ಭಾರತ, ಪಾಕಿಸ್ತಾನ ಮತ್ತು ಅಫಘಾನಿಸ್ತಾನಕ್ಕೆ ಎ.ಹೆಚ್.ದಾನಿಯವರ ಸಂಪಾದಕತ್ವದ ಹಿಸ್ಟರಿ ಆಫ್ ಸಿವಿಲಿರ್ಝೇಶನ್ಸ್ ಆಫ್ ಸೆಂಟ್ರಲ್ ಏಶ್ಯಾ ದಲ್ಲಿನ ಅಧ್ಯಾಯಗಳು (ಬಿ.ಅಲ್ಚಿನ್ ರವರದ್ದೂ ಸೇರಿ) ಒಂದು ಮಧ್ಯ ಏಶ್ಯಾ ಕಣ್ಣೋಟವನ್ನು ಸೇರಿಸುತ್ತವೆ. ಇದಕ್ಕೆ ಪೂರಕವಾಗಿ ವಿ.ಸಿ. ಶ್ರೀವಾಸ್ತವರವರ ದಿ ಪ್ರಿಹಿಸ್ಟೋರಿಕ್ ಅಫಘಾನಿಸ್ತಾನ್: ಎ ಸೋರ್ಸ್ ಬುಕ್, ಅಲಹಾಬಾದ್, 1982, ಇದನ್ನು ನೋಡಬಹುದು. ದಿಲೀಪ್ ಕೆ. ಚಕ್ರಬರ್ತಿ, ಇಂಡಿಯಾ: ಏನ್ ಆರ್ಕಿಯೊಲೊಜಿಕಲ್ ಹಿಸ್ಟರಿ, ನವದೆಹಲಿ, 1999, ಅಧ್ಯಾಯ 2 ಮತ್ತು 3 ಸಮಕಾಲಿಕ ಸಾಮಗ್ರಿಗಳನ್ನು ಮತ್ತು ಆಕರಗಳನ್ನು ಒದಗಿಸುತ್ತದೆ.

ಉಪಖಂಡಕ್ಕೆ ಸಂಬಂಧಪಟ್ಟಂತೆ ಎರಡು ವರ್ಷಗಳಿಗೊಮ್ಮೆ ಪ್ರಕಟವಾಗುವ ಸೌತ್ ಏಶ್ಯನ್ ಅರ್ಕಿಯೊಲೊಜಿಯ ಸಂಪುಟಗಳು (ಇವು ಯುರೋಪಿಯನ್ ಅಸೋಸಿಯೇಶನ್ ಆಫ್ ಸೌತ್ ಏಶ್ಯನ್ ಆರ್ಕಿಯೊಲೊಜಿಸ್ಟ್ಸನ ಕಲಾಪಗಳು) ಪೂರ್ವೇತಿಹಾಸದ ಮೇಲೆ ಬಹಳಷ್ಟು ಶ್ರೀಮಂತ ಸಾಮಗ್ರಿಗಳನ್ನು ಕೊಡುತ್ತವೆ. ಇದಕ್ಕೆ ಸಂಬಂಧಪಟ್ಟಂತೆ ಎರಡು ಪ್ರಮುಖ ಭಾರತೀಯ ಪತ್ರಿಕೆಗಳೆಂದರೆ ಮ್ಯಾನ್ ಅಂಡ್ ಎನ್ವಾಯರ್ನ್‌ಮೆಂಟ್ ಮತ್ತು ಪುರಾತತ್ವ. ಈ ಎರಡನೇ ಪತ್ರಿಕೆಯ ಗುಣಮಟ್ಟ ಒಂದೇ ರೀತಿಯಲ್ಲಿ ಇರುವುದಿಲ್ಲ.

ಪೊಟ್ವಾರ್/ ಪಬ್ಬಿ ಗುಡ್ಡಗಳ ಸಂಸ್ಕೃತಿಯ ಸಂಶೋಧನೆಗಳನ್ನು ಕುರಿತಂತೆ ಮ್ಯಾನ್ ಅಂಡ್ ಎನ್ವಾಯರ್ನ್‌ಮೆಂಟ್ , ಸಂಪುಟ 20, ಸಂಚಿಕೆ 1, ಪುಣೆ, 1995, ಪುಟ 21-28ರಲ್ಲಿ ಪ್ರಕಟವಾದ ಆರ್.ಡಬ್ಲ್ಯು. ಡೆನ್ನೆಲ್‌ರವರ ದಿ ಅರ್ಲಿ ಸ್ಟೋನ್ ಏಜ್ ಆಫ್ ಪಾಕಿಸ್ತಾನ್: ಎ ಮೆಥೊಡೋಲಾಜಿಕಲ್ ರಿವ್ಯೂ ಒಂದು ಉತ್ತಮ ಸಾರಾಂಶ. ಪಾಕಿಸ್ತಾನ್ ಆರ್ಕಿಯೊಲೊಜಿ, ಸಂಚಿಕೆ 23, 1987-88, ಪುಟ 1-42, ಮತ್ತು ಸಂಚಿಕೆ 24, 1989, ಪುಟ 1-20, ಇವುಗಳಲ್ಲಿ ಎಸ್. ಎಂ.ಅಶ್ಫಾಕ್ ಮತ್ತು ಸಲೀಂ ಉಲ್ ಹಕ್ ರವರ ಹಾಗೂ ಬಿ.ಅಲ್ಚಿನ್ ಮತ್ತು ಆರ್.ಡಬ್ಲ್ಯು. ಡೆನ್ನೆಲ್ ರವರ ಲೇಖನಗಳನ್ನೂ ನೋಡಿ. ಜರ್ನಲ್ ಆಫ್ ಸೆಂಟ್ರಲ್ ಏಶ್ಯಾ, ಸಂಪುಟ 20, ಸಂಚಿಕೆ 2, ಇಸ್ಲಾಮಾಬಾದ್, 1997, ಇದರಲ್ಲಿ ಎಂ. ಸಲೀಂ ರವರ ಪೊಟ್ವಾರ್‌ನ ಹಳೆಶಿಲಾಯುಗದ ಸಂಸ್ಕೃತಿಗಳು ಕೂಡಾ ನೋಡಿ.

ಶೊರಾಪುರ್ ದೊಅಬ್‌ನ ಅಲಗು-ಉಪಕರಣ ಉದ್ದಿಮೆಯ ಬಗ್ಗೆ ಎಸ್.ಬಿ. ದೇವ್ ಮತ್ತು ಎಂ.ಕೆ,ಧವಲಿಕರ್ ಸಂಪಾದಕತ್ವದ ಸ್ಟಡೀಸ್ ಇನ್ ಇಂಡಿಯನ್ ಆರ್ಕಿಯೊಲೊಜಿ, ಮುಂಬಯಿ, 1985, ಪುಟ 165-90 ರಲ್ಲಿ ಇರುವ ಕೆ.ಪೆದ್ದಯ್ಯರವರ ಪ್ರಬಂಧವನ್ನು ನೋಡಿ. ಸರಾಯ್ ನಹರ್ ರಾಯ್ ಮತ್ತು ಮಹಾದಹದ ಬಗ್ಗೆ ಜಿ.ಆರ್.ಶರ್ಮ, ವಿ.ಡಿ.ಮಿಶ್ರ ಮತ್ತಿತರರ ಫ್ರಂ ಹಂಟಿಂಗ್ ಅಂಡ್ ಫುಡ್ ಗ್ಯಾದರಿಂಗ್ ಟು ಡೊಮೆಸ್ಟಿಕೇಶನ್ ಆಫ್ ಪ್ಲಾಂಟ್ಸ್ ಅಂಡ್ ಅನಿಮಲ್ಸ್....(ಎಕ್ಸ್‌ಕವೇಶನ್ಸ್ ಅಟ್ ಚೊಪನಿ ಮಂಡೊ, ಮಹದಹ ಅಂಡ್ ಮಹಗರ), ಅಲಹಾಬಾದ್, 1980 ನೋಡಿ. ಮಹಾದಹದಲ್ಲಿನ ಮಾನವ ಅಸ್ಥಿಪಂಜರಗಳ ಬಗ್ಗೆ ಪುಟ 86-98ರಲ್ಲಿ ವರ್ಣಿಸಲಾಗಿದೆ.

ವಿವಿಧ ಶಿಲಾ ತಂತ್ರಜ್ಞಾನಗಳ ಬಗ್ಗೆ ಎ.ಕೆ.ಬಾಗ್(ಸಂ.), ಹಿಸ್ಟರಿ ಆಫ್ ಟೆಕ್ನಾಲಜಿ ಇನ್ ಇಂಡಿಯ, ಸಂಪುಟ 1, ನವದೆಹಲಿ, 1997, ಪುಟ 1–27ರಲ್ಲಿ ವಿದುಲ ಜಯಸ್ವಾಲ್ ರವರ ಒಂದು ಉಪಯೋಗೀ ವಿವರಣಾ ಅಧ್ಯಾಯ ಇದೆ.

ಯಶೋಧರ ಮಠಪಲ್, ಪ್ರಿಹಿಸ್ಟೋರಿಕ್ ರಾಕ್ ಪೈಂಟಿಂಗ್ಸ್ ಆಫ್ ಭಿಂಬೆಟ್ಕ, ಸೆಂಟ್ರಲ್ ಇಂಡಿಯಾ, ನವದೆಹಲಿ, 1984, ಭಿಂಬೆಟ್ಕದಲ್ಲಿನ ಚಿತ್ರಗಳ ಕರಾರುವಾಕ್ಕಾದ ಪ್ರತಿಗಳನ್ನು ವಿವರವಾದ ತಾಂತ್ರಿಕ ಮಾಹಿತಿಗಳೊಂದಿಗೆ ಕೊಡುತ್ತದೆ.

ಗ್ರೆಗರಿ ಎಲ್. ಪೊಸೆಹ್ಲ್ ರವರ ರೇಡಿಯೊಕಾರ್ಬನ್ ಡೇಟ್ಸ್ ಫಾರ್ ಸೌತ್ ಏಶ್ಯನ್ ಆರ್ಕಿಯೊಲೊಜಿ, ಪೆನ್ಸಿಲ್ವೇನಿಯ ವಿಶ್ವವಿದ್ಯಾಲಯ, ಪೆನ್ಸಿಲ್ವೇನಿಯ, 1989 ಒಂದು ಮಹತ್ವದ ನೆರವು.

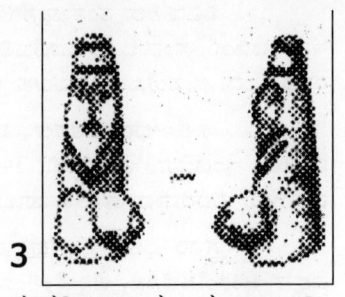

3 ನವಶಿಲಾಯುಗ ಕ್ರಾಂತಿ: ವ್ಯವಸಾಯ ಹಾಗೂ ಪ್ರಾಣಿಸಾಕಣೆಯ ಪ್ರವೇಶ

3.1 ನವಶಿಲಾಯುಗದ ಕ್ರಾಂತಿಯ ಅರ್ಥ

ಮಾನವ ಪ್ರಾರಂಭಿಕ ಕಾಲದಲ್ಲಿ ಶಿಲಾ ಉಪಕರಣಗಳನ್ನು ಒಂದು ಕಲ್ಲಿನಿಂದ ಇನ್ನೊಂದು ಕಲ್ಲಿಗೆ ಹೊಡೆದು ತಯಾರಿಸುತ್ತಿದ್ದ. ಈ ಕಾರಣಕ್ಕೆ ಅವು ಗಡುಸು, ಒರಟಾದ ಹಾಗೂ ಅಸಮ ಮೇಲ್ಮೈ ಪಡೆದಿರುತ್ತಿದ್ದವು. ಬಹಳ ತಡವಾದ ಹಂತದಲ್ಲಿಯೇ, ಒಂದು ಕಲ್ಲನ್ನು ಇನ್ನೊಂದು ಕಲ್ಲಿಗೆ ಉಜ್ಜುವ ಅಥವಾ ಗಡುಸು ಕಲ್ಲಿನ ಮೇಲೆ ಮೆದು ಕಲ್ಲನ್ನು ತಿರುಗಿಸುವ ಮೂಲಕವೂ ಪರಿಕರಗಳನ್ನು ಮಾನವ ತಯಾರಿಸ ತೊಡಗಿದ. ಪರಿಣಾಮವಾಗಿ ಇವು ನಯವಾದ ಮೇಲ್ಮೈ ಹಾಗೂ ದುಂಡು ಮತ್ತು ಸಮಪ್ರಮಾಣಗಳುಳ್ಳ ರೂಪ ಪಡೆದವು (ಚಿತ್ರ3.1). ಅವುಗಳಿಗೆ ಹೆಚ್ಚು ಚೂಪಾದ ತುದಿಯನ್ನು ನೀಡಲು ಕೂಡಾ ಸಾಧ್ಯವಾಯಿತು. ಉದ್ದವಾದ ನಯವಾದ ಪಕ್ಕೆಯನ್ನು ಪಡೆದ ಕೊಡಲಿಯಾಗಿರಲಿ ಅಥವಾ ತೋಡು ಕಟ್ಟಿಗೆಗಳಾಗಿರಲಿ ಅಥವಾ ಬಾಣದ ತುದಿಗಳೇ ಆಗಿರಲಿ, ಹಿಂದಿನ ಹಳೆಶಿಲಾಯುಗ ಹಾಗೂ ಮಧ್ಯಶಿಲಾಯುಗದ ಉಪಕರಣಗಳಿಗಿಂತ ಸಾಮಾನ್ಯವಾಗಿ ಬಹಳ ಹೆಚ್ಚು ಪರಿಣಾಮಕಾರಿಯಾಗಿದ್ದವು. ಈ ನವಶಿಲಾಯುಗದ ಉಪಕರಣಗಳು ಮಾನವನ ಭೌತಿಕ ಜೀವನದಲ್ಲಿ ಬಹಳ ಮುಖ್ಯ ಬದಲಾವಣೆಯೊಂದಿಗೆ ಬಂದವು ಎಂದು ಹೆಸರಾಂತ ಪುರಾತತ್ವಶಾಸ್ತ್ರಜ್ಞ ವಿ.ಗೋರ್ಡಾನ್ ಚೈಲ್ಡರವರು (1892–1957) ಗುರುತಿಸಿದ್ದಾರೆ. ಈ ನಯಗೊಳಿಸಿದ ಪರಿಕರಗಳು ಧಾನ್ಯಗಳ ಕವಚವನ್ನು ತೆಗೆಯಲು, ಅವುಗಳನ್ನು ಕುಟ್ಟಲು, ಉಜ್ಜಲು ಬಳಸುವ ಪರಿಕರಗಳಿಂದಲೇ ಅಭಿವೃದ್ಧಿಯಾಗಿರಬಹುದು. ಅಧ್ಯಾಯ 2.4ರಲ್ಲಿ ಕುಟ್ಟಿ ಪುಡಿಮಾಡುವ ಹಾಗೂ ಬೀಸುವ (ತಿರುವುವ) ಶಿಲಾ ಪರಿಕರಗಳನ್ನು ನಾವು ಪ್ರಸ್ತಾಪಿಸಿದ್ದೇವೆ. ಇವು ಸರಾಯ್ ನಹರ್ ರಾಯ್ ಹಾಗೂ ಮಹಾದಹದಲ್ಲಿ (ಕ್ರಿ ಪೂ 8,000 ಕಾಲಮಾನದವು) ಪತ್ತೆಯಾಗಿವೆ. ಇವುಗಳನ್ನು ಕಾಡು ಧಾನ್ಯಗಳನ್ನು

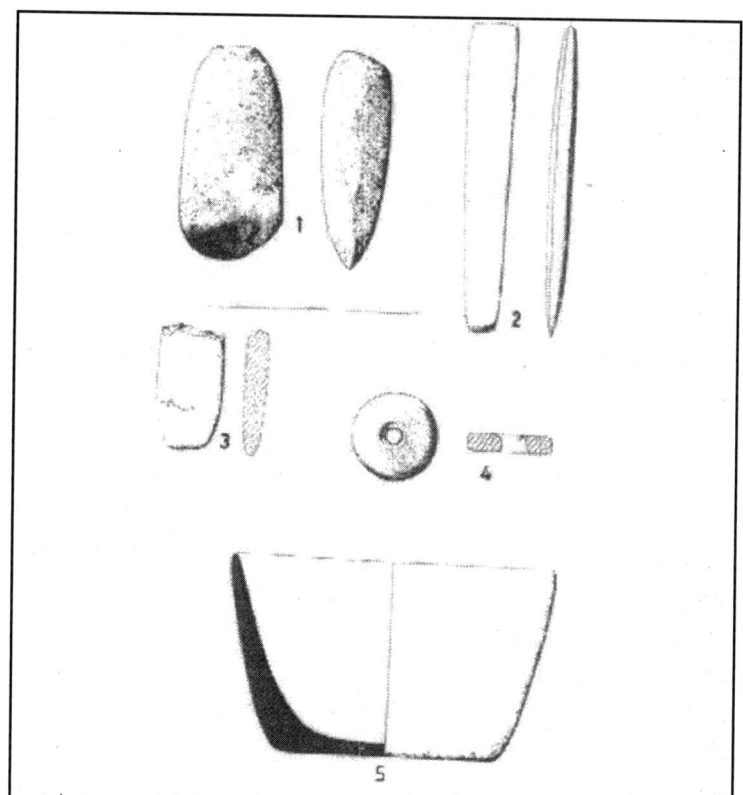

ಚಿತ್ರ 3.1 : ನವ ಶಿಲಾಯುಗದ ಉಪಕರಣಗಳು : ಮೆಹರಘಡ, ಅವಧಿ 1 ರ ಅರೆಯುವ ಕಲ್ಲಿನ ಹಸ್ತಕೃತಿಗಳು 1) ಕೊಡಲಿ, 2) ಅಲಗು, 3) ಅಗಲವಾದ ಅಲಗು, 4) ಉಂಗುರ, 5) ಒರಳು (ಜೆ.ಎಫ್. ಜಾರಿಗ್ ರಿಂದ)

ಅರೆಯಲು ಬಳಸಲಾಗುತ್ತಿತೆಂದು ತೋರುತ್ತದೆ (ಪಶ್ಚಿಮ ಏಷಿಯದಲ್ಲಿ ದೊರೆತ ಒರಳು ಹಾಗೂ ಒನಕೆಗಳ ಕಾಲ ಕ್ರಿ ಪೂ 9,000ಕ್ಕೂ ಹಿಂದೆ). ಕುಟ್ಟಿ ಪುಡಿ ಮಾಡುವ ಹಾಗೂ ಬೀಸುವ ಪರಿಕರಗಳೆರಡರಲ್ಲೂ ಕಲ್ಲಿನ ಮೇಲ್ಮೈಗೆ ಇನ್ನೊಂದು ಕಲ್ಲು ತಾಕುವ ಸ್ಥಳದಲ್ಲಿ ಉಜ್ಜುವ ಮೂಲಕ ನಯಗೊಂಡಿರಬಹುದು. ಇದು ಉಪಕರಣಗಳನ್ನು ತಯಾರಿಸುವವರಿಗೆ ಪೂರ್ಣ ಮೇಲ್ಮೈಯನ್ನು ನಯಗೊಳಿಸುವ ಸಾಧ್ಯತೆಯನ್ನು ಸೂಚಿಸಿರ ಬಹುದು.

ಒಮ್ಮೆ ನವಶಿಲಾಯುಗದ ಉಪಕರಣಗಳನ್ನು ತಯಾರಿಸಲು ಆರಂಭವಾಯಿತೆಂದರೆ, ಅವುಗಳ ಬಳಕೆಯಿಂದ ಭೂಮಿ ಉಳುಮೆ ಸುಲಭವಾಗುತ್ತದೆ ಎಂದು ಚೈಲ್ಡ್ ವಾದಿಸುತ್ತಾರೆ. ಇದು ಮಾನವರು (ಬಹುಶಃ ಹೆಂಗಸರು, ಏಕೆಂದರೆ

ಲಿಂಗಾಧಾರಿತ ಶ್ರಮ ವಿಭಜನೆಯಲ್ಲಿ ಅವರು ಧಾನ್ಯ ಮತ್ತು ಬೇರುಗಳನ್ನು ಸಂಗ್ರಹಿಸುತ್ತಿದ್ದರೆ, ಗಂಡಸರು ಬೇಟೆಯಾಡುತ್ತಿದ್ದರು) ತಾವು ಆಹಾರ ಸರಬರಾಜಿಗೆ ಕಾಡು ಧಾನ್ಯಗಳ ಸಂಗ್ರಹಕ್ಕೆ ಸೀಮಿತವಾಗುವ ಅಗತ್ಯವಿಲ್ಲವೆಂತಲೂ, ಬೀಜವನ್ನು ನೆಲಕ್ಕೆ ಹಾಕುವ ಮೂಲಕ ಆಹಾರ ಸರಬರಾಜನ್ನು ತಾವೇ ವೃದ್ಧಿಸಿಕೊಳ್ಳ ಬಹುದೆಂದು ಕಂಡುಕೊಂಡಾಗ ಇದು ಪ್ರಾರಂಭವಾಗುತ್ತದೆ. ನಯಗೊಳಿಸಿದ ಶಿಲಾಕೊಡಲಿಗಳು ಹಿಂದಿನ ಗಡಸು ಪರಿಕರಗಳಿಗಿಂತ ಹೆಚ್ಚು ಪರಿಣಾಮಕಾರಿಯಾಗಿ ಮರಗಳನ್ನು ಕಡಿಯಲು ಸಹಾಯಕವಾಗಿದ್ದವು ಮತ್ತು ಚೂಪಾದ ಕಲ್ಲಿನ ಅಗೆಯುವ ತುದಿ (ಪ್ರಾಚೀನ ಗುದ್ದಲಿಗಳಾಗಿ) ಬೀಜಗಳನ್ನು ಹಾಕಲು ನೆಲವನ್ನು ಹೆಚ್ಚು ನಯ ಮಾಡಲು ಸಹಾಯಕವಾಗಿತ್ತು. ನಯವಾದ ಮತ್ತು ಚೂಪಾದ ಭಲ್ಲೆ ಮತ್ತು ಬಾಣದ ತುದಿಗಳು ಬೇಟೆಯನ್ನು ಸುಲಭವಾಗಿಸಿದವು. ಹೀಗಾಗಿ ಬೇಟೆಗಾರರು ಬೇಟೆಯಲ್ಲಿ ಕ್ರಮಿಸಬೇಕಾದ ದೂರ ಕಡಿಮೆಯಾಯಿತು.

ನವಶಿಲಾಯುಗದ ತಂತ್ರಜ್ಞಾನಕ್ಕೆ ಸೇರಿದ್ದೆಂದು ನೇರವಾಗಿ ಹೇಳಲಾಗದ, ಆದರೆ ಕೃಷಿಗೆ ಸಂಬಂಧಿಸಿದ ಇನ್ನೂ ಹಲವು ಬೆಳವಣಿಗೆಗಳನ್ನು ನಾವು ಗಮನಿಸ ಬಹುದು. ವ್ಯವಸಾಯ ಹೆಚ್ಚು ಹೆಚ್ಚು ಹರಡಿದಂತೆ ಪಶುಸಂಗೋಪನೆಗೆ ಗಟ್ಟಿಯಾದ ತಳಹದಿಯೊಂದು ಒದಗಿಬಂತು. ಉತ್ತುಬಿಟ್ಟ ಮೇಲೆ ಉಳಿದ ಕೂಳೆಗಳು ಜಾನುವಾರುಗಳಿಗೆ ಮೇವಾಗಿ ಲಭ್ಯವಾದವು. ಪಶುಸಂಗೋಪನೆ ಹೆಚ್ಚು ಹಾಲು, ಮಾಂಸವನ್ನು ಒದಗಿಸುವ ಮೂಲಕ ಬೇಟೆಯ ಮೇಲಿನ ಅವಲಂಬನೆಯನ್ನು ಕಡಿಮೆಯಾಗಿಸಿತು. ಆಹಾರ ಸರಬರಾಜು ಹೆಚ್ಚುವುದರೊಂದಿಗೆ ಮಾನವನ ಜನಸಂಖ್ಯೆ ಹೆಚ್ಚಿತು ಹಾಗೂ ಹಳ್ಳಿಯಲ್ಲಿ ವಾಸಿಸುವ, ಕೃಷಿ ಸಮುದಾಯಗಳು ಉದಯಗೊಳ್ಳಲು ಈಗ ಸಾಧ್ಯವಾಗಿತ್ತು. ಈ ಸಮುದಾಯಗಳು ಕಾಲಾಂತರದಲ್ಲಿ ಮಿಗುತಾಯವನ್ನು ಉತ್ಪಾದಿಸ ಬಲ್ಲವಾಗಿದ್ದವು. ಅಂದರೆ ಉತ್ಪಾದಕರು ತಮ್ಮ ಕನಿಷ್ಟ ಆಹಾರಗಳ ಅಗತ್ಯಕ್ಕಿಂತ ಹೆಚ್ಚು ಉತ್ಪಾದಿಸ ತೊಡಗಿದ್ದರು. ಜೇಡಿ ಮತ್ತು ಮಣ್ಣಿನ ರಚನೆಗಳು ಧಾನ್ಯ ಸಂಗ್ರಹವನ್ನು ಸಾಧ್ಯವಾಗಿಸಿದ್ದವು. ಇಂತಹ ಮಿಗುತಾಯವನ್ನು ನಂತರ ಉತ್ಪಾದಕರಲ್ಲದವರೂ, ಬಲವಂತದಿಂದ ತಮ್ಮ ಹಕ್ಕನ್ನು ಸ್ಥಾಪಿಸಿ ತಮ್ಮದಾಗಿಸಿ ಕೊಂಡಿರಲೂ ಬಹುದು. ಕಾಲ ಕಳೆದಂತೆ ಈ ಹಕ್ಕನ್ನು ಪಂಥಗಳು ಮತ್ತು ಸಂಪ್ರದಾಯಗಳ ಮೂಲಕ ದೃಢಗೊಳಿಸಿರಬಹುದು. ಈ ರೀತಿ ಮಿಗುತಾಯ ಸ್ವಾಧೀನದ ಮೂಲಕ ಈಗ ವರ್ಗಗಳು, ಖಾಸಗಿ ಆಸ್ತಿ ಮತ್ತು ಪ್ರಭುತ್ವ ಕಾಣಿಸಿಕೊಳ್ಳಲಾರಂಭಿಸಿದವು.

ಇವೆಲ್ಲವೂ ಯಾವುದನ್ನು ಗೋರ್ಡನ್ ಚೈಲ್ಡ್ ನವಶಿಲಾಯುಗದ ಕ್ರಾಂತಿ ಎಂದು ಕರೆದರೋ ಅದರ ಭಾಗವಾಗಿದ್ದವು. ಅವರ ನಂತರ ಹೊಸ ಸಾಕ್ಷಿಗಳು ಸಂಗ್ರಹವಾಗಿದ್ದು, ನಮ್ಮ ಉಪಖಂಡವೂ ಸಹ ಹೇಗೆ ಈ ಪ್ರಕ್ರಿಯೆಯಲ್ಲಿ ಪಾಲುಗೊಂಡಿತು ಎಂಬುದನ್ನು ಹೆಚ್ಚು ಸ್ಪಷ್ಟವಾಗಿ ನಾವು ಇಂದು ನೋಡಬಹುದು. ಸಿಂಧೂ ತಪ್ಪಲಿನ ಪಶ್ಚಿಮ ಅಂಚಿನಲ್ಲಿರುವ ಮೆಹರ್‌ಘಡ್‌ನ (ಬಲೂಚಿಸ್ತಾನ)

ನಿವೇಶನಗಳಲ್ಲಿ ಈ ಕ್ರಾಂತಿಯ ಮುಖ್ಯ ಘಟನೆಗಳನ್ನು ಗುರುತಿಸಬಹುದು. ಮೆಹರ್‌ಘಡದಲ್ಲಿ ಈ ಬದಲಾವಣೆಗಳ ಕಾಲಮಾನ ಕ್ರಿ ಪೂ 7,000 ದಿಂದ ಕ್ರಿ ಪೂ 3.800. ಚೈಲ್ಡರ ನವಶಿಲಾಯುಗ ಕ್ರಾಂತಿಯ ಸಿದ್ಧಾಂತದ ವಿಮರ್ಶಕರು ಈ ಕ್ರಾಂತಿ ಹೆಚ್ಚು ಸಮಯ ತೆಗೆದುಕೊಂಡುದರ ಬಗೆಗೆ ಗಮನ ಸೆಳೆಯುತ್ತಾ 'ಕ್ರಾಂತಿ' ಎಂಬ ಪದದ ಬಳಕೆಯ ಉಪಯುಕ್ತತೆಯನ್ನು ನಿರಾಕರಿಸುತ್ತಾರೆ. ಏಕೆಂದರೆ 'ಕ್ರಾಂತಿ' ಎಂಬುದು ಅಲ್ಪ ಕಾಲಾವಧಿಯಲ್ಲಿ ಆಗುವ ಭಾರೀ ಬದಲಾವಣೆಗಳನ್ನು ಸೂಚಿಸುತ್ತದೆ. ಮೆಹರ್‌ಘಡದಲ್ಲಿ ಇದು ತೆಗೆದು ಕೊಂಡ ಕಾಲ ಸುಮಾರು ಮೂರುಸಾವಿರ ವರ್ಷಗಳು. ಆದರೆ ನಾವು ನವಶಿಲಾಯುಗದ ಕ್ರಾಂತಿ ಕಂಡ ಬದಲಾವಣೆಯ ವೇಗವನ್ನು ಹಿಂದಿನ ಬದಲಾವಣೆಗಳ ವೇಗದೊಂದಿಗೆ ಹೋಲಿಸುವುದು ಹೆಚ್ಚು ಸಮಂಜಸ. ಭಾರತದ ಬಹುಭಾಗದಲ್ಲಿ ಅತಿ ಸಣ್ಣ ಶಿಲಾ ಉಪಕರಣಗಳ ಮಧ್ಯಶಿಲಾಯುಗದ ಕಾಲಮಾನ ಸುಮಾರು 25,000 ವರ್ಷದಷ್ಟು ದೀರ್ಘವಾಗಿತ್ತು. ಈ ಕಾಲದಾದ್ಯಂತ ಮಾನವರು ಮೂಲಭೂತವಾಗಿ ಆಹಾರ ಶೇಖರಣೆಗಾರರಾಗಿ ಹಾಗೂ ಬೇಟೆಗಾರರಾಗಿಯೇ ಉಳಿದಿದ್ದರು. ನವಶಿಲಾಯುಗದ ಪರಿಕರಗಳು ಪಾಕಿಸ್ತಾನದ ಪಶ್ಚಿಮ ಅಂಚಿನಲ್ಲಿ ಕ್ರಿ.ಪೂ 7,000ದಿಂದ ಕಂಡುಬಂದಂದಿನಿಂದ ಈ ಬದಲಾವಣೆಗಳು ತೆಗೆದುಕೊಂಡ ಕಾಲ ಸುಮಾರು 3 ಸಾವಿರ ವರ್ಷಗಳು ಮಾತ್ರ. ಹಿಂದಿನ ಬದಲಾವಣೆ ತೆಗೆದುಕೊಂಡ ಕಾಲಮಾನದ ಎಂಟನೆಯ ಒಂದು ಭಾಗದ ಕಾಲವೇ ಈ ಹೊಸ ಬದಲಾವಣೆಗಳಿಗೆ ಸಾಕಾಯಿತು. ಸಾಪೇಕ್ಷವಾಗಿ ನವಶಿಲಾಯುಗ ಹಂತದ ಈ ಕಡಿಮೆ ಕಾಲಮಾನ, ಮಾನವನ ಸಾಮಾಜಿಕ ಜೀವನದಲ್ಲಿ ಅಂದು ಉಂಟುಮಾಡಿದ ಅಪಾರ ಬದಲಾವಣೆಗಳು ಅದನ್ನು ಕ್ರಾಂತಿ ಎಂಬ ಪದಕ್ಕೆ ಅರ್ಹಗೊಳಿಸುತ್ತವೆ.

3.2 ಪಶ್ಚಿಮದ ಗಡಿಪ್ರದೇಶದಲ್ಲಿ ಮೊದಲ ಕೃಷಿ ಸಮುದಾಯಗಳು, ಕ್ರಿ.ಪೂ. 7,000 ದಿಂದ–4,000ವರೆಗೆ

ನವಶಿಲಾಯುಗದ ತಂತ್ರಗಳನ್ನು ಮೊದಲು ಸಿರಿಯಾ ಹಾಗೂ ಪ್ಯಾಲೆಸ್ಟೈನಿನಲ್ಲಿನ ನತುಫಿಯನ್ ಜನರು ಕ್ರಿ ಪೂ 10,000 ದಿಂದ 8,500ರ ಮಧ್ಯ ಕಾಲದಲ್ಲಿ ಬಳಸುತ್ತಿದ್ದರು ಎಂದು ಹೇಳಲಾಗುತ್ತದೆ. ಈ ತಂತ್ರಗಳು, ಉತ್ತರ ಅಫಘಾನಿಸ್ತಾನದಲ್ಲಿನ ಘರ್–ಇ–ಅಸ್ಪ್ ಅಥವಾ ಅಕ್ ಕುಪ್ರುಕ್ II ನಲ್ಲಿ ದೊರೆತ ಕುಂಬಾರಿಕೆ ಪೂರ್ವ ನವಶಿಲಾಯುಗದ ಪರಿಕರಗಳ ಕಾರ್ಬನ್ ಕಾಲಮಾನ ನಿಗದಿಯ ಆಧಾರದ ಮೇಲೆ ಹೇಳುವುದಾದರೆ, ಕ್ರಿ ಪೂ 10,000 ವರ್ಷಗಳಷ್ಟು ಹಿಂದೆಯೇ ಭಾರತೀಯ ಉಪಖಂಡದ ಕದ ತಟ್ಟುತ್ತಿದ್ದವು. ಹೆಚ್ಚು ಖಚಿತ ಕಾಲಮಾನ ಕ್ರಿ ಪೂ 7,500 ಇರಬಹುದೆಂದು ಘರ್–ಇ–ಮಾರ್ ಅಥವಾ ಅಕ್ ಕುಪ್ರುಕ್–I ನಲ್ಲಿ ಪಡೆದ ಕಾಲಮಾನ ಸೂಚಿಸುತ್ತದೆ. ಇಲ್ಲಿ ಈ ಕಾಲಕ್ಕಾಗಲೇ ಕುರಿ ಹಾಗೂ ಮೇಕೆಗಳನ್ನು

ಸಾಕಿದ ಸಾಕ್ಷಿಗಳು ದೊರೆಯುತ್ತವೆ. ನವಶಿಲಾಯುಗದ ತಂತ್ರಗಳು ಅಫಘಾನಿಸ್ತಾನದಾದ್ಯಂತ ಹರಡಿ ಅವುಗಳ ಸಿಂಧೂ ಬಯಲಿನ ಪ್ರವೇಶಕ್ಕೆ ರಂಗ ಸಿದ್ಧವಾಗಿತ್ತು. ಬಲೂಚಿಸ್ತಾನದ ಪ್ರಖ್ಯಾತ ಬೋಲನ್ ಪಾಸ್ ಕೆಳಗೆ, ಆದರೆ ಭೌಗೋಳಿಕವಾಗಿ ಸಿಂಧೂ ತಪ್ಪಲಿನಲ್ಲಿರುವ ಕಚ್ಚಿ ಬಯಲಿನಲ್ಲಿ ಮೆಹರ್‌ಘಡ ಇದೆ. ಈ ಮೆಹರ್‌ಘಡ ನವಶಿಲಾಯುಗದ ಕ್ರಾಂತಿಯ ಸುಮಾರಾಗಿ ಪ್ರತಿಯೊಂದು ಹಂತವನ್ನೂ ಕಂಡಿದೆ.

ಕ್ರಿ ಪೂ 7,000 ದಿಂದ ಕ್ರಿ ಪೂ 5,000 ವರ್ಷಗಳ (ಕಾರ್ಬನ್-14 ಕಾಲಮಾನ ಸೂಚಿಸುವಂತೆ) ಪ್ರಾರಂಭಿಕ ಹಂತ ಅಥವಾ ಕಾಲಮಾನ (ಮೆಹರ್‌ಘಡ I) ರಲ್ಲಿ ಈ ಹಳ್ಳಿಯ ಜನರು ಹಳ್ಳಿಗಳಲ್ಲಿ ನಿಗದಿತ ಗಾತ್ರದ, ಬಿಸಿಲಿನಲ್ಲಿ ಒಣಗಿಸಿದ ಮಣ್ಣಿನ ಇಟ್ಟಿಗೆಗಳಿಂದ ಕಟ್ಟಿದ ಮನೆಗಳಲ್ಲಿ ವಾಸಿಸುತ್ತಿದ್ದರು. ಮನೆಗಳನ್ನು ಸಣ್ಣ ಸಣ್ಣ ಕೋಣೆಗಳಾಗಿ ವಿಭಜಿಸಲಾಗುತ್ತಿತ್ತು. ಅಲ್ಲಿ ಬೆಂಕಿಗೆ ನಿರ್ದಿಷ್ಟ ಸ್ಥಳಗಳಿದ್ದವು (ಚಿತ್ರ 3.2) ದೊಡ್ಡ ನಿರ್ಮಾಣಗಳಲ್ಲಿ ಕೆಲವು ಗೋದಾಮುಗಳಾಗಿರುವ ಸಾಧ್ಯತೆ ಇದೆ.

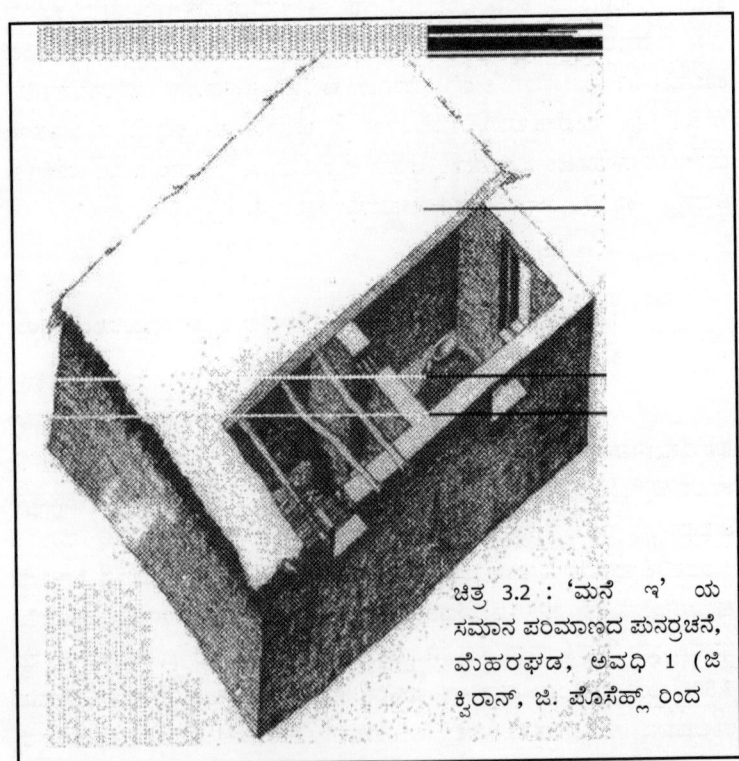

ಚಿತ್ರ 3.2 : 'ಮನೆ ಇ' ಯ ಸಮಾನ ಪರಿಮಾಣದ ಪುನರ್ರಚನೆ, ಮೆಹರಘಡ, ಅವಧಿ 1 (ಜಿ ಕ್ವಿರಾನ್, ಜಿ. ಪೊಸೆಹ್ಲ್ ರಿಂದ

ಬೀಜಗಳು ದೊರೆತಿರುವುದರಿಂದ ಕೃಷಿಯ ಆಸ್ತಿತ್ವವು ಖಚಿತವಾಗಿದೆ. ದೊರೆತ ಧಾನ್ಯಗಳಲ್ಲಿ ಮುಖ್ಯವಾದದು ಆರು ಸಾಲುಗಳ ತೆರೆದ ಬಾರ್ಲಿ. ಅಲ್ಲದೆ ಬಾರ್ಲಿಯ ಉಪ–ಸಂಕುಲಗಳು ಹಾಗೂ ಎನಿಕಾರ್ನ್, ಎಮರ್ ಮುಂತಾದ ಗೋದಿಯ ಉಪಸಂಕುಲಗಳ ಬೀಜಗಳು ಅಲ್ಪ ಪ್ರಮಾಣದಲ್ಲಿ ದೊರೆತಿವೆ. ಇಂತಹ ಧಾನ್ಯ ವ್ಯವಸಾಯ ಬಹುಶಃ ಪಶ್ಚಿಮ ಏಷಿಯಾದಿಂದಲೇ ಹರಡಿರಬಹುದು. ವ್ಯವಸಾಯವು ಪಶುಸಂಗೋಪನೆಗೆ ಪ್ರಚೋದಕವಾದಂತೆ ಕಾಣುತ್ತದೆ. ಮೇಕೆಗಳನ್ನು ಆಗಲೇ ಸಾಕಲಾಗುತ್ತಿತ್ತು ಮತ್ತು ಡುಬ್ಬದ ಎತ್ತುಗಳನ್ನು (ಭಾರತಕ್ಕೆ ವಿಶಿಷ್ಟವಾದ ಅಥವಾ ಜೆಬು ಹೋರಿಗಳು ಮತ್ತು ಹಸುಗಳನ್ನು) ಮತ್ತು ಕುರಿಗಳನ್ನು ಸಾಕಾಣಿಕೆಗಾಗಿ ಪಳಗಿಸುವುದು ಚಾಲ್ತಿಯಲ್ಲಿತ್ತು. ಅವುಗಳನ್ನು ಕಾಡಿನಿಂದ ಹಿಡಿದು ತಂದು ಪಳಗಿಸಲಾಗುತ್ತಿತ್ತು. ಇನ್ನೂ ಸಾಕಾಣಿಕೆ ಮಾಡಿಲ್ಲದ ಕೋಣಗಳನ್ನೂ ಒಳಗೊಂಡು ಹಲವು ಕಾಡುಪ್ರಾಣಿಗಳು ಈಗಲೂ ಆಹಾರದ ಮುಖ್ಯ ಭಾಗವಾಗಿದ್ದವು, ಅದರಿಂದಾಗಿ ಬೇಟೆ ಇನ್ನೂ ಪ್ರಮುಖ ವೃತ್ತಿಯಾಗಿತ್ತು.

ಈ ನಿವೇಶನವು ಕುಟ್ಟುವ, ಹೆರೆಯುವ, ಬೀಸುವ ಉಪಕರಣಗಳನ್ನೂ ಒಳಗೊಂಡ ಹಲವು ವೈವಿಧ್ಯಮಯ ನವಶಿಲಾಯುಗದ ಪರಿಕರಗಳನ್ನು ಹೊಂದಿತ್ತು (ಚಿತ್ರ 3.1). ಇವುಗಳೊಂದಿಗೆ ಚಕ್ಕೆ ಏಳಿಸಿದ ಕಲ್ಲಿನ ಅಲಗು, ಹಲವು ಮೂಳೆಯ ಉಪಕರಣಗಳು ಸಹ ಪತ್ತೆಯಾಗಿವೆ. ಈ ಸ್ತರಗಳ ಮರುಪರಿಶೀಲನೆ ಮೊದಲ ಹಂತ ಅಥವಾ ಕಾಲಮಾನ I ಮಡಕೆರಹಿತ ಹಂತ ಎಂದು ಸೂಚಿಸುತ್ತದೆ. ಜೊಂಡಿನಿಂದ ಬುಟ್ಟಿ ಹೆಣೆದಿರುವ, ಉಣ್ಣೆಯಿಂದ ಅಥವಾ ಪ್ರಾಣಿಗಳ ಕೂದಲಿನಿಂದ ಬಟ್ಟೆ ನೇಯ್ದ ಗುರುತುಗಳು ದೊರೆಯತ್ತವೆ. ಸತ್ತವರನ್ನು ಹೂಳಲಾಗುತ್ತಿತ್ತು ಹಾಗೂ ಅವರೊಂದಿಗೆ ಸಾಬೂನುಗಲ್ಲಿನ ಮಣಿಗಳ ಆಭರಣ ಮತ್ತು ಶಂಖುವಿನ ಬಳೆಗಳನ್ನು ಸಹ ಹೂಳಲಾಗಿದೆ. ಈ ಕರಕುಶಲ ವಸ್ತುಗಳು ಮತ್ತು ಬೃಹತ್ ಶೇಖರಣಾ ಅನುಕೂಲತೆ ಸಾಮಾಜಿಕ ತಾರತಮ್ಯದ ಇರುವಿಕೆಯನ್ನು ಸೂಚಿಸುತ್ತದೆ. ಶ್ರೀಮಂತರು ಹಾಗೂ ಬಲಾಢ್ಯರು ಮಿಗುತಾಯಲ್ಲಿ ದೊಡ್ಡ ಭಾಗ ಪಡೆಯುತ್ತಿದ್ದರು ಹಾಗೂ ಅದನ್ನು ಬಳಸಿ ಇತರರಿಗಿಂತ ಹೆಚ್ಚು ಬೆಲೆಯುಳ್ಳ ಕರಕುಶಲ ವಸ್ತುಗಳನ್ನು ಪಡೆಯುತ್ತಿದ್ದರು. ಹೀಗೆ ವ್ಯವಸಾಯದ ಉತ್ಪನ್ನ ಕೇವಲ ಪಶುಸಂಗೋಪನೆಗೆ ಮಾತ್ರವಲ್ಲದೆ ಕೈಕಸುಬುಗಳಿಗೂ ಪ್ರೋತ್ಸಾಹಕವಾಗಿ ಪರಿಣಮಿಸಿತು.

ಕ್ರಿ ಪೂ ಐದನೇ ಸಹಸ್ರಮಾನದಲ್ಲಿ (ಕ್ರಿ ಪೂ 5,000 ದಿಂದ 4,000) ಮೆಹರ್‌ಘಡ ಕಾಲಮಾನ II ರ ಮೂಲಕ ಹಾದು ಹೋಯಿತು. ಈ ಕಾಲದ ಜನರು ಬಹುಶಃ ಕಾಲ I ರ ಜನರೇ ಆಗಿದ್ದರು. ಪ್ರಮುಖ ಬದಲಾವಣೆಗಳ ನಡುವೆಯೂ ಹಲವು ನಿರಂತರತೆಗಳು ಇರುವುದು ಇದನ್ನೇ ಸೂಚಿಸುತ್ತದೆ. ಮನೆಗಳನ್ನು ಮಣ್ಣಿನ ಇಟ್ಟಿಗೆಗಳಿಂದ ಕಟ್ಟುವುದು ಮುಂದುವರೆಯಿತು, ಆದರೆ ಇಟ್ಟಿಗೆಗಳು ಈಗ ವೈವಿಧ್ಯಮಯ ಗಾತ್ರಗಳಲ್ಲಿದ್ದವು. ಧಾನ್ಯ ಸಂಗ್ರಹಕ್ಕಾಗಿ ಇರುವಂತೆ ಕಾಣುವ ನಿರ್ಮಾಣಗಳ ಗಾತ್ರ ದೊಡ್ಡದಾಯಿತು. ಇದು ಇನ್ನಷ್ಟು ಕೃಷಿ ಅಭಿವೃದ್ಧಿಯ ಸಾಕ್ಷಿಗಳಿಗೆ

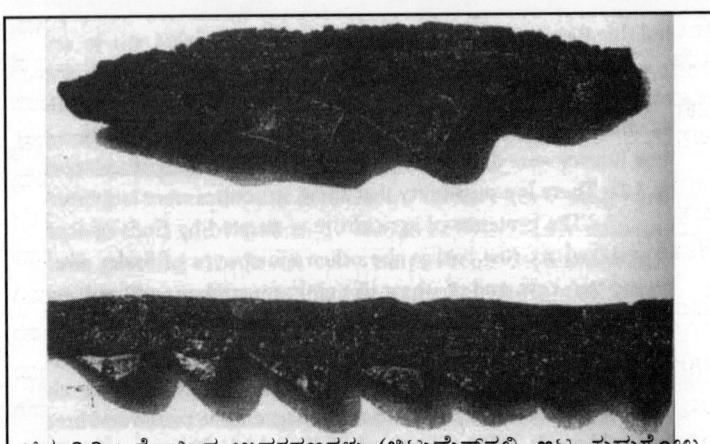

ಚಿತ್ರ 3.3 : ಕೊಯ್ಲಿನ ಉಪಕರಣಗಳು (ಬಿಟುಮೆನ್‌ನಲ್ಲಿ ಇಟ್ಟ ಕುಡುಗೋಲ ಕಲ್ಲುಗಳು) ಮೆಹರಘಡ ಅವಧಿ 2 (ಮೊನಿಕ್ ಲೆಶೆವೇಲಿಯರ್ ರಿಂದ)

ಅನುಗುಣವಾಗಿದೆ. ಕುಡುಗೋಲ ಅಲಗುಗಳನ್ನು (ಚಿತ್ರ 3.3) ಶಿಲಾಜಲದಲ್ಲಿ (ಬಿಟುಮನ್) ಇಟ್ಟು ಬಳಸುವುದು ನಮ್ಮ ಉಪಖಂಡದಲ್ಲಿ ಕೊಯ್ಲಿಗಾಗಿಯೇ ನಿರ್ದಿಷ್ಟ ಉಪಕರಣದ ಬಳಕೆಯ ಮೊದಲ ಸಾಕ್ಷಿ. ಇಲ್ಲಿ ಕಂಡು ಬಂದ ಗೋದಿ ಮತ್ತು ಬಾರ್ಲಿ ಬೀಜಗಳು ಬೆಳೆಯಲು ನೀರಾವರಿ ಬೇಕು. ಈ ಪ್ರದೇಶ ಕಡಿಮೆ ಮಳೆಯ ಶುಷ್ಕ ಪ್ರದೇಶವಾಗಿದ್ದು, ಈ ಬೆಳೆಗಳನ್ನು ಕೃಷಿ ಮಾಡಲು ನೀರು ಹರಿದು ಹೋಗುವ ಝರಿಗಳ ಮೇಲೆ ಸಣ್ಣ ಆಣೆಕಟ್ಟುಗಳನ್ನು ಹಾಕಿ ನೀರು ಸಂಗ್ರಹಿಸುವ ಮೂಲಕ ಮಾತ್ರ ಸಾಧ್ಯವಾಗಿರಬೇಕು. ನೀರಿನ ಮೇಲೆ ಇಂತಹ ಹತೋಟಿಯಿಂದಾಗಿಯೇ ಅವರಿಗೆ ಬಹುಶಃ ಹತ್ತಿ ಸಸ್ಯಗಳನ್ನು ಬೆಳೆಯಲು ಸಾಧ್ಯವಾಯಿತು. ಮೆಹರ್‌ಘಡದಲ್ಲಿ ಸುಟ್ಟ ಹತ್ತಿ ಬೀಜಗಳು ದೊಡ್ಡ ಸಂಖ್ಯೆಯಲ್ಲಿ ದೊರೆತಿವೆ. ಇದು ಬಟ್ಟೆಯ ಬಗೆಗೆ ದೊರೆತ ಅತಿ ಪುರಾತನ (ಕ್ರಿ ಪೂ 4000) ಸಾಕ್ಷಿಯಾಗಿದ್ದು ವಿಶ್ವದ ಕೃಷಿ ಇತಿಹಾಸದ ಒಂದು ಪ್ರಮುಖ ಘಟನೆ. ಕ್ರಿ ಪೂ 4000ರಷ್ಟಕ್ಕಾಗಲೇ ಇಲ್ಲಿ ಮೇಕೆಗಳ ಗಾತ್ರ ಸಾಕಷ್ಟು ಕಿರಿದಾಗಿತ್ತು ಹಾಗೂ ಕುರಿಗಳ ಗಾತ್ರವೂ ಸಹ ಕಿರಿದಾಗುತ್ತಾ ಬಂದಿತ್ತು. ಇವು ಅವುಗಳ ಸಾಕಣೆಯ ನಿಶ್ಚಿತ ಸೂಚನೆಗಳು. ಕೆಲವು ಜೆಬು ಜಾನುವಾರುಗಳನ್ನು ಬಹುಶಃ ಇನ್ನೂ ಕಾಡುಪ್ರಾಣಿಗಳಾಗಿಯೇ ಹಿಡಿಯಲಾಗುತ್ತಿತ್ತು, ಆದರೆ ಮೂಳೆಗಳ ಗಾತ್ರದ ಮೇಲೆ ಊಹಿಸುವುದಾದರೆ ಜನರ ಆಹಾರದಲ್ಲಿ ಸಾಕುಪ್ರಾಣಿಗಳ ಮಾಂಸವು ಕಾಡುಪ್ರಾಣಿಗಳ ಮಾಂಸಕ್ಕಿಂತ ಹೆಚ್ಚುತ್ತಲಿತ್ತು.

ಈ ಹಂತದಲ್ಲಿ ಕೈಕಸುಬುಗಳ ಅಭಿವೃದ್ಧಿ ಕೂಡಾ ಕೆಲವು ಆಸಕ್ತಿದಾಯಕ ಹೊಸ ಅಂಶಗಳನ್ನು ಒಳಗೊಂಡಿತ್ತು. ಮೊದಲು ಬಂದುದು ಕುಂಬಾರಿಕೆ. ಪ್ರಾರಂಭದಲ್ಲಿ ಜೇಡಿ ಮಣ್ಣಿನ ಮುದ್ದೆಗಳನ್ನು ಒಂದರ ಮೇಲೆ ಒಂದು ಇಟ್ಟು ಅದಕ್ಕೆ ಅಷ್ಟೇನೂ ನಿಯಮಿತ ರೂಪವಿಲ್ಲದ ಆದರೆ, ಬಳಸ ಬಹುದಾದ ಒಣಗಿಸಿದ ಮಣ್ಣಿನ ಮಡಕೆಗಳನ್ನು

ತಯಾರಿಸಲಾಗುತ್ತಿತ್ತು. ನಂತರದಲ್ಲಿ ಬುಟ್ಟಿಗಳಿಗೆ ಕಪ್ಪುರಾಳ ಅಥವಾ ಶಿಲಾಜಲವನ್ನು ಸಿಮೆಂಟಿನಂತೆ ಮೆತ್ತಿ ಮಣ್ಣಿನ ಮಡಕೆಗಳಿಗೆ ಅಚ್ಚುಗಳಾಗಿ ಬಳಸಲಾಗುತ್ತಿತ್ತು ಮತ್ತು ಮಡಕೆಗಳನ್ನು ಗಟ್ಟಿ ಮಾಡಲು ಈ ಬುಟ್ಟಿಗಳನ್ನು ಸುಡಲಾಗುತ್ತಿತ್ತು. ಕಾಲಮಾನ II ರ ಕೊನೆಗೆ, ಸುಮಾರು ಕ್ರಿ ಪೂ 4,000ರಷ್ಟಕ್ಕೆ, ಕುಂಬಾರನ ಚಕ್ರ ಬಂತು. ಈ ತಾಂತ್ರಿಕ ಸಾಧನ ಕ್ರಿ ಪೂ 5,000ಕ್ಕಾಗಲೇ ಪಶ್ಚಿಮ ಏಷಿಯಾದಲ್ಲಿ ಲಭ್ಯವಿದ್ದು, ಅಲ್ಲಿಂದ ಅಮದು ಮಾಡಿಕೊಳ್ಳಲ್ಪಟ್ಟಿತು. ಈ ಸಮತಲದ ಚಕ್ರದ ಮೇಲೆ ಮಡಕೆ ಇರಿಸಿ ವೇಗವಾಗಿ ತಿರುಗಿಸಿ ಮಡಕೆಗಳಿಗೆ ಸಮರೂಪಗಳ ಆಕಾರಗಳನ್ನು ಕೊಡಲಾಗುತ್ತಿತ್ತು. ಕೈಯಿಂದ ತಯಾರಿಸಿದ ಮಡಕೆಗಳಲ್ಲಿ ಇದನ್ನು ಊಹಿಸಲೂ ಸಾಧ್ಯವಿರಲಿಲ್ಲ. ಹೀಗೆ ಇದು ನಿಜಕ್ಕೂ ಒಂದು ಸಮಯ ಉಳಿಸುವ ಆವಿಷ್ಕಾರ. ಮಡಕೆಗಳನ್ನಿದು ಕಡಿಮೆ ಖರ್ಚಿನದಾಗಿಸಿ ಎಲ್ಲರಿಗೂ ದೊರೆಯುವಂತಾಗಿಸಿತು.

ಮೆಹರಘಡ I ರಲ್ಲಿ ಇದ್ದಂತೆ, ಉಳಿದಿದ್ದ ಉಪಕರಣಗಳು ಇನ್ನೂ ಕಲ್ಲು ಹಾಗೂ ಮೂಳೆಯಿಂದ ಮಾಡಿದವುಗಳಾಗಿದ್ದರೂ, ಅವುಗಳ ವೈವಿಧ್ಯತೆ ಹೆಚ್ಚಿತ್ತು. ವಿಶೇಷವಾಗಿ ಆಸಕ್ತಿದಾಯಕವಾದುದೆಂದರೆ ತಥಾಕಥಿತ ಕೈಕಸುಬದಾರನ ಸಮಾಧಿ. ಇಲ್ಲಿ ಮನುಷ್ಯನನ್ನು ಒಂದು ನಯಗೊಳಿಸಿದ (ನವಶಿಲಾಯುಗ) ಕೊಡಲಿ, ಮೂರು ಚಕ್ಕೆ ಏಳಿಸಿದ ತಿರುಳುಗಲ್ಲುಗಳು (ಉಪಕರಣಗಳನ್ನು ಮಾಡಲು?), ಒಂಬತ್ತು ಸಮಾಂತರ ಅಲಗಿನ ಚಕ್ಕೆಯ ಸಣ್ಣಶಿಲಾ ಪರಿಕರಗಳು, ಹದಿನಾರು ಚಕ್ಕೆ ಏಳಿಸಿದ ಅಲಗುಗಳೊಂದಿಗೆ ಹೂಳಲಾಗಿದೆ. ಇದು ಮಧ್ಯಶಿಲಾಯುಗದ ಉಪಕರಣಗಳನ್ನು ಹೊಸ ಕೆಲಸಗಳಿಗೆ ಹೇಗೆ ಇನ್ನೂ ಒಗ್ಗಿಸಿಕೊಳ್ಳುವುದು ಸಾಧ್ಯವಿತ್ತು ಎಂದು ತೋರಿಸಿಕೊಡುತ್ತದೆ (ಚಿತ್ರ 3.4). ಬುಟ್ಟಿ ಹೆಣೆಯುವುದರ ಇರುವಿಕೆ ನೇಯ್ಗೆಯ ಇರುವಿಕೆಯನ್ನು ಸೂಚಿಸುತ್ತದೆ. ಹತ್ತಿಯನ್ನು ಬೆಳೆಯಲಾರಂಭಿಸಿದರು ಎಂದಾದರೆ, ಹತ್ತಿಯನ್ನು ನೂಲುವುದು ಹಾಗೂ ನೇಯ್ಗೆಯ ಮೂಲಕ ಹತ್ತಿ ಬಟ್ಟೆಯನ್ನು ತಯಾರಿಸುವುದು ಇದ್ದಿರಬೇಕೆಂದು ಊಹಿಸಲು ಅವಕಾಶವಾಗುತ್ತದೆ.

ಸತ್ತವರ ಹೂಳಿಕೆಗಳು ಹಲವು ವಿಧಿಗಳ ಆಚರಣೆಗಳು ಇದ್ದುವೆಂಬುದನ್ನು ತೋರಿಸುತ್ತವೆ (ಕಾಲಮಾನ I ರಿಂದಲೇ ಕೆಂಪು ಜೇಡಿಯನ್ನು ಬಳಸುತ್ತಿದ್ದು, ಅದು ಮುಂದುವರೆಯಿತು). ಸಾವಿನ ನಂತರದ ಬದುಕಿನ ಬಗೆಗೆ ನಂಬಿಕೆಗಳನ್ನು ಇದು ಸೂಚಿಸುತ್ತದೆ. ಈ ಗೋರಿಗಳಲ್ಲಿ ಮೇಲೆ ಹೇಳಿದ ಪರಿಕರಗಳು ಹಾಗೂ ಕೊಲ್ಲಲ್ಪಟ್ಟ ಪ್ರಾಣಿಗಳಲ್ಲದೆ ಹಲವು ಮಣಿಗಳ (turquoise, lapis lazuli and cornelian) ಹಾಗೂ ಶಂಕುಗಳಂತಹ ಆಭರಣಗಳನ್ನು ಸಹ ಹೂಳಲಾಗಿತ್ತು. ಈ ಅರೆ–ಪ್ರಶಸ್ತ ಶಿಲೆಗಳು ಮೆಹರ್‌ಘಡದ ಹತ್ತಿರದಲ್ಲೆಲ್ಲೂ ಲಭ್ಯವಿಲ್ಲ. ಇವು ದೂರದಿಂದ ವ್ಯಾಪಾರದ ಮೂಲಕ ಇಲ್ಲಿಗೆ ತಲುಪಬೇಕಿತ್ತು. ಕೆಲವೊಂದು ಗೋರಿಗಳಲ್ಲಿ ಇಂತಹ ಆಭರಣಗಳಿರುವುದು ಹಾಗೂ ಇತರ ಗೋರಿಗಳಲ್ಲಿ ಇಲ್ಲದಿರುವುದು ಉತ್ಪಾದನೆ ಹಾಗೂ ವ್ಯಾಪಾರ ತಂದ ಸಾಮಾಜಿಕ ವ್ಯತ್ಯಾಸವನ್ನು ಪ್ರತಿಬಿಂಬಿಸುತ್ತದೆ.

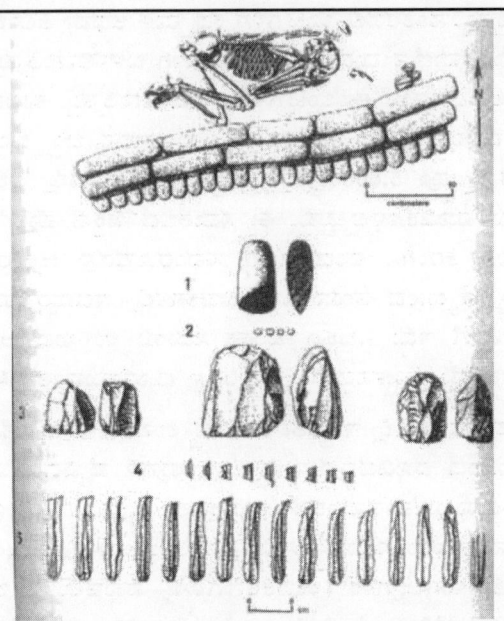

ಚಿತ್ರ 3.4 : ಕೈ ಕಸುಬುದಾರನ ಸಮಾಧಿ, ಮೆಹರಘಡ ಮತ್ತು ಅದರಲ್ಲಿ ಕಂಡುಬಂದ ಉಪಕರಣಗಳು. ಸಾಲುಗಳಲ್ಲಿ ವ್ಯವಸ್ಥಿತಗೊಳಿಸಿರುವ ಉಪಕರಣಗಳು, ಮೇಲಿನಿಂದ ಕೆಳಗೆ 1) ಅರೆದ ಕಲ್ಲಿನ ಕೊಡಲಿ, 2) ಆಕಾಶ ನೀಲವರ್ಣದ ಪ್ರಶಸ್ತ ಶಿಲೆಯ ಮಣಿಗಳು, 3) ಮೂರು ಚಕ್ಕೆ ಏಳಿಸಿದ ತಿರುಳುಗಲ್ಲುಗಳು, ಉಪಕರಣಗಳನ್ನು ಮಾಡಲು, 4) ಒಂಬತ್ತು ಸಮಾಂತರ ಅಲುಗಿನ ಚಕ್ಕೆಯ ಸಣ್ಣ ಶಿಲಾ ಪರಿಕರಗಳು, 5) ಹದಿನಾರು ಚಕ್ಕೆ ಏಳಿಸಿದ ಅಲಗುಗಳು (ಜೆ.ಎಫ್. ಜಾರಿಗ್ ಮತ್ತಿತರರು, ಜಿ.ಪೊಸೆಹ್ಲ್ ರಿಂದ)

ಕಲೆ ಇನ್ನೂ ಬಹಳ ಕಡಿಮೆ ಇತ್ತು. ಕಾಲಿನ ಅಥವಾ ವಾಯಲಿನ್ ಆಕಾರದ, ಕೆಂಪು ಪೂಸಿದ, ಮಣ್ಣಿನ ಸಣ್ಣಗೊಂಬೆಗಳು ದೊರೆತಿವೆ. ಇವು ಮಾಂತ್ರಿಕ ತಾಯತಗಳಾಗಿ ಮಹತ್ವದ್ದಾಗಿರ ಬಹುದು. ಅಲ್ಲದೆ ಪ್ರಾಣಿಗಳ ಮಣ್ಣಿನ ಗೊಂಬೆಗಳೂ ಇವೆ. ಒಂದು ಕುತೂಹಲಕಾರಿ ಸ್ತಂಭಾಕೃತಿಯ, ಬಹುಶಃ ಯಾವುದೋ ಸಸ್ಯರಾಶಿಯ ಭಾವನೆ ನೀಡುವ ಅರೆಬೆಂದ (ಟೆರ್ರಕೋಟ) ಮಣ್ಣಿನ ಮಣಿಯೂ ದೊರೆತಿದೆ.

ಮೆಹರ್‌ಘಡ ಒಂದು ಹಳ್ಳಿ, ಅಂತಹ ಹಲವು ಹಳ್ಳಿಗಳೂ ಇದ್ದಿರಬಹುದು. ಆದರೆ ಅದಕ್ಕೆ ಹೋಲಿಸಬಹುದಾದ ಹಳ್ಳಿ ಪತ್ತೆಯಾಗಿಲ್ಲವಾದರೂ ಬಲೂಚಿಸ್ಥಾನದ ಎತ್ತರದ ಪ್ರದೇಶಗಳಲ್ಲಿನ ಕ್ವೆಟಾ ಹತ್ತಿರದ ಕಿಲಿ ಗುಲ್ ಮೊಹಮದ್‌ನಲ್ಲಿ ಪ್ರಾರಂಭಿಕ ಕುಂಬಾರಿಕೆ ಪೂರ್ವ ಹಂತ ಕಂಡುಬಂದಿದೆ. ಇಲ್ಲಿ ಜಾನುವಾರುಗಳು, ಕುರಿ, ಆಡು ಸಾಕಾಣಿಕೆ ಪ್ರಾರಂಭವಾದ ಸಾಕ್ಷಿ ಲಭ್ಯವಾಗಿದ್ದು ಈ ಹಂತವನ್ನು ಮೆಹರ್‌ಘಡ I ರ ಹಂತಕ್ಕೆ ಹೋಲಿಸಬಹುದು ಎಂದು ಭಾವಿಸಲಾಗಿದೆ. ಬಲೂಚಿಸ್ತಾನ ಹಾಗೂ ವಾಯುವ್ಯ

ಗಡಿ ಪ್ರಾಂತ್ಯದ (ನಾರ್ಥ್ ವೆಸ್ಟ್ ಫ್ರಾಂಟಿಯರ್ ಪ್ರಾವಿನ್ಸ್) ದಕ್ಷಿಣದ ಜಿಲ್ಲೆಗಳ ಇತರ ನಿವೇಶನಗಳಲ್ಲಿ ಮೆಹರ್‌ಘರ್ I ಹಾಗೂ II ರಲ್ಲಿ ಕಂಡುಬಂದ ಹಸ್ತಕೃತಿಗಳು ಕಂಡುಬಂದಿವೆ. ಸಿಂಧೂ ಕಣಿವೆಯ ಎರಡು ಬಿಡಿ ನಿವೇಶನಗಳಲ್ಲಿಯೂ ಇವು ಕಂಡುಬಂದಿವೆ. ಶುಷ್ಕ ವಾತಾವರಣದ ಹಾಗೂ ಬೆಟ್ಟಗುಡ್ಡಗಳಿರುವ ಈ ದೊಡ್ಡ ಪ್ರದೇಶ ಬಹುಶಃ ಭಾರತೀಯ ಉಪಖಂಡದಲ್ಲಿ ಮೊದಲ ಬಾರಿಗೆ ಕೃಷಿ ಮತ್ತು ಹಳ್ಳಿಗಳ ಆರ್ಥಿಕತೆ ಉದಯವಾದ ಪ್ರದೇಶವೆಂದು ನಾವು ಭಾವಿಸಬಹುದು. ಭೌತಿಕ ಪ್ರಗತಿಯ ಒಂದು ಸ್ಥೂಲ ಮಾದರಿಯಲ್ಲಿ ಈ ಕಾಲದಲ್ಲಿ ಈ ಪ್ರದೇಶವು ಭೂಮಧ್ಯಸಾಗರ ಪ್ರದೇಶ (ಮೆಡಿಟರೇನಿಯನ್)ದಿಂದ ಸಿಂಧೂವರೆಗಿನ ವಿಶಾಲ ಕ್ಷೇತ್ರಕ್ಕೆ ಸೇರುತ್ತದೆ. ಏಕೆಂದರೆ ಮೆಹರ್‌ಘಡದ ಭೌತಿಕ ಪ್ರಗತಿಯ ಸುಮಾರಾಗಿ ಪ್ರತಿ ಹೆಜ್ಜೆಯನ್ನೂ ಈ ವಿಶಾಲ ಕ್ಷೇತ್ರದ ಒಂದಲ್ಲ ಒಂದು ಪ್ರದೇಶದಲ್ಲಿ ಅನುಕರಿಸಲಾಗಿತ್ತು ಅಥವಾ ಅಂತಹುದೇ ಬೆಳವಣಿಗೆಗಳ ಇರುವಿಕೆಯನ್ನು ನಿರೀಕ್ಷಿಸಬಹುದಾಗಿತ್ತು. ಈ ಕ್ಷೇತ್ರದಲ್ಲಿ ಒಂದು ಪ್ರದೇಶದಿಂದ ಇನ್ನೊಂದು ಪ್ರದೇಶಕ್ಕೆ ಚಿಂತನೆಗಳು ಹಾಗೂ ತಂತ್ರಗಳು ಹರಡಲು ಹಲವು ಮಾರ್ಗಗಳಿದ್ದವು. ಆದರೆ ಪಶುಪಾಲಕ ಅಲೆಮಾರಿಗಳು ನೆಲೆನಿಂತ ಸಮುದಾಯಗಳ ನಡುವೆ ವ್ಯಾಪಾರ ನಡೆಸುತ್ತಿದ್ದುದರಿಂದ ಅವುಗಳ ನಡುವೆ ಉತ್ಪನ್ನಗಳು ಮತ್ತು ವಿಚಾರಗಳ ಪ್ರಮುಖ ವಾಹಕಗಳಾಗಿದ್ದಿರಬೇಕು. ವಲಸೆಗಳು ಹಾಗೂ ಬಹುಶಃ ಅವುಗಳೊಂದಿಗೆ ಬಂದ ಯುದ್ಧಗಳು ಸಹ ಮಹತ್ವದ ಪಾತ್ರ ವಹಿಸಿದ್ದಿರಬಹುದು. ಆದರೆ ಪುರಾತತ್ವಶಾಸ್ತ್ರವು ಈ ಕ್ಷೇತ್ರದ ಎಲ್ಲಾ ಭಾಗಗಳಲ್ಲಿ ಇದ್ದಿರಬಹುದಾದ ಯಾವುದೇ ಏಕೈಕ ವಿಧಿ ಅಥವಾ ಸಾಂಸ್ಕೃತಿಕ ಗುಣವನ್ನು ಗುರುತಿಸಿಲ್ಲ. ಏಕೈಕವೆನ್ನಬಹುದಾದ ಒಂದು ಜನಾಂಗವೂ ಇಲ್ಲಿರಲಿಲ್ಲ. ಮೆಹರ್‌ಘಡದಲ್ಲಿ ಕಾಲಮಾನ I ಮತ್ತು II ರಲ್ಲಿ ದೊರೆತ ಹಲವು ಅಸ್ಥಿಪಂಜರಗಳ ಹಲ್ಲುಗಳ ಅಧ್ಯಯನದ ಆಧಾರದ ಮೇಲೆ ಹೇಳುವುದಾದರೆ ಈ ಮೊದಲ ವ್ಯವಸಾಯಗಾರರು ಪಶ್ಚಿಮ ಏಶ್ಯಾದಲ್ಲಿನ ಜನರಂತಿರದೆ ದಕ್ಷಿಣ ಹಾಗೂ ದಕ್ಷಿಣ–ಪೂರ್ವ ಏಷಿಯಾದ ಜನರನ್ನು ಹೋಲುತ್ತಿದ್ದರು. ಮೆಹರ್‌ಘಡದ ವಾಸಿಗಳ ವಂಶವಾಹಿಯ ಸ್ವರೂಪದಲ್ಲಿನ ಬದಲಾವಣೆ ನವಶಿಲಾಯುಗದ ಕ್ರಾಂತಿಯ ನಂತರವೇ ಬಹುಮಟ್ಟಿಗೆ ಪೂರ್ಣಗೊಂಡಂತೆ ಕಾಣುತ್ತದೆ.

3.3 ಸಿಂಧೂ ಕಣಿವೆಯಲ್ಲಿ ಕಂಚಿನ ಯುಗದತ್ತ, ಕ್ರಿ ಪೂ 4,000 ದಿಂದ 3,200

ಮಾನವ ಸಂಸ್ಕೃತಿಗಳ ಅನುಕ್ರಮಣಿಕೆಯ ಮಾದರಿಯಲ್ಲಿ ಮಧ್ಯಶಿಲಾಯುಗವನ್ನು ನವಶಿಲಾಯುಗ ಅನುಸರಿಸುವಂತೆ, ನವಶಿಲಾಯುಗವನ್ನು ಕಂಚಿನ ಯುಗ ಅನುಸರಿಸುತ್ತದೆ. ಆದರೆ ಒಂದು ವ್ಯತ್ಯಾಸವನ್ನು ಗಮನಿಸಬೇಕು.

ನವಶಿಲಾಯುಗ ಅಥವಾ ನಯುಗೊಳಿಸಿದ ಶಿಲಾಉಪಕರಣಗಳ ಆಗಮನ, ಕೃಷಿಯೊಂದಿಗಿನ ಅದರ ಸಂಬಂಧದಿಂದಾಗಿ ಹಿಂದಿನದಕ್ಕಿಂತ ಅದೆಷ್ಟು ಭಿನ್ನವೆಂದರೆ ಸಮುದಾಯವೊಂದು ತನಗೆ ತಾನೇ ಮಧ್ಯಶಿಲಾಯುಗದಿಂದ ನವಶಿಲಾಯುಗಕ್ಕೆ ಕಾಲಿರಿಸುವುದು ಪುರಾತತ್ವಶಾಸ್ತ್ರದ ದಾಖಲೆಗಳಲ್ಲಿ ತೀರಾ ವಿರಳ. ಮೆಹರ್‌ಘಡ I ಯಾವುದೇ ನವಶಿಲಾಯುಗದ ಹಿಂದಿನ ಸಂಸ್ಕೃತಿ ಇಲ್ಲದೆ ಉದಯವಾದಂತೆ ಕಾಣುತ್ತದೆ. ಕಂಚಿನ (ತಾಮ್ರದೊಂದಿಗೆ ತವರನ್ನು ಸೇರಿಸಿದ ಮಿಶ್ರಲೋಹ) ಆಗಮನದ ವಿಷಯದಲ್ಲಿ ಹೀಗಲ್ಲ. ತಾಮ್ರದ ಅದಿರುಗಳಿಂದ ತಾಮ್ರವನ್ನು ತೆಗೆಯುವುದು ಒಂದು ಮಹತ್ವದ ತಾಂತ್ರಿಕ ಮುನ್ನಡೆಯಾದರೂ ಕಂಚು ಆಗಲೀ ಅಥವಾ ತಾಮ್ರವಾಗಲೀ ಉಪಕರಣಗಳನ್ನು ತಯಾರಿಸುವ ಸಾಮಾನ್ಯ ವಸ್ತುಗಳಾಗಿ ಕಲ್ಲು ಮತ್ತು ಮೂಳೆಗಳಿಗೆ ಪರ್ಯಾಯವಾಗಲಿಲ್ಲ. ಲೋಹಗಳು ಸಣ್ಣ ಪ್ರಮಾಣದಲ್ಲಿ ದೊರಕುವುದೇ ಇದಕ್ಕೆ ಕಾರಣ. ಆದ್ದರಿಂದ ಇವು ವಿರಳವಾಗಿದ್ದವು ಮತ್ತು ವೆಚ್ಚದಾಯಕವಾಗಿದ್ದವು. ಭಾರತದಲ್ಲಿ ಕ್ರಿ.ಪೂ. ಮೊದಲನೆಯ ಸಹಸ್ರಮಾನದಲ್ಲಿ (ಕ್ರಿ ಪೂ 1,000ದ ನಂತರ) ಕಬ್ಬಿಣ ತಂತ್ರಜ್ಞಾನ ಸಾಕಷ್ಟು ಅಭಿವೃದ್ಧಿಯಾದಾಗ ಮಾತ್ರ ಕಲ್ಲು ಮಾನವನ ಉಪಕರಣಗಳ ಮುಖ್ಯ ವಸ್ತುವಾಗಿ ಉಳಿಯಲಿಲ್ಲ. ಹೀಗೆ ಸಮಾಜಗಳು ನವಶಿಲಾಯುಗದಿಂದ ತಾಮ್ರಶಿಲಾ (ಚಾಲ್ಕೋಲಿತಿಕ್) ಯುಗಕ್ಕೆ ಬರುವುದು ಸಂಪೂರ್ಣ ಭಿನ್ನವೆಂದಾಗಲಿಲ್ಲ. ಏಕೆಂದರೆ ತಾಮ್ರದ ಅಥವಾ ಕಂಚಿನ ಉಪಕರಣಗಳು ಶಿಲಾ ಉಪಕರಣಗಳ ಜೊತೆಗೂಡಿದವಷ್ಟೇ, ಹಾಗೂ ಅವು ಬಹಳ ಸಣ್ಣ ಪ್ರಮಾಣದಲ್ಲಿಯೇ ಇದ್ದವು.

ಇಂತಹ ನಿರಂತರತೆಗೆ ಬಹುಶಃ ಇನ್ನೊಂದು ಕಾರಣವೂ ಇರಬಹುದು. ಕೃಷಿಯೊಂದಿಗೆ ನವಶಿಲಾಯುಗದ ಸಮುದಾಯಗಳು ಬೇಕಾದುದಕ್ಕಿಂತ ಹೆಚ್ಚು ಉತ್ಪಾದಿಸಲಾರಂಭಿಸಿದವು. ಹೊಸದಾಗಿ ಬಂದ, ಬಹುಶಃ ಸುಧಾರಿತ (ಉದಾಹರಣೆಗೆ ಕಂಚಿನ) ಆಯುಧಗಳನ್ನು ಹೊಂದಿದ ಜನಗಳ ಕೈಮೇಲಾದರೂ ಅವರು ತಾವು ಸೋಲಿಸಿದ ನಿವಾಸಿಗಳನ್ನು ಕೊಲ್ಲುತ್ತಿರಲಿಲ್ಲ ಅಥವಾ ಓಡಿಸುತ್ತಿರಲಿಲ್ಲ. ಬದಲಾಗಿ ಆ ಜನರನ್ನು ಭೂಮಿಯಲ್ಲಿಯೇ ಉಳಿಸಿ ಅವರ ಮಿಗುತಾಯ ಉತ್ಪಾದನೆಯಲ್ಲಿ ಭಾಗ ಪಡೆಯುತ್ತಿದ್ದರು. ಹೀಗೆ ಸಾಕಷ್ಟು ಸಾಂಸ್ಕೃತಿಕ ನಿರಂತರತೆ ಇರಲು ಸಾಧ್ಯವಾಯಿತು. ಏಕೆಂದರೆ ಅಧೀನರಾದ ಜನಗಳು ತಮ್ಮ ಭೌತಿಕ ಮತ್ತು ಆಧ್ಯಾತ್ಮಿಕ ಜೀವನದ ಹಳೆಯ ವಿಧಾನಗಳನ್ನು ಮುಂದುವರೆಸಿಕೊಂಡು ಹೋಗಲು ಸಾಧ್ಯವಿತ್ತು.

ಮೆಹರ್‌ಘಡದಲ್ಲಿ ಕಾಲಮಾನ III ಆಗಮಿಸಿದಾಗ ಇಂತಹ ಯಾವದೋ ಒಂದು ನಡೆದಿರಬೇಕು. ಈ ಹಂತದ ಮಡಕೆಗಳ ಕಾಲಮಾನವನ್ನು ಕ್ರಿ ಪೂ 4,300 ರಿಂದ 3,800 ಎಂದು ನಿರ್ಧರಿಸಲಾಗಿದ್ದು, ಇವು ಸುಮಾರು 75 ಹೆಕ್ಟೇರ್‌ಗಳಲ್ಲಿ ಚದುರಿ ಹೋಗಿವೆ. ಬಹುಶಃ ಈ ಸ್ಥಳದಲ್ಲಿ ಎಲ್ಲಾಕಡೆ ಜನರು ಏಕಕಾಲದಲ್ಲಿ ವಾಸಿಸಿರಲಿಕ್ಕಿಲ್ಲ. ಆದರೆ ನೆಲೆಗಳ ಪ್ರಮಾಣದಲ್ಲಿ ಒಂದು ಬಹು ದೊಡ್ಡ ವಿಸ್ತರಣೆ ನಡೆಯಿತು ಎಂಬುದರಲ್ಲಿ ಸಂದೇಹವೇನೂ ಇಲ್ಲ. ಇಂತಹ ವಿಸ್ತರಣೆಯು ಇದೇ

ರೀತಿಯ ಮಡಕೆಗಳಿರುವ (ತೊಗವೂ ಮಡಕೆ) ಇತರ ನೆಲೆಗಳಲ್ಲಿಯೂ ಈ ಗಾತ್ರದಲ್ಲೇ ಪ್ರತಿಬಿಂಬಿತವಾಗಿದೆ. ಆದ್ದರಿಂದ ಈ ನಿವೇಶನಗಳು ಅದೇ ಸಂಸ್ಕೃತಿಗೆ ಸೇರಿದವುಗಳು. ತೊಗವೂ ಸಂಸ್ಕೃತಿಯ ಪ್ರದೇಶ ಮೆಹರ್‌ಘಡ I, ಮತ್ತು II ರ ಸಂಸ್ಕೃತಿಯ ಪ್ರದೇಶದಂತೆ ಭಾಸವಾಗುತ್ತದೆ. ಆದರೆ ಅಫಘಾನಿಸ್ತಾನದ ಖಂದಹಾರ್ ಸಮೀಪದ ಮುಂದಿಘಕ್ ಒಂದು ಗಮನಾರ್ಹ ದೂರದ ಸೇರ್ಪಡೆಯಾಗಿದೆ.

ಜನಸಂಖ್ಯೆಯ ಹೆಚ್ಚಳಕ್ಕೆ ಪ್ರಮುಖವಾಗಿ ಕೃಷಿ ಹಾಗೂ ಕೈಕಸುಬಗಳ ಬೆಳವಣಿಗೆ (ಈ ಬಗೆಗೆ ಮುಂದೆ ಹೆಚ್ಚು ವಿವರಿಸಲಾಗಿದೆ) ಕಾರಣವೆನ್ನಬಹುದಾದರೆ, ಹೊಸ ಜನಗಳ ಸೇರ್ಪಡೆಯೂ ಮತ್ತೊಂದು ಅಂಶವಾಗಿರಬಹುದು. ಮೆಹರ್‌ಘಡ I ಮತ್ತು II ರಲ್ಲಿನ ನಿವಾಸಿಗಳು ದಕ್ಷಿಣ ಏಷಿಯಾದ ಜನರನ್ನು ಹೋಲುತ್ತಿದ್ದರೆ, ಇದಕ್ಕೆ ಭಿನ್ನವಾಗಿ ಮೆಹರ್‌ಘಡ III ರ ಹೂತಿಟ್ಟ ಮಾನವ ಅಸ್ಥಿಪಂಜರಗಳು ಇರಾನ್‌ನ ಪ್ರಸ್ಥಭೂಮಿಯ ಜನಗಳೊಂದಿಗೆ ನಿಕಟ ಹೋಲಿಕೆಯನ್ನು ತೋರಿಸುತ್ತವೆ. ಇದು ಪಶ್ಚಿಮದಿಂದ ದೊಡ್ಡ ಪ್ರಮಾಣದ ವಲಸೆ ನಡೆಯಿತು ಎಂಬುದನ್ನು ಬಲವಾಗಿ ಸೂಚಿಸುತ್ತದೆ. ಅದೇನೇ ಇರಲಿ, ಜನಸಂಖ್ಯೆ ಹೆಚ್ಚು ಸಾಂದ್ರಗೊಂಡದ್ದು ತನ್ನದೇ ಬಲಿಯನ್ನೂ ಪಡೆಯಿತು. ಸರಾಸರಿ ವಯಸ್ಸು ನವಶಿಲಾಯುಗದಲ್ಲಿ 31 ವರ್ಷಗಳಿದ್ದದ್ದು, ಈಗ 24 ವರ್ಷಗಳಿಗೆ ಇಳಿಯಿತು ಎಂದು ಮೆಹರಘಡದಲ್ಲಿನ ಅಸ್ಥಿಪಂಜರಗಳಿಂದ ಅಂದಾಜು ಮಾಡಲಾಗಿದೆ.

ಹಲವು ಬೆಳೆಗಳನ್ನು ಬೆಳೆಯುತ್ತಿರುವುದು ಕೃಷಿಯಲ್ಲಿ ಪ್ರಗತಿಯನ್ನು ಸೂಚಿಸುತ್ತದೆ. ಇಲ್ಲಿ ವ್ಯವಸಾಯ ಮಾಡುತ್ತಿದ್ದ ಬೆಳೆಗಳಲ್ಲಿ 4 ಭಿನ್ನ ಗೋದಿ ತಳಿಗಳು, ಬಾರ್ಲಿ ಹಾಗೂ ಓಟ್‌ಗಳು ಇದ್ದವು. ಆದರೆ ಕೈಕಸುಬುಗಳಲ್ಲಿ ಈ ಮುನ್ನಡೆ ಇನ್ನೂ ಎದ್ದು ಕಾಣುತ್ತದೆ. ಮೆಹರ್‌ಘಡ I ಮತ್ತು II ರಲ್ಲಿ ನೈಸರ್ಗಿಕ ತಾಮ್ರದ ತುಂಡುಗಳು ಹಾಗೂ ತಾಮ್ರದ ಕಿಟ್ಟ ಕಂಡುಬಂದರೆ, ಕಾಲಮಾನ III ರಲ್ಲಿ ಹದಿನಾಲ್ಕು ಮೂಸೆ (ಲೋಹ ಕಾಯಿಸುವ ಕುಡಿಕೆ) ಗಳಲ್ಲಿ ತಾಮ್ರದ ಉಳಿಕೆಗಳು ಇರುವುದು ತಾಮ್ರದ ಅದಿರನ್ನು ಕರಗಿಸಲಾಗುತ್ತಿತ್ತು ಎಂಬುದನ್ನು ಖಚಿತಪಡಿಸಿವೆ. ಹಸಿರು ಪ್ಯಾಟನೈಟ್‌ನ (ಒಂದು ತರಹದ ಗಟ್ಟಿ ಕಲ್ಲು) ಸ್ತಂಭಾಕಾರದ, ಬಿಲ್ಲಿನ ದಾರದಿಂದ ತಿರುಗಿಸಬಹುದಾದ ಸಣ್ಣ ರಂಧ್ರಕಗಳು ಸೂಚಿಸುವಂತೆ, ಉಪಕರಣಗಳು ಇನ್ನೂ ಸುಮಾರಾಗಿ ಸಂಪೂರ್ಣವಾಗಿ ಕಲ್ಲಿನವಾದರೂ ತಾಂತ್ರಿಕತೆ ಹೆಚ್ಚು ಸಂಕೀರ್ಣವಾಗಿತ್ತು. ಹಲವು ಅರೆ–ಪ್ರಶಸ್ತ ಶಿಲೆಗಳು, ಶಂಕು, ಶಿಲಾಜಲ (ಬಿಟುಮನ್)ಗಳ ಮೇಲೆ ಬಹಳ ಕೆಲಸಮಾಡಿದ ಸಾಕ್ಷಿಗಳಿವೆ ಹಾಗೂ ಉಳಿಕೆಗಳು ಸೂಚಿಸುವಂತೆ ಇದನ್ನು ಸ್ಥಳೀಯವಾಗಿಯೇ ಮಾಡಲಾಗುತ್ತಿತ್ತು. ಮಣಿಗಳನ್ನು ಸಾಬೂನುಗಲ್ಲಿನ ಲೇಹ್ಯದಿಂದ ಮಾಡಲಾಗುತ್ತಿತ್ತು. ಕಲ್ಲನ್ನು ಹೆಚ್ಚಿನ ಉಷ್ಣಕ್ಕೆ ಒಡ್ಡುವ ಮೂಲಕ ಲೇಹ್ಯ ತಯಾರಿಸಲಾಗುತ್ತಿತ್ತು. ಪುಡಿಮಾಡುವ ಕಲ್ಲಿನ ಪರಿಕರಗಳು ಹಾಗೂ ಒಂದು ನಯಗೊಳಿಸಿದ ಕೊಡಲಿ ನವಶಿಲಾಯುಗದ ಮೂಲ ತಂತ್ರಜ್ಞಾನ ಮುಂದುವರೆದಿದೆ ಎಂಬುದನ್ನು ನಮಗೆ ನೆನಪಿಸುತ್ತದೆ. ಆದರೆ, ಮಧ್ಯಶಿಲಾಯುಗದ ಗುರುತುಗಳಾದ ಸೂಕ್ಷ್ಮಶಿಲಾ ಪರಿಕರಗಳು ಗಣನೀಯವಾಗಿ ಕಡಿಮೆ ಆಗತೊಡಗಿದ್ದವು.

ಕುಂಬಾರಿಕೆಯಲ್ಲಿ ಒಂದು ಪ್ರಮುಖ ಮುನ್ನಡೆಯಾಗಿತ್ತು. ಮಡಕೆಗಳನ್ನು ಚಕ್ರದ ಮೇಲೆ ತಿರುಗಿಸಲಾಗುತ್ತಿತ್ತು ಹಾಗೂ ದೊಡ್ಡ ಭಟ್ಟಿಗಳಲ್ಲಿ ಸುಡಲಾಗುತ್ತಿತ್ತು (ತಾಪಮಾನವನ್ನು 1000 ಡಿಗ್ರಿ ಸೆಂಟಿಗ್ರೇಡ್‌ವರೆಗೆ ಹೆಚ್ಚಿಸಲಾಗುತ್ತಿತ್ತು). ಎಲ್ಲಾ ದಾಸ್ತಾನುಗಳಿಗೆ ಮಡಕೆಗಳು ಪ್ರಧಾನ ಸಾಧನಗಳಾಗಿದ್ದವು. ಮಡಕೆಗಳು ಎಷ್ಟು ದೊಡ್ಡ ಮಟ್ಟದಲ್ಲಿ ಪತ್ತೆಯಾಗಿದೆಯೆಂದರೆ ಪುರಾತತ್ವಶಾಸ್ತ್ರಜ್ಞರು ಅವನ್ನು ಸಾಮೂಹಿಕವಾಗಿ ಉತ್ಪಾದಿಸಿದ್ದು ಎಂದು ಹೇಳಲಾರಂಭಿಸುತ್ತಾರೆ. ಅದೇ ವೇಳೆಗೆ, ಮಡಕೆಗಳ ಮೇಲಿನ ಮಾನವ ಹಾಗೂ ಪ್ರಾಣಿಗಳ ಚಿತ್ರಗಳು, ಜಾಮಿತೀಯ ಚಿತ್ರಗಳು ನಮಗೆ ಈಗಿನ 'ಜಾನಪದ' ಕಲೆಯ ಭಾವನೆಯನ್ನು ಮೂಡಿಸುತ್ತವೆ (ಚಿತ್ರ 3.5).

ಮೆಹರ್‌ಘಡ III ರಲ್ಲಿ ಕಂಡು ಬಂದ ಕಾರ್ಯಾಗಾರಗಳು ಹಾಗೂ ಭಟ್ಟಿಗಳ ಉಳಿಕೆಗಳು ಅಲ್ಲಿ ಕೈಕಸುಬುಗಳ ಅಭಿವೃದ್ಧಿಯ ಬಗೆಗೆ ತಿಳಿಸುತ್ತವೆ. ಸಮಾಜದಲ್ಲಿನ ಶ್ರಮವಿಭಜನೆಯ ಪ್ರಗತಿಯಲ್ಲಿ ಒಂದು ಮುಂದಿನ ಹಂತವನ್ನು ಇದು ಸೂಚಿಸುತ್ತದೆ. ಸರಕು ಉತ್ಪಾದನೆಯ ವೃತ್ತಿಯಲ್ಲಿ ತಮ್ಮನ್ನು ಪೂರ್ಣ ಪ್ರಮಾಣದಲ್ಲಿ ತೊಡಗಿಸಿಕೊಂಡವರು ತಮ್ಮ ಉತ್ಪಾದನೆಯನ್ನು ಬೇರೆಯವರಿಗೆ ಮಾರಿಯೇ, ಬಹುಶಃ ವಸ್ತು ವಿನಿಮಯದಿಂದ, ಬದುಕಲು ಸಾಧ್ಯ. ಕೈಕಸುಬುದಾರರು ತಾಮ್ರ, ಅರೆ-ಪ್ರಶಸ್ತ ಕಲ್ಲುಗಳು, ಶಂಖುಗಳು ಹೀಗೆ ಹೊರಗಿನಿಂದ ತಂದ ಇಷ್ಟೊಂದು ವೈವಿಧ್ಯಮಯ ರೀತಿಯ ವಸ್ತುಗಳನ್ನು ಉಪಯೋಗಿಸುತ್ತಿದ್ದಲ್ಲಿ ಸಾಕಷ್ಟು ಹೊರಗಿನ ವ್ಯಾಪಾರವೂ ಇದ್ದಿರಬೇಕು. ತಾಮ್ರದ ಮುದ್ರೆಗಳ ಪತ್ತೆ ವ್ಯಕ್ತಿಗಳಿಗೆ ತಮ್ಮ ವ್ಯಾಪಾರಿ ವಸ್ತುಗಳನ್ನು ಗುರುತಿಸುವ ಅಗತ್ಯವಿದೆ ಎಂದು ಅನಿಸಿದ್ದಕ್ಕೆ ಸಾಕ್ಷಿ. ಇದು ವ್ಯಾಪಾರ ಬೆಳೆದುದರ ಒಂದು ಖಚಿತ ಸೂಚನೆ.

ಹಿಂದಿನ ನವಶಿಲಾಯುಗದ ಹಂತದಿಂದ ಭೌತಿಕ ಪರಿಸ್ಥಿತಿಗಳು ಹಾಗೂ ಮನೆಯ ರಚನೆಗಳು ಬಹಳಷ್ಟು ಮುಂದುವರೆದವು. ಈ ನಿರಂತರತೆ ಭಾಗಶಃ ಪದ್ಧತಿಗಳು ಹಾಗೂ ಆಚರಣೆಗಳಿಂದ ವಿಸ್ತರಣೆಗೊಂಡಂತೆ ಕಾಣುತ್ತದೆ. ಹೂಳಲ್ಪಟ್ಟವರು ಧರಿಸಿದ ಆಭರಣಗಳು ಹಿಂದಿನ ಹಂತಗಳಲ್ಲಿರುವಂತೆಯೇ ಇದ್ದವು. ಆದರೆ ಪ್ರೌಢ ಹೆಂಗಸರು ಗಂಡಸರು ಹಾಗೂ ಮಕ್ಕಳಿಗಿಂತ ಹೆಚ್ಚು ಆಭರಣಗಳನ್ನು ಧರಿಸುತ್ತಿದ್ದರು. ಇದು ಹಿಂದಿನ ಸಂಪ್ರದಾಯಕ್ಕಿಂತ ಭಿನ್ನವಾದುದು. ಧಾರ್ಮಿಕ ನಂಬುಗೆ ಹಾಗೂ ಆಚರಣೆಗಳಲ್ಲಿಯೂ ಸಹ ಪ್ರಮುಖ ಬದಲಾವಣೆಗಳಾದಂತೆ ಕಾಣುತ್ತದೆ. ಈಗ ಸತ್ತವರೊಂದಿಗೆ ಅವರ ಇನ್ನೊಂದು ಪ್ರಪಂಚದಲ್ಲಿನ ಬಳಕೆಗೆ ಸರಕುಗಳನ್ನು ಹಾಗೂ ಪ್ರಾಣಿಗಳನ್ನು ಹೂಳುತ್ತಿರಲಿಲ್ಲ. ಹಿಂದೆ ಸಾಕಷ್ಟು ಕೆಂಪು ಪೂಸುತ್ತಿದುದನ್ನು ಈಗ ಕೈಬಿಡಲಾಗಿತ್ತು. ಬದಲಾಗಿ ಈಗ ಕೆಲವು ಸಾಮೂಹಿಕ ಸಮಾಧಿಗಳು, ಮರು ಹೂಳುವಿಕೆ (ಅಸ್ಥಿಪಂಜರದ ಭಾಗಗಳೊಂದಿಗೆ ಮಾತ್ರ) ಕಂಡು ಬಂದಿವೆ. ಈ ಪದ್ಧತಿ ಹಿಂದೆ ಕಂಡು ಬಂದಿರಲಿಲ್ಲ.

ಮೆಹರ್‌ಘಡದ ನವಶಿಲಾಯುಗದ ಹಾಗೂ ತಾಮ್ರಶಿಲಾಯುಗದ ಹಂತಗಳ ಹಲವು ಅಸ್ಥಿಪಂಜರಗಳ ಅಧ್ಯಯನವು ಒಂದೇ ಕಡೆ ನೆಲೆ ನಿಂತ ಕಡಿಮೆ ಶ್ರಮದ

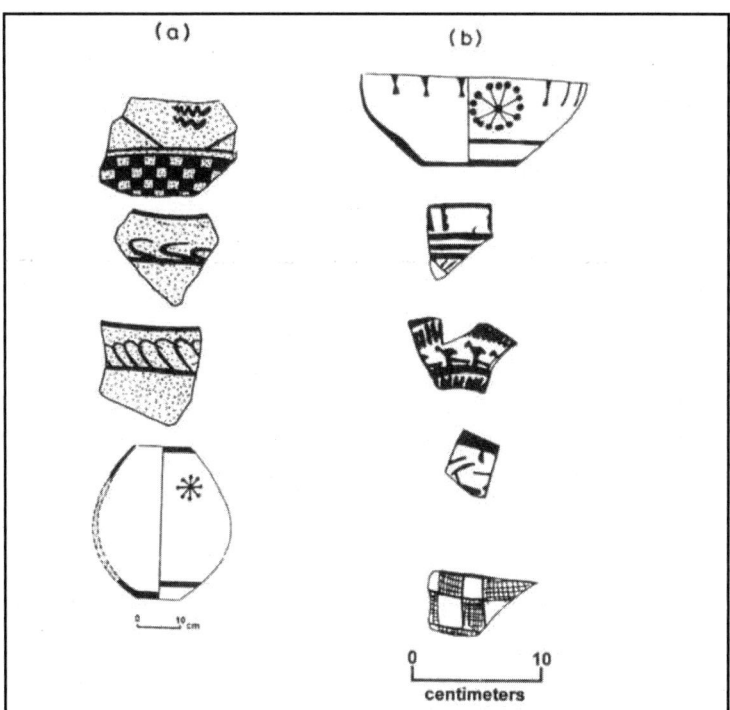

ಚಿತ್ರ 3.5 : ತೊಗಾವು ಹಂತದ ಕುಂಬಾರಿಕೆ.

1) ಕಿಲಿಗುಲ್ ಮೊಹಮ್ಮದ್, ಅವಧಿ 3 (ಕೆಂಪು ಸ್ಲಿಪ್ ಮೇಲೆ ಕಪ್ಪು) ಮತ್ತು 2) ಮೆಹರ್‌ಘಡ, ಅವಧಿ 3. (ಡಬ್ಲ್ಯುಎ ಫೇರ್ ಸರ್ವಿಸ್ ಮತ್ತು ಎ ಸಂರ್ಝುಮ್, ಜಿ. ಪೊಸೆಹ್ಲ್ ರಿಂದ)

ಜೀವನವು ಜನರ ಆರೋಗ್ಯಕ್ಕೆ ಮಾರಕವಾಯಿತೆಂದು ಸೂಚಿಸುತ್ತದೆ. ಬಹುಶಃ ಇದಕ್ಕೆ ಕಾರಣ ಸ್ವಚ್ಛವಲ್ಲದ ವಸತಿಗಳು ಹಾಗೂ ಕಾರ್ಯಾಗಾರಗಳ ಅಶುದ್ಧಗಾಳಿ. ಸರಾಸರಿ ಆಯುಷ್ಯ 31 ವರ್ಷಗಳಿಂದ 24ಕ್ಕೆ ಇಳಿಯಿತು ಎಂದು ಅಂದಾಜಿಸಲಾಗಿದೆ. ಹಾಗೆಯೇ ಸಾವಿನ ಪ್ರಮಾಣವು ಸಾವಿರಕ್ಕೆ 33 ರಿಂದ 42 ಕ್ಕೆ ಹೆಚ್ಚಿತು, ಮಕ್ಕಳ (ಐದು ವರ್ಷದ ಕೆಳಗಿನ) ಸಾವಿನ ಪ್ರಮಾಣ ಸಾವಿರಕ್ಕೆ 360 ರಿಂದ 452ಕ್ಕೆ ಹೆಚ್ಚಿತು, ಹೆಣ್ಣುಮಕ್ಕಳ ಹೆರುವ ಪ್ರಮಾಣ 4.5 ರಿಂದ 5.8 ಹೆಚ್ಚಾಗಿರುವುದು, ಹೆಂಗಸರ ಮೇಲೆ ಮಕ್ಕಳನ್ನು ಹೆರುವ ಒತ್ತಡ ಹೆಚ್ಚಿದ್ದನ್ನು ಸೂಚಿಸುತ್ತದೆ. ಈ ಅಂದಾಜುಗಳು ನವಶಿಲಾಯುಗದ ಕ್ರಾಂತಿಯ ನಂತರದ ಕಣ್ಣಿಗೆ ಕಾಣುವ ಭೌತಿಕ ಪ್ರಗತಿ ಹೇಗೆ ಜನಸಮುದಾಯದ ಆರೋಗ್ಯವನ್ನು ಬಲಿಗೊಟ್ಟು ಸಂಭವಿಸಿತು ಎಂದು ಸೂಚಿಸುತ್ತವೆ. ಇದನ್ನು ನೋಡಿದಾಗ ಆಧುನಿಕ ಕಾಲದಲ್ಲಿ ಫ್ಯಾಕ್ಟರಿ ವ್ಯವಸ್ಥೆ ಬಂದ ನಂತರ ಕೆಲಸಗಾರರ ಆರೋಗ್ಯ ಸ್ಥಿತಿ ಏನಾಯಿತು ಎಂಬುದನ್ನು ನೆನಪಿಸಿಕೊಳ್ಳದಿರಲು ಸಾಧ್ಯವಿಲ್ಲ.

ಕ್ರಿ ಪೂ 3,800 ಸುಮಾರಿಗೆ ಮೆಹರ್‌ಘಡದ ವಸತಿಗಳ ಪತನ ಪ್ರಾರಂಭವಾಯಿತು. ಆದರೆ ಪುರಾತತ್ವಶಾಸ್ತ್ರಜ್ಞರು ಇದೇ ಪ್ರದೇಶದಲ್ಲಿ ಹೊಸ ರೀತಿಯ ಕುಂಬಾರಿಕೆಯಿರುವ ಇತರ ಹಲವು ನಿವೇಶನಗಳನ್ನು ಪತ್ತೆ ಹಚ್ಚಿದ್ದಾರೆ. ಕಿಲಿ ಗುಲ್ ಮುಹಮ್ಮದ್ ಹತ್ತಿರದಲ್ಲಿರುವ ಕೆಚಿ ಬೇಗ್ ಹೆಸರನ್ನೇ ಇದಕ್ಕೆ ಇಡಲಾಗಿದೆ. ಈ ಮಡಕೆ ಪ್ರಕಾರವು ತೊಗೊವೋ ಮಡಕೆಗೆ ಬದಲಿಯಾಗುತ್ತದೆ. ಇದು ಕ್ರಿ ಪೂ 3,200ರವರೆಗೂ ಮುಂದುವರೆದ ತಡವಾದ ನವಶಿಲಾಯುಗದ ಈ ಹಂತದ ವೈಶಿಷ್ಟ್ಯತೆಯಾಗಿದೆ. ವಾಯುವ್ಯ ಗಡಿಪ್ರಾಂತ್ಯದ ಶೇರಿ ಖಾನ್ ತರಾಕೈನಲ್ಲಿ ಹಸ್ತಕೃತಿಗಳು ಹೇರಳವಾಗಿ ದೊರೆತಿದ್ದು, ವಿಶೇಷವಾಗಿ ಕೆಮ್ಮಣ್ಣು (ಟೆರ್ರೆಕೋಟ) ಗೊಂಬೆಗಳು ಜತೆಗೆ ಮೂಳೆ ಮತ್ತು ಕಲ್ಲಿನ ಹಸ್ತಕೃತಿಗಳೂ ಇದ್ದವು (ಲೋಹ ಇರಲಿಲ್ಲ). ಮಾನವ ಮೃಣ್ಮೂರ್ತಿಗಳು ಅತ್ಯಂತ ಶೈಲೀಕೃತವಾಗಿದ್ದು ಅದರಲ್ಲಿ ಒಂದು ವಿಧ ಮಹಿಳಾ ಅಂಗಕ್ಕೆ ಒತ್ತು ನೀಡುತ್ತದೆ. ಇದು ಸಂತಾನಾಭಿವೃದ್ಧಿ ದೇವತೆಯಾಗಿದ್ದಿರಬಹುದು (ಮಾತೃ ದೇವತೆ?). ಆರಂಭದ ಕೃಷಿ ಸಮುದಾಯಗಳು ಸಾಮಾನ್ಯವಾಗಿ ಮೊರೆಹೋಗುವಂತೆ ಕಾಣುವ ದೇವತೆಯಿದು (ಚಿತ್ರ 3.6). ಬಳೆಗಳನ್ನು ಕೂಡಾ ಈ ಗಟ್ಟಿ ಮಣ್ಣಿನಿಂದ, ಶಂಖು ಹಾಗೂ ಮೂಳೆಗಳಿಂದಲೂ ತಯಾರಿಸಲಾಗುತ್ತಿತ್ತು.

ಇದೇ ಕಾಲಘಟ್ಟದಲ್ಲಿ (ಕ್ರಿ ಪೂ 3,800 ರಿಂದ 3,200) ಪಾಶ್ಚಿಮಾತ್ಯ ಸಂಪ್ರದಾಯದ ನವಶಿಲಾಯುಗದ ಸಂಸ್ಕೃತಿಯೊಂದು ಸಿಂಧೂ ಪ್ರದೇಶದಾದ್ಯಂತ ಹಬ್ಬಿತ್ತು. ಹಕ್ರಾಮಡಕೆ ಎಂಬ ಕುಂಬಾರಿಕೆಯ ಹೆಸರನ್ನು ಇದಕ್ಕೆ ಇಡಲಾಗಿದೆ. ಈ

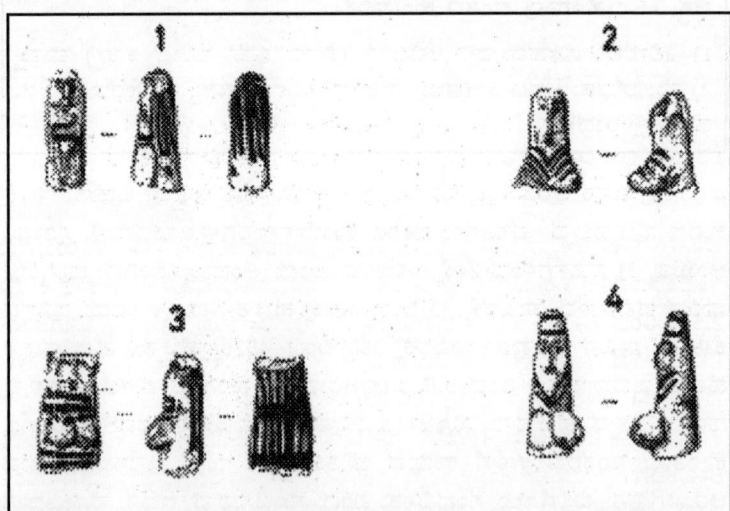

ಚಿತ್ರ 3.6 : ಮಾನವರೂಪಿ ದೇವತೆಗಳ ಜೇಡಿಮಣ್ಣಿನ ಸಣ್ಣ ಮೂರ್ತಿಗಳು
ಶೇರಿಖಾನ್ ತರಾಕಾಯ್‌ನಿಂದ (ಫರೀದ್‌ಖಾನ್ ಮತ್ತಿತರರು, ಜಿ. ಪೊಸೆಹ್ಲ್‌ರಿಂದ)

ನಿವೇಶನಗಳು ಬಹವಾಲಪುರ ಜಿಲ್ಲೆಯ ಭಾಗದಲ್ಲಿ ಕೇಂದ್ರೀಕೃತವಾಗಿವೆ. ಬಹಳಷ್ಟು ನಿವೇಶನಗಳು ಇಂದು ಬತ್ತಿ ಹೋದ ಹಾಕ್ರ ನದಿಯ ರೇವಿನಲ್ಲಿವೆ. ಈ ನದಿಯು ಅಂದು ಒಂದು ಹಂತದವರೆಗೂ, ಕನಿಷ್ಟ ಮಳೆಗಾಲದಲ್ಲಿಯಾದರೂ ಇಲ್ಲಿಯ ವರೆಗೆ ನೀರು ತರುತ್ತಿರಬೇಕು (ಟಿಪ್ಪಣಿ 3.1). ಆದರೆ ಹಕ್ರಾ ಮಡಕೆಯ ಅಗೆದು ತೆಗೆದ ಮುಖ್ಯ ನಿವೇಶನವು ಪಶ್ಚಿಮ ಪಂಜಾಬಿನ ರಾವಿ ನದಿಯ ಪಾತ್ರದಲ್ಲಿರುವ ಜಲೀಲಪುರದಲ್ಲಿದೆ. ಜಲೀಲಪುರದಲ್ಲಿ ದೊರೆತ ಪ್ರಾಣಿ ಮೂಳೆಗಳು ಸಾಕು ಜಾನುವಾರುಗಳು ಮಾಂಸಾಹಾರದ ಪ್ರಮುಖ ಮೂಲವಾಗಿದ್ದವು ಎಂದು ತೋರಿಸುತ್ತವೆ (ಶೇ90ಕ್ಕಿಂತ ಹೆಚ್ಚು). ಹೀಗೆ ಈ ಜನಸಮುದಾಯ ಬೇಟೆಯ ಮೇಲೆ ಅವಲಂಬಿತವಾಗಿದ್ದದ್ದು ಕಡಿಮೆ. ಇದಕ್ಕೆ ಭಿನ್ನವಾಗಿ ಹಕ್ರಾದ ನೆಲೆಗಳು ಬಹುಶಃ ಅರೆ– ಅಲೆಮಾರಿ ಜನಗಳ ತಾತ್ಕಾಲಿಕ ಡೇರೆಗಳಾಗಿದ್ದಿರಬಹುದು. ಈ ಜನಗಳು ಮುಖ್ಯವಾಗಿ ಪಶುಸಂಗೋಪನೆಯನ್ನು ಅವಲಂಬಿಸಿದ್ದರು. ಎರಡನೆಯದಾಗಿಯಷ್ಟೇ ಅವರು ಬದಲು (ಶಿಫ್ಟಿಂಗ್) ವ್ಯವಸಾಯದಲ್ಲಿ ತೊಡಗಿಸಿಕೊಂಡಿದ್ದರು. ಬಹುಶಃ ಇದು ಅವರು ಜೀವಿಸುತ್ತಿದ್ದ ಒಂದು ರೀತಿಯ ಮರುಭೂಮಿ ಹಾಗೂ ಕುರುಚಲು ಪರಿಸರಕ್ಕೆ ಸೂಕ್ತವಾಗಿತ್ತು.

3.4 ಭತ್ತದ ವ್ಯವಸಾಯ ಮತ್ತು ಕ್ರಿ ಪೂ 3,000 ನಂತರದ ಮಧ್ಯ ಹಾಗೂ ಪೂರ್ವ ಭಾರತದ ನವಶಿಲಾಯುಗ ಸಂಸ್ಕೃತಿಗಳು

ಸಮಾಜಗಳು ಅಸಮಾನವಾಗಿ ಬೆಳೆಯುತ್ತವೆ. ಮೆಹರ್ಘಡದಲ್ಲಿ ಸುಮಾರು ಕ್ರಿ.ಪೂ. 7,000 ಸುಮಾರಿಗೆ ಕಂಡುಬಂದ ನವಶಿಲಾಯಗ ತಂತ್ರಗಳು ಹಾಗೂ ಕೃಷಿ ಉತ್ಪಾದನೆ ಸಿಂಧೂ ಬಯಲಿನಾಚೆ, ಭಾರತದ ಇತರ ಯಾವುದೇ ಭಾಗದಲ್ಲಿ ಸುಮಾರು 4000 ವರ್ಷಗಳವರೆಗೆ ಕಾಣಿಸಿಕೊಳ್ಳಲೇ ಇಲ್ಲ ಎನ್ನುವ ಸಂಗತಿಯನ್ನು ಪರಿಶೀಲಿಸಿದಾಗ ಮೇಲಿನ ಮಾತಿನ ಸತ್ಯತೆ ನಮಗೆ ಹೊಳೆಯುತ್ತದೆ.

ಮಧ್ಯ ಗುಜರಾತ್‌ನ ಥಾರ್ ಮರುಭೂಮಿಯಾಚೆಯಷ್ಟೇ ಇರುವ ಲಾಂಗ್‌ನಾಜ್‌ನಲ್ಲಿರುವ ಸಣ್ಣ ಶಿಲಾ ಉಪಕರಣಗಳ (ನವಶಿಲಾಯುಗದ ಉಪಕರಣಗಳಿಲ್ಲ) ಕಾಲವನ್ನು ರೇಡಿಯೋ ಕಾರ್ಬನ್ ಕಾಲಮಾಪನದ ಪ್ರಕಾರ ಕ್ರಿ.ಪೂ 2,550 ರಿಂದ 2,185 ಎಂದು ನಿರ್ಧರಿಸಲಾಗಿದೆ. ಇದರ ಇನ್ನೂ ಉತ್ತರಕ್ಕೆ ಬಾಗೋರ್ ನಿವೇಶನವಿದೆ (ಇದು ಮೇವಾಡದ ಅರವಳ್ಳಿಯ ಎತ್ತರದಿಂದ ಥಾರ್‌ನತ್ತ ಮುಖ ಮಾಡಿದೆ). ಇಲ್ಲಿಯ ಎರಡು ಹಂತಗಳನ್ನು ಗುರುತಿಸಿದ್ದು ಈ ಕಾಲಮಾನ ಕ್ರಿ.ಪೂ 5,365 ರಿಂದ 2,315 ರವರೆಗೆ ಇದೆ. ಆದಾಗ್ಯೂ ಇವು ಪೂರ್ಣವಾಗಿ ಸೂಕ್ಷ್ಮ ಶಿಲಾ ಉಪಕರಣಗಳ ಹಂತಗಳು. ಕ್ರಿ ಪೂ 2,650 ರ ನಂತರವೇ, ಬಾಗೋರ್‌ನ ಹಂತ II ರಲ್ಲಿ, ತಾಮ್ರ ಮತ್ತು ಮಡಕೆಗಳು ನುಸುಳುತ್ತವೆ. ಹಂತ I ರಲ್ಲಿ ಪ್ರಾಣಿ ಸಾಕಾಣಿಕೆ ಇದ್ದು ಕುರಿ, ಮೇಕೆ, ಜೆಬು ಎತ್ತು ಹಾಗೂ ಹಂದಿಗಳನ್ನು ಸಾಕಲಾಗುತ್ತಿದ್ದು, ಕುರಿ,

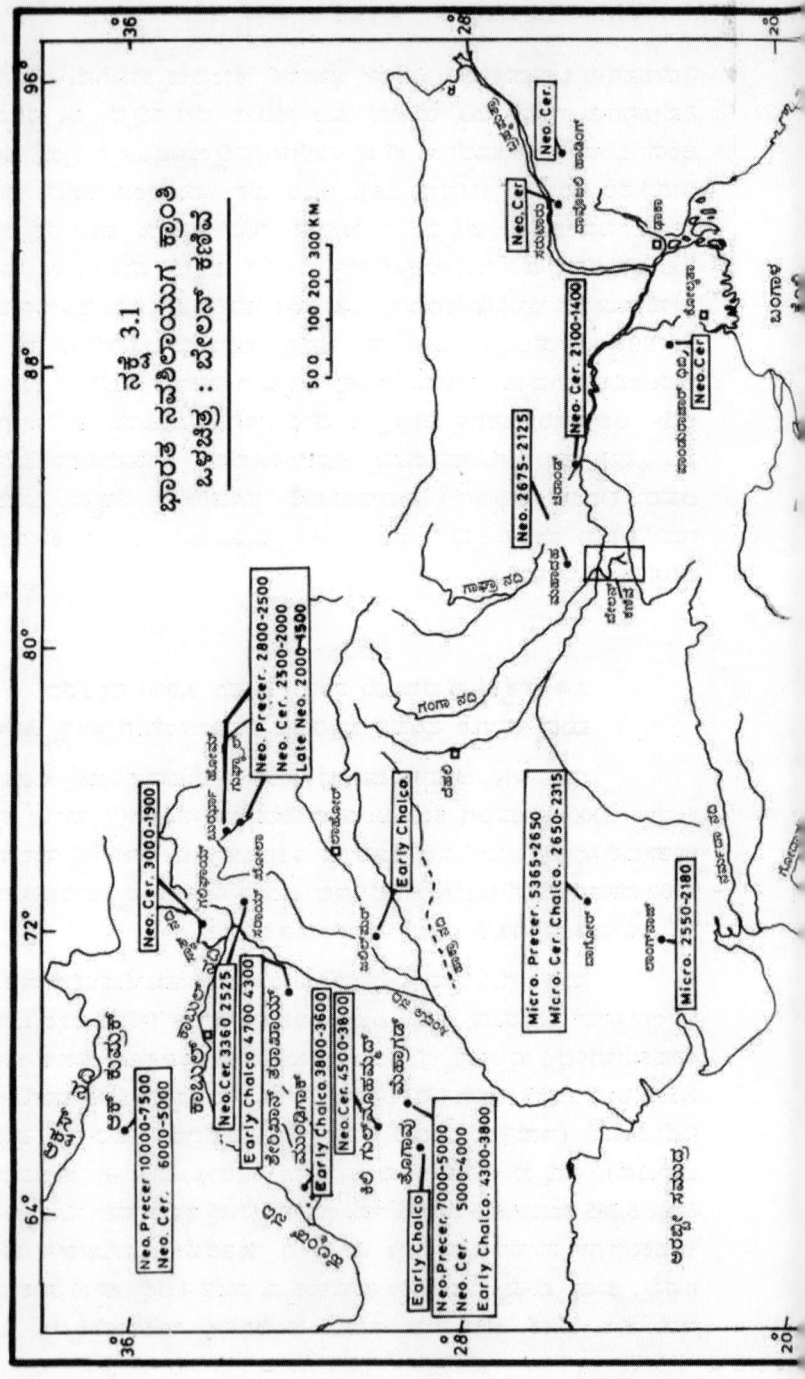

ನಕ್ಷೆ 3.1
ಭಾರತ ನವಶಿಲಾಯುಗ ಕ್ರಾಂತಿ
ಒಳಚಿತ್ರ : ಬೇಲನ್ ಕಣಿವೆ
50 0 100 200 300 KM
Neo. Precer 10000-7500
Neo. Cer. 6000-5000
Neo. Cer. 3360 2525
Early Chalco 4700 4300
Early Chalco 3800-3600
Neo. Cer. 4500-3800
Neo. Cer. 3000-1900
Neo. Precer. 2800-2500
Neo. Cer. 2500-2000
Late Neo. 2000-1500
Early Chalco.
Early Chalco
Neo. Precer. 7000-5000
Neo. Cer. 5000-4000
Early Chalco. 4300-3800
Micro. Precer. 5365-2650
Micro. Cer. Chalco. 2650-2315
Micro. 2550-2180
Neo. 2675-2125
Neo. Cer. 2100-1400
Neo. Cer
Neo. Cer
Neo. Cer.

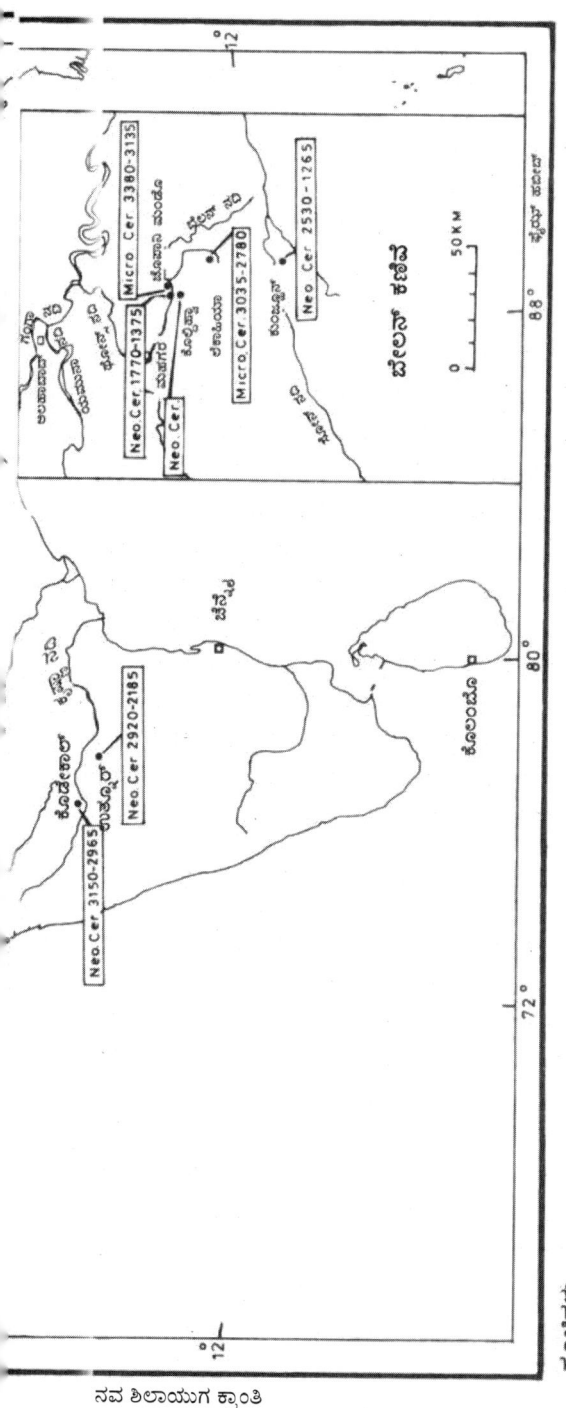

ಸೂಚಿಗಳು

Micro.	ಸಣ್ಣ ಶಿಲಾ ಪರಿಕರಗಳ ಕಾಲ	late neo	ನಂತರದ ನವ ಶಿಲಾಯುಗ
Neo.	ನವ ಶಿಲಾಯುಗ	Early Chalo	ಆರಂಭದ ತಾಮ್ರ ಶಿಲಾಯುಗ
Chalco.	ತಾಮ್ರ ಶಿಲಾಯುಗ	Neo Precer	ನವ ಕುಂಬಾರಿಕೆ–ಪೂರ್ವ
Precer.	ಕುಂಬಾರಿಕೆ–ಪೂರ್ವಕಾಲ	Neo Cer	ನವ ಕುಂಬಾರಿಕೆ
Cer.	ಕುಂಬಾರಿಕೆ ಕಾಲ		

ಅಂಕಿಗಳು ಕ್ರಿ.ಪೂ. ವರ್ಷದ್ದು

ಮೇಕೆಗಳು ಪ್ರಾಮುಖ್ಯತೆ ಪಡೆದಿದ್ದವು. ಬೀಸುವಕಲ್ಲು ಪತ್ತೆಯಾಗಿದ್ದರೂ ಯಾವುದೇ ಧಾನ್ಯಗಳು ಪತ್ತೆಯಾಗಿಲ್ಲ. ಹೀಗಾಗಿ ಅಲ್ಲಿಯ ನಿವಾಸಿಗಳು ಆಹಾರಧಾನ್ಯಗಳ ವ್ಯವಸಾಯ ಅರಿತಿದ್ದರೇ ಎಂದು ಹೇಳಬರುವುದಿಲ್ಲ. ಅವರು ಹೆಚ್ಚು ಕುರಿಕಾಯುವವರ ಸಮುದಾಯವಿದ್ದಂತೆ ಕಂಡುಬರುತ್ತಾರೆ. ಹೀಗೆ ಲಾಂಗ್‌ನಾಜ್‌ನಿಂದ ಬಾಗೋರ್‌ವರೆಗಿನ ಮಧ್ಯಶಿಲಾಯುಗದ ಈ ಪಟ್ಟಿಯು ಅಧ್ಯಾಯ 2.5ರಲ್ಲಿ ವಿವರಿಸಿದಂತಹ ಮಧ್ಯಶಿಲಾಯುಗದ ಸಂಸ್ಕೃತಿಗಳಿಂದ ಉಳಿದುಕೊಂಡು ಬಂದ ಸಂಸ್ಕೃತಿಯಾಗಿರಬಹುದು. ಇದರ ಮುಖ್ಯ ನಿವೇಶನ ನರ್ಮದಾ ಕಣಿವೆಯಲ್ಲಿನ ಆದಮ್‌ಘಡದಲ್ಲಿದೆ (ಕ್ರಿ ಪೂ 6,000).

ಇದರ ಇನ್ನೂ ಪೂರ್ವಕ್ಕೆ, ಪಶ್ಚಿಮದ ನವಶಿಲಾಯುಗದ ಸಂಸ್ಕೃತಿಗಳಿಗೆ ಯಾವುದೇ ಸ್ಪಷ್ಟ ಸಂಬಂಧವಿಲ್ಲದ, ಬೇರೆಯದೇ ಹಾಗೂ ಸ್ವತಂತ್ರ ನವಶಿಲಾಯುಗದ ತಂತ್ರಜ್ಞಾನ ಹಬ್ಬಿದಂತೆ ಕಾಣುತ್ತದೆ. ಈ ನವಶಿಲಾಯುಗ ಪ್ರೇರಣೆಯ ಮೂಲ ಮಧ್ಯ ಭಾರತದಿಂದಲೇ ಬಂತು ಎಂದು ಮೊದಲು ಭಾವಿಸಲಾಗಿತ್ತು. ಜಿ ಆರ್ ಶರ್ಮ ಹಾಗೂ ಅವರ ಸಹಯೋಗಿಗಳು ಅಲಹಾಬಾದ್‌ನ ದಕ್ಷಿಣಕ್ಕಿರುವ ವಿಂಧ್ಯಾದ ಸಣ್ಣ ನದಿ ಬೇಲಾನ್‌ನ ಕಣಿವೆಯ ಕೋಲ್‌ದಿಹ್ವದಲ್ಲಿ ಭತ್ತ ವ್ಯವಸಾಯವನ್ನು ಪತ್ತೆ ಹಚ್ಚಿದ್ದರು. ಅಕ್ಕಿಯನ್ನು ಪಡೆದ ಸ್ತರದ್ದೆಂದೇ ಭಾವಿಸಲಾದ ಸಾಮಗ್ರಿಗಳ ಕಾರ್ಬನ್ ಪರೀಕ್ಷೆ ಕ್ರಿ ಪೂ 6,716ರಿಂದ 5,010 ಕಾಲಮಾನ ಕೊಟ್ಟಿತು. ಈ ನಿವೇಶನವು, ಈ ಪ್ರಕಾರ ಪ್ರಪಂಚದಲ್ಲೆಲ್ಲಾ ಅತಿ ಪುರಾತನ ಭತ್ತ ಪತ್ತೆಯಾದ ಸ್ಥಳವಾಗಿರುತ್ತಿತ್ತು. ಇಂತಹ ಹೇಳಿಕೆಯು ಹಲವು ಪಠ್ಯಪುಸ್ತಕಗಳಲ್ಲಿಯೂ ದಾಖಲಾಗಿತ್ತು. ಆದರೆ ಈಗ ಸ್ಪಷ್ಟವಾದಂತೆ ಈ ಪುರಾತನ ಕಾಲಮಾನ ನಿಗದಿ ಕಲ್ಲಿದ್ದಲು ಇರುವ ಸ್ತರದ ತಪ್ಪು ನಿಗದಿಯಿಂದಾದುದು ಎಂದು ತಿಳಿದಿದೆ. ವಾಸ್ತವ ಸಾಂಸ್ಕೃತಿಕ ಅನುಕ್ರಮ ಹೀಗಿದೆ.

ಎಲ್ಲಕ್ಕೂ ಮೊದಲಾಗಿ, ಅದೇ ಸಣ್ಣ ನದಿ ಬೇಲಾನ್‌ನ ಕಣಿವೆಯಲ್ಲಿನ ಚೊಪಾನಿ ಮಂಡೋನಲ್ಲಿ ತಡವಾದ ಮಧ್ಯಶಿಲಾಯುಗ ಅಥವಾ ಆರಂಭಿಕ ನವಶಿಲಾಯುಗದ ಹಂತ ಪತ್ತೆಯಾಗಿದ್ದು, ಅದರ ಕಾಲಮಾನವನ್ನು (ಕಾರ್ಬನ್ ಕಾಲಮಾನ ನಿರ್ಣಯದ ಪ್ರಕಾರ) ಕ್ರಿ.ಪೂ. 3385 ರಿಂದ 3135 ಎನ್ನಲಾಗಿದೆ. ಇಲ್ಲಿಯ ಜನರು ಗುಡಿಸಲುಗಳಲ್ಲಿ ವಾಸವಾಗಿದ್ದರು. ಆ ಗುಡಿಸಲುಗಳ ನೆಲಗಳಲ್ಲಿ ದೊಡ್ಡ ಪ್ರಮಾಣದಲ್ಲಿ ಸಣ್ಣಶಿಲಾ ಉಪಕರಣಗಳು ದೊರೆತಿವೆ. ಜನರು ಬೇಟೆಗಾರರು ಹಾಗೂ ಆಹಾರ ಸಂಗ್ರಹಕಾರರೂ ಆಗಿದ್ದರು, ಈ ಕಾರಣಕ್ಕೆ ಗಂಡಸರು ಸರಾಯ್ ನಹರ್ ರಾಯ್ ಮತ್ತು ಮಹಾದಹದಲ್ಲಿ 5000 ವರ್ಷಗಳ ಹಿಂದೆ ಇದ್ದಂತೆ ಬಲಿಷ್ಟವಾಗಿ ಹಾಗೂ ಎತ್ತರವಾಗಿದ್ದರು. ಆದರೆ ಹೆಂಗಸರು ನಾಜೂಕಾಗತೊಡಗಿದ್ದರು, ಹಾಗೂ ಅವರ ಗಾತ್ರ ಕಡಿಮೆಯಾಗ ತೊಡಗಿತ್ತು (ವಯಸ್ಕರ ಸರಾಸರಿ ಎತ್ತರ 162 ಸೆಮಿ). ಉತ್ತರ ಪ್ರದೇಶದ ಮಿರ್ಜಾಪುರ ಜಿಲ್ಲೆಯ ಲೇಖಾಹಿಯಾದಲ್ಲಿ ದೊರೆತ ಅಸ್ಥಿಪಂಜರಗಳು ಇದನ್ನೇ ಹೇಳುತ್ತವೆ. ಇವುಗಳ ಕಾಲಮಾನ ಕ್ರಿ ಪೂ 3035 –2780 ಎಂದು ನಿರ್ಧರಿಸಲಾಗಿದೆ. ಇಲ್ಲಿನ ಮಾನವರ ಜೀವಿತಾವಧಿ ಇನ್ನೂ ಕಡಿಮೆಯಿತ್ತು, ಹತ್ತೊಂಬತ್ತು ಅಸ್ಥಿಪಂಜರಗಳ ವಯಸ್ಸನ್ನು ಅಂದಾಜು ಮಾಡಿದ್ದು ಅದರಲ್ಲಿ ಹನ್ನೊಂದು

ಮಂದಿ ತಮ್ಮ 25ನೇ ವರ್ಷದ ಒಳಗೆ ಸತ್ತಿದ್ದಾರೆ. ಚೊಪಾನಿ ಮಂಡೋಗೆ ಹಿಂದಿರುಗುವುದಾದರೆ, ಇಲ್ಲಿ ಕಲ್ಲಿನ ಸುತ್ತಿಗೆ, ಬೀಸುಕಲ್ಲು ಹಾಗೂ ಅರೆವ ಕಲ್ಲಿನಂತಹ ಕೆಲವು ನಯಗೊಳಿಸಿದ ಕಲ್ಲಿನ ಪರಿಕರಗಳನ್ನು ನಾವು ಕಾಣಬಹುದು. ಆದರೆ ಇನ್ನೂ ವ್ಯವಸಾಯ, ಸಸ್ಯಗಳ ಮತ್ತು ಪ್ರಾಣಿ ಸಂಗೋಪನೆಗಳ ಸುಳಿವು ಇಲ್ಲ. ಆದರೆ ಕಾಡು ಭತ್ತವನ್ನು ಸಂಗ್ರಹಿಸಲಾಗುತ್ತಿತ್ತು (ಸುಟ್ಟ ಜೇಡಿಮಣ್ಣಿನಲ್ಲಿ ಭತ್ತದ ಹೊಟ್ಟಿನ ಮುದ್ರೆಗೆ ಚಿತ್ರ 3.7 ನೋಡಿ). ಕೈಯಿಂದ ಮಾಡಿದ ಮಡಕೆಗಳು, ಕೆಲವೊಮ್ಮೆ ಹಗ್ಗದ ಹುರಿಯಿಂದ ಮುದ್ರಿಸಿದ ಅಲಂಕಾರಗಳೊಂದಿಗೆ ದೊರೆತಿವೆ. ಈ ಮಡಕೆಯು ಈ ಸಂಸ್ಕೃತಿಯ ಸಂಬಂಧವನ್ನು ಕುಂರ್ಝುನ್ ನದಿಯ ಹತ್ತಿರವಿರುವ ಕೋಲ್‌ದಿಹ್ವಾ ಮತ್ತು ಮಹಾಗರ ನಿವೇಶನಗಳು ಪ್ರತಿನಿಧಿಸುವ 'ವಿಂಧ್ಯಾ ನವಶಿಲಾಯುಗ'ದ ಸಂಸ್ಕೃತಿಯೊಂದಿಗೆ ಕಲ್ಪಿಸುತ್ತದೆ. ಇವುಗಳಲ್ಲಿ ಕೊನೆಯದು ಚೋಪಾನಿ ಮಂಡೋಗೆ ತೀರಾ ಹತ್ತಿರದಲ್ಲಿದೆ. ವಿಂಧ್ಯಾದ ನವಶಿಲಾಯುಗ ಸಂಸ್ಕೃತಿಯು ಚೋಪಾನಿ ಮಂಡೋದ ಮಧ್ಯಶಿಲಾಯುಗ ಸಂಸ್ಕೃತಿಯ ನಂತರ ಸುಮಾರು ಕ್ರಿ ಪೂ 3000 ವೇಳೆಗೆ ಬಂದಿರಬೇಕು. ಕುನ್‌ಜಾನ್ ನದಿಯ ಕ್ಷೇತ್ರದಲ್ಲಿನ ಕಾರ್ಬನ್ ಕಾಲಮಾನ ಕ್ರಿ ಪೂ 3530 ದಿಂದ 1265ರವರೆಗೆ ಇದ್ದರೆ, ಮಹಾಗರದ ಕಾಲಮಾನ ಎರಡನೇ ಸಹಸ್ರಮಾನಕ್ಕೆ ಸೀಮಿತವಾಗಿದೆ ಅಥವಾ ಕ್ರಿ ಪೂ 1770 ರಿಂದ 1375 ರವರೆಗೆ ಇದೆ. ವಿಂಧ್ಯಾದ ನವಶಿಲಾಯುಗ ಸಂಸ್ಕೃತಿ ಖಂಡಿತ ಮುಖ್ಯವಾಗುತ್ತದೆ, ಏಕೆಂದರೆ, ಈಗಾಗಲೇ ಹೇಳಿದಂತೆ, ಅಲ್ಲಿ ಭತ್ತ ವ್ಯವಸಾಯದ ಬಹಳ ಒಳ್ಳೆಯ ಸಾಕ್ಷ್ಯಗಳು ದೊರೆತಿವೆ. ಭತ್ತ ಈಗ ಭಾರತದ ಪ್ರಮುಖ ಆಹಾರ ಬೆಳೆ. ಇದನ್ನು ಹೊರತು ಪಡಿಸಿದರೆ

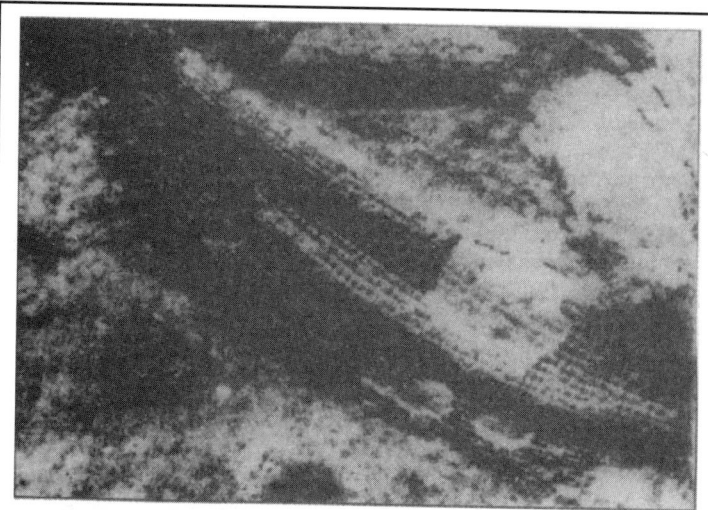

ಚಿತ್ರ 3.7 : ಜೇಡಿಮಣ್ಣಿನ ಮೇಲೆ ಭತ್ತದ ಹೊಟ್ಟಿನ ಮುದ್ರೆ, ಚೊಪಾನಿಮಂಡೊ, ಹಂತ 3 : (ಚಿತ್ರ ಜಿ.ಆರ್. ಶರ್ಮಾ)

ಇಲ್ಲಿಯ ಹಗ್ಗದ ಮುದ್ರೆಯಿರುವ, ಕೈಯಿಂದ ತಯಾರಿಸಿದ ಮಡಕೆ (ಚಿತ್ರ 3.8) ಈ ಸಂಸ್ಕೃತಿಯ ಆದಿಮ ಸ್ವರೂಪಕ್ಕೆ ಸಾಕ್ಷಿ.

ಪಶ್ಚಿಮಕ್ಕೆ ಸಮಾನಾಂತರವಾಗಿ ಪೂರ್ವದಲ್ಲಿ ಒಂದು ವಿಶಾಲ ನವಶಿಲಾಯುಗದ ಕ್ಷೇತ್ರದ ಸುಳಿವುಗಳು ನಮಗಿಲ್ಲಿ ದೊರೆಯುವ ಸಾಧ್ಯತೆಯಿದೆ. ಪೂರ್ವದ ಸುಳಿವು ನಮ್ಮನ್ನು ಚೈನಾಕ್ಕೆ ಎಳೆದೊಯ್ಯುತ್ತದೆ. ಅಲ್ಲಿ ಕ್ರಿ ಪೂ 5000ಕ್ಕಾಗಲೇ ಭತ್ತದ ಸಂಗೋಪನೆ ಖಂಡಿತವಾಗಿಯೂ ಆರಂಭವಾಗಿತ್ತು. ಹೆಮುಡು ಸಂಸ್ಕೃತಿಯಲ್ಲಿ ಇದರ ಗುರುತುಗಳು ಹೇರಳವಾಗಿ ದೊರೆಯುತ್ತಿದ್ದು, ಹಾಗೆಯೇ ಹಗ್ಗದ ಮುದ್ರೆಯ ಮಡಕೆಗಳು ಸಹ ಸಿಕ್ಕಿವೆ. ವಿಯಟ್ನಾಮ್ ಹಾಗೂ ಥಾಯಲ್ಯಾಂಡ್‌ನ ಹೋಬಿನ್‌ಹಿಯನ್ ಸಂಸ್ಕೃತಿಯಲ್ಲಿ, ಕ್ರಿ ಪೂ 5000ದ ಬಹುಕಾಲದ ನಂತರ ತಡವಾದ ಹಂತಗಳಲ್ಲಿ, ಭತ್ತದ ವ್ಯವಸಾಯ ಹಾಗೂ ಹಗ್ಗ ಮುದ್ರೆಯಿರುವ ಮಡಕೆಗಳು ದೊರೆಯುತ್ತವೆ. ಅಸ್ಸಾಮ್‌ನ ನವಶಿಲಾಯುಗದ ನಿವೇಶನಗಳು ಆಗ್ನೇಯ ಏಶ್ಯಾದೊಂದಿಗೆ ಭಾರತೀಯ ಸಂಬಂಧಗಳಿರುವ ಸಾಧ್ಯತೆಗಳ ಬಗೆಗೆ ಹೇಳುತ್ತವೆ. ದೋಜಾಲಿ ಹೇಡಿಂಗ್ (ಉತ್ತರ ಕಚಾರ್ ಬೆಟ್ಟಗಳು) ಮತ್ತು ಸರುಟರುಗಳಲ್ಲಿ (ಅಸ್ಸಾಮ್‌ನ ಕಾಮರೂಪ್ ಜಿಲ್ಲೆ) ಧಾನ್ಯಗಳನ್ನು ಕುಟ್ಟಲು ಅಥವಾ ಅರೆಯಲು ಬಳಸುವ ಪರಿಕರಗಳೊಂದಿಗೆ ಹಗ್ಗದ ಮುದ್ರೆಯ ಮಡಕೆ ಪತ್ತೆಯಾಗಿದೆ. ದುರದೃಷ್ಟಕ್ಕೆ ಕಾಲಮಾನ ನಿರ್ಣಯ ಸಾಧ್ಯವಾಗಿಲ್ಲ. ಪಶ್ಚಿಮ ಬಂಗಾಳದ ಪಾಂಡು ರಾಜರ್ ಧಿಬಿಯಲ್ಲಿ (ಬರ್ಧ್ವಾನ್ ಜಿಲ್ಲೆ), ಎರಡು ನವಶಿಲಾಯುಗದ ಹಂತಗಳು, ಕಾಲಮಾನ I ಹಾಗೂ II, ಪತ್ತೆಯಾಗಿವೆ. ಕಾಲಮಾನ I ಬಹುಶಃ ಕ್ರಿ ಪೂ 2000ಕ್ಕೂ ಹಿಂದಿನದು, ಇಲ್ಲಿ ಭತ್ತದ ವ್ಯವಸಾಯ ಹಾಗೂ ಹಗ್ಗದ ಮುದ್ರೆಯ ಮಡಕೆಗಳ ಉಳಿಕೆಗಳು ದೊರೆತಿವೆ. ಕಾಲಮಾನ II , ಹೊಸ ನೆಲೆಗೆ ಸೇರಿದ್ದು ಇಲ್ಲಿ ಭತ್ತದೊಂದಿಗೆ ಚಕ್ರದಿಂದ ತಯಾರಿಸಿದ ಮಡಕೆ ಇದೆ. ಇಂತಹ ಮಡಕೆಯ ತಾಂತ್ರಿಕತೆ ಬಹುಶಃ ಸಿಂಧೂ ಕಣಿವೆಯಿಂದ ಬಂದಿರಬೇಕೆಂದು ನಾವು

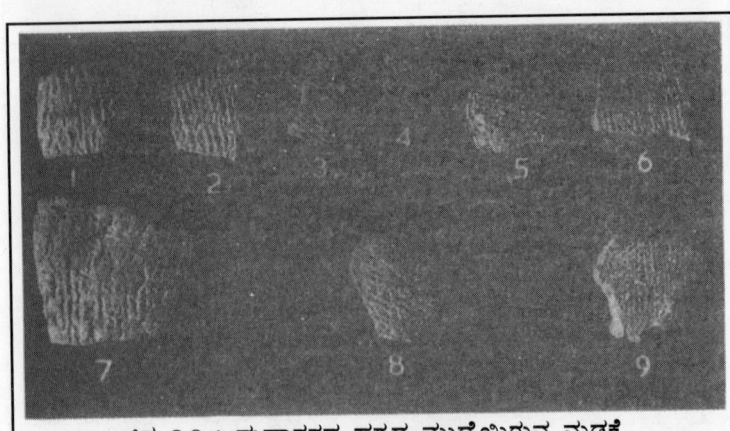

ಚಿತ್ರ 3.8 : ಮಹಾಗರದ ಹಗ್ಗದ ಮುದ್ರೆಯಿರುವ ಮಡಕೆ
(ಚಿತ್ರ: ಜಿ.ಆರ್. ಶರ್ಮಾ)

ಊಹಿಸಬಹುದು. ಅಲ್ಲಿ ಇದು 2000 ವರ್ಷಗಳ ಮೊದಲು ಕಾಣಸಿಕ್ಕಿದೆ. ಹಗ್ಗದ ಮುದ್ರೆಯುಳ್ಳ ಮಡಕೆಯ ವಿಂಧ್ಯಾ ನವಶಿಲಾಯುಗವು ಪೂರ್ವದಿಂದ ಭತ್ತದ ವ್ಯವಸಾಯ ಹಬ್ಬಿದ ಕೊನೆಯ ಬಿಂದುವೆಂದು ನಾವು ಭಾವಿಸಬಹುದು. ಅಸ್ಸಾಮ್‌ನ ನಿವೇಶನಗಳು ಹಾಗೂ ಪಾಂಡು ರಾಜರ್ ಧಿಬಿ ಕಾಲಮಾನ I ಅದರ ಮುಖ್ಯ ಹಂತಗಳು ಎಂದು ಭಾವಿಸಲು ಸಾಧ್ಯ.

ತಕ್ಕಮಟ್ಟಿಗೆ ಪ್ರಗತಿಯಾದ ಪಾಂಡು ರಾಜರ್ ಧಿಬಿಯ ನವಶಿಲಾಯುಗದ ಕಾಲಮಾನ II ಹಂತವನ್ನು ಬಿಹಾರದ ಸರಣ್ ಜಿಲ್ಲೆಯಲ್ಲಿರುವ ಚಿರಾಂದ್‌ಗೆ ಹೋಲಿಸಬಹುದು. ಇಲ್ಲಿನ ಕಾಲಮಾನ I ನ್ನು ಕ್ರಿ ಪೂ 2100 ದಿಂದ 1400ರ ನಡುವೆ ಇಡಬಹುದು. ಇಲ್ಲಿ ವೈವಿಧ್ಯಮಯ ನವಶಿಲಾಯುಗದ ಪರಿಕರಗಳು, ಸುಟ್ಟ ಧಾನ್ಯಗಳು ಪತ್ತೆಯಾಗಿವೆ. ಭತ್ತ ಮಾತ್ರವಲ್ಲ, ಗೋದಿ, ಬಾರ್ಲಿ, ಮುಂಗ್, ಮಸೂರ್‌ನಂತಹ ಬೇಳೆಕಾಳುಗಳನ್ನೂ ಬೆಳೆಯಲಾಗುತ್ತಿತ್ತು. ಜನರು ಕಾಡಿನ ಜೊಂಡುಗಳಿಂದ ಗುಡಿಸಲು ನಿರ್ಮಿಸಿ ವಾಸಿಸುತ್ತಿದ್ದರು. ಆದರೆ ಬೇರೆಡೆಗೆ ಹೋಲಿಸಿದರೆ ಅಲ್ಲಿನ ಸಮೃದ್ಧಿಯನ್ನು ಅರೆ–ಪ್ರಶಸ್ತ ಶಿಲೆ (ಕ್ಯಾಲ್ಸೆಡೆನಿ, ಅಗೇಟ್ ಮುಂತಾದ) ಗಳಿಂದ ಮಾಡಿದ ಸೂಕ್ಷ್ಮಶಿಲಾ ಉಪಕರಣಗಳಲ್ಲಿ, ಮಣಿಗಳಲ್ಲಿ ನೋಡಬಹುದು. ಮಡಕೆ ಪ್ರಮುಖವಾಗಿ ಕೈಯಿಂದ ಮಾಡಿದುದು, ಆದರೆ ಹೊಳೆಯುವ, ಸುಟ್ಟ ಹಾಗೂ ಬಣ್ಣ ಲೇಪಿಸಿದ ಮಡಕೆಗಳು ಇವೆ ಮತ್ತು ಕೆಲವು ಚಕ್ರದಿಂದ ತಯಾರಿಸಿದ ಮಡಕೆಗಳೂ ಲಭ್ಯವಾಗಿವೆ.

ಸಸ್ಯಗಳ ಸಂಗೋಪನೆ, ಅದರಲ್ಲೂ ಮುಖ್ಯವಾಗಿ ಭತ್ತದ ಸಾಕ್ಷ್ಯದಿಂದ ನವಶಿಲಾಯುಗದ ಕ್ರಾಂತಿಯು ತಕ್ಷಣವೇ ಗಂಗಾ ಕಣಿವೆಯಲ್ಲಿ ಯಾವುದೇ ವಿಶಾಲ ಮಟ್ಟದ ವ್ಯವಸಾಯ ನಿರ್ಮಿಸಿತು ಎಂದು ನಾವು ಊಹಿಸುವಂತಾಗಬಾರದು. ಈ ಕಣಿವೆ ದಟ್ಟವಾದ ಅರಣ್ಯದಿಂದ ಕೂಡಿದ್ದಿರಬೇಕು (ಅಧ್ಯಾಯ 1.4). ಈ ಕಾರಣಕ್ಕೆ ವ್ಯವಸಾಯವು ಮಾನವ ನೆಲೆಗಳ ಸುತ್ತಮುತ್ತಲು ಕಾಡು ಸವರಿ ಮಾಡಿದ ಸಣ್ಣ ಕ್ಷೇತ್ರಗಳಿಗೆ ಮಾತ್ರ ಸೀಮಿತವಾಗಿರಬಹುದು. ಈ ಸವರಿಕೆಗಳನ್ನು ಪ್ರತಿಯೊಂದನ್ನೂ ಒಣ ಋತುವಿನಲ್ಲಿ ಸಸ್ಯಗಳಿಗೆ ಬೆಂಕಿ ಹಚ್ಚುವ ಮೂಲಕ ಮಾಡಿದ್ದು, ಇವನ್ನು ಕೆಲ ವರ್ಷಗಳ ಬೇಸಾಯದ ನಂತರ ತೊರೆದು ಇನ್ನೊಂದು ಅಂತಹ ಹೊಸದಾಗಿ ಸ್ವಚ್ಛಗೊಳಿಸಿದ ಪ್ರದೇಶಕ್ಕೆ ವ್ಯವಸಾಯ ಬದಲಾಯಿಸಿರಬೇಕು. ಇದನ್ನು 'ಜೂಮ್' ಅಥವಾ 'ಕಡಿ ಮತ್ತು ಸುಡು' ವಿಧಾನವೆಂದು ಕರೆಯಲಾಗುತ್ತದೆ. ಇದನ್ನು ಈಗಲೂ ಅರಣ್ಯದ ಬುಡಕಟ್ಟು ಜನಸಮುದಾಯುಗಳು ಮಾಡುತ್ತವೆ. ಬೇಟೆ ಹಾಗೂ ಮೀನುಗಾರಿಕೆಗಳು ಸಸ್ಯಾಹಾರಕ್ಕೆ ದೊಡ್ಡ ಪ್ರಮಾಣದಲ್ಲಿ ಪೂರಕವಾಗಿದ್ದಿರಬೇಕು. ಈ ಕಾರಣಕ್ಕೆ ಚಿರಾಂದ್‌ನಲ್ಲಿಯೂ ಸಹ ಕಾಡುಪ್ರಾಣಿಗಳಾದ ಆನೆ, ಗೆಂಡಾಮೃಗ, ಜಿಂಕೆಯೊಂದಿಗೆ ಎತ್ತು ಹಾಗೂ ಕೋಣಗಳ ಮೂಳೆಗಳು ಲಭ್ಯವಾಗಿವೆ(ಕೊನೆಯವು ಕೂಡಾ ಬಹುಶಃ ಕಾಡು ಪ್ರಾಣಿಗಳಾಗಿರಬಹುದು). ದನಗಳ ಸಾಕಾಣಿಕೆ ಅಂತೆಯೇ ಕುರಿ, ಮೇಕೆ ಹಾಗೂ ಹಂದಿ ಸಾಕಾಣಿಕೆ ಕೂಡಾ ಭಾಗಶಃ ಮಾಂಸಕ್ಕಾಗಿಯೇ ಮಾಡುತ್ತಿರಬೇಕು. ಏಕೆಂದರೆ ನೇಗಿಲಾಗಲೀ, ಚಕ್ಕಡಿಯಾಗಲೀ ಇನ್ನೂ ತಿಳಿದಿರಲಿಲ್ಲ.

ಆದ್ದರಿಂದ ಭತ್ತ ವ್ಯವಸಾಯದ ಪೂರ್ಣ ಸಾಧ್ಯತೆಯನ್ನು ಈಡೇರಿಸಿಕೊಳ್ಳಲು ಹಾಗೂ ಪೂರ್ಣ ಪ್ರಮಾಣದ ಕೃಷಿ ಸಮುದಾಯಗಳು ಗಂಗಾ ಬಯಲಿನಲ್ಲಿ ವ್ಯಾಪಕವಾಗಿ ಹಬ್ಬಲು ಇನ್ನೂ ಬಹಳಷ್ಟು ಸಮಯ ತೆಗೆದುಕೊಂಡಿತು.

3.5 ಕ್ರಿ ಪೂ 3000ದ ನಂತರದ ಉತ್ತರ ಹಾಗೂ ಪ್ರಾರಂಭಿಕ ದಕ್ಷಿಣದ ನವಶಿಲಾಯುಗ ಸಂಸ್ಕೃತಿಗಳು

ಇತರ ಎರಡು ಪ್ರಮುಖ ನವಶಿಲಾಯುಗದ ಸಂಸ್ಕೃತಿಗಳನ್ನು ಇನ್ನೂ ವಿವರಿಸಬೇಕಿದೆ. ಮೊದಲನೆಯದು ಉತ್ತರದ್ದು, ಕಾಶ್ಮೀರದ ಸುತ್ತ ಕೇಂದ್ರವಾಗಿರುವುದು ಮತ್ತು ಇನ್ನೊಂದು ದಕ್ಷಿಣದ್ದು, ಮುಖ್ಯವಾಗಿ ಕರ್ನಾಟಕದಲ್ಲಿ ಕಂಡುಬರುವುದು. ಇವೆರಡು ಸುಮಾರು ಕ್ರಿ ಪೂ 3000ದವು, ಅಂದರೆ ವಿಂಧ್ಯಾ ನವಶಿಲಾಯುಗದ ಪ್ರಾರಂಭಿಕ ಕಾಲದವು. ಇದುವರೆಗೆ ತಿಳಿದಿರುವಂತೆ, ಇವೆರಡೂ ಒಂದೇ ಕಾಲದಲ್ಲಿ ಕಂಡು ಬಂದಿರುವುದು ಒಂದು ಆಕಸ್ಮಿಕ ಮತ್ತು ಈ ಮೂರು ಸಂಸ್ಕೃತಿಗಳ ನಡುವೆ ಯಾವುದೇ ಒಡನಾಟ ಇದ್ದಂತಿಲ್ಲ.

ಉತ್ತರ ನವಶಿಲಾಯಯುಗದ ಎರಡು ಪ್ರಮುಖ ನಿವೇಶನಗಳೆಂದರೆ ಕಾಶ್ಮೀರ ಕಣಿವೆಯ ಬುರ್ಝಹೋಮ್ ಮತ್ತು ಗುಫ್‌ಕ್ರಲ್. ಬುರ್ಝಹೋಮ್‌ನಲ್ಲಿ ಕ್ರಿ ಪೂ 2800 ರಿಂದ 2500ರವರೆಗೆ ಮಡಕೆಗಳಿಲ್ಲದ ಪ್ರಾರಂಭಿಕ ನವಶಿಲಾಯುಗ ಹಂತವಿತ್ತೆನ್ನಲು ಸಾಕಷ್ಟು ಕಾರ್ಬನ್ ಕಾಲಮಾನ ನಿರ್ಣಯಗಳು ಲಭ್ಯವಾಗಿವೆ. ಇದನ್ನು ಅನುಸರಿಸುವ ಮುಖ್ಯ ನವಶಿಲಾಯುಗ ಹಂತವು ಕ್ರಿ ಪೂ 2500 ರಿಂದ 2000 ವರೆಗಿದ್ದು, ಇಲ್ಲಿ ಕೈಯಿಂದ ಮಾಡಿದ. ಚಾಪೆಯ, ಹಗ್ಗದ ಮುದ್ರೆಯ ಹಾಗೂ ಬಣ್ಣ ಹಚ್ಚಿದ ಮಡಕೆಗಳು ಕಾಣಬರುತ್ತವೆ. ಜನರು ಕರೇವಾಸದ ಅಥವಾ ಹಳ್ಳದ ಹತ್ತಿರದ ನೈಸರ್ಗಿಕ ಮೆಕ್ಕಲು ಮಣ್ಣಿನ ದಿಬ್ಬಗಳ ಮೇಲಿನ ಕುಣಿಗಳಲ್ಲಿ

ಚಿತ್ರ 3.9 : ಜಿಂಕೆ ಬೇಟೆಯಲ್ಲಿ ಈಟಿ ಮತ್ತು ಬಾಣದ ಬಳಕೆ, ಬುರ್ಝಾಹೋಂ, ಅವಧಿ 1 ಬಿ. ಎರಡು ಸೂರ್ಯರನ್ನು ಮತ್ತು (ಕಾಡು?) ನಾಯಿಯನ್ನು ಗಮನಿಸಿ) (ಬಿ.ಎಂ.ಪಾಂಡೆ, ಜಿ.ಪೊಸೆಹ್ಲ್‌ರಿಂದ)

ವಾಸಮಾಡುತ್ತಿದ್ದರು. ಅವರು ನಯಗೊಳಿಸಿದ ಶಿಲಾ ಉಪಕರಣಗಳನ್ನು ಮತ್ತು ವಿವಿಧ ಮೂಳೆಯ ಉಪಕರಣಗಳನ್ನು ಬಳಸುತ್ತಿದ್ದರು. ಅವರು ಪ್ರಾರಂಭದಲ್ಲಿ ತಮ್ಮ ಮಾಂಸಾಹಾರದಲ್ಲಿ ಹೆಚ್ಚಿನವನ್ನು ಬೇಟೆಯಿಂದಲೇ ಪಡೆಯುತ್ತಿದ್ದರು. ದನಗಳು, ಕುರಿ, ಮೇಕೆ, ಎಮ್ಮೆ, ಹಂದಿ ಮತ್ತು ನಾಯಿಗಳ ಸಾಕಾಣಿಕೆ ಇದ್ದು ಕಾಲಾಂತರದಲ್ಲಿ ನಿಧಾನವಾಗಿ ಈ ಪಶುಪಾಲನೆಯು ಬೇಟೆಯ ಸ್ಥಾನಕ್ಕೆ ಬಂತು. ಕೊಯ್ಲಿನ ಚಾಕು ಸೂಚಿಸುವಂತೆ ಅವರು ವ್ಯವಸಾಯದಲ್ಲಿ ಸಹ ತಮ್ಮನ್ನು ತೊಡಗಿಸಿಕೊಂಡಿದ್ದರು. ಗೋದಿ, ಬಾರ್ಲಿ, ಅವರೆಯಂತಹ ಸಸ್ಯ ಮತ್ತು ಬಟಾಣಿಗಳನ್ನು ಬೆಳೆಯುತ್ತಿದ್ದರು. ತಡವಾದ ನವಶಿಲಾಯುಗ ಹಂತದಲ್ಲಿ (ಕ್ರಿ.ಪೂ.2000 ದಿಂದ 1500) ಭತ್ತವೂ ಪತ್ತೆಯಾಗಿದೆ.

ಸಾಕಷ್ಟು ಪ್ರಮಾಣದಲ್ಲಿ ಇಲ್ಲಿ ಕರ್ಮವಿಧಿಗಳಿದ್ದವು. ಬಹುಶಃ ಸತ್ತ ನಂತರ ದೇಹವನ್ನು ತೆರೆದಿಟ್ಟು, ನಂತರ ಮೂಳೆಗಳು ಮಾತ್ರ ಉಳಿದಾಗ ಅವನ್ನು ಸಂಗ್ರಹಿಸಿ, ಕೆಲವೊಮ್ಮೆ ಕೆಂಪು ಪೂಸಿ ಹೂಳಲಾಗುತ್ತಿತ್ತು. ನಾಯಿಗಳ ಹೂಳುವಿಕೆ ನಾಯಿಬಲಿ ಇತ್ತೆಂಬುದಕ್ಕೆ ಸಾಕ್ಷಿಯಾಗಿದೆ. ಕಲ್ಲಿನ ಮೇಲೆ ಸಂಕೀರ್ಣ ಗೆರೆಗಳು ಹೆಣೆದುಕೊಂಡ ನಮೂನೆ ಕಂಡುಬಂದಿದ್ದು ಇದಕ್ಕೆ ಕರ್ಮಾಚರಣೆಯ ಮಹತ್ವ ಇದ್ದಿರಬಹುದು. ಇಂತಹುದೇ ಪ್ರಾಮುಖ್ಯತೆ ಕಲ್ಲಿನ ಚಪ್ಪಡಿಯ ಮೇಲೆ ಗೀರಿದ ದೃಶ್ಯಕ್ಕೆ ಇರಬಹುದು. ಅದರಲ್ಲಿ ಜಿಂಕೆಯೊದನ್ನು ಇಬ್ಬರು ಕೊಲ್ಲುವ ಚಿತ್ರವಿದೆ, ಒಬ್ಬನು ಬಿಲ್ಲುಬಾಣ ಹಿಡಿದಿದ್ದರೆ ಇನ್ನೊಬ್ಬ ಈಟಿ ಹಿಡಿದಿದ್ದಾನೆ. ಅಲ್ಲದೆ ಸೂರ್ಯನ ಎರಡು ಚಿತ್ರಗಳು ಹಾಗೂ ನಾಯಿಯೊಂದರ ಚಿತ್ರವಿದೆ. (ಚಿತ್ರ 3.9)

ಒಬ್ಬನನ್ನು ಶ್ರೀಮಂತ ಕಾಣಿಕೆಗಳೊಂದಿಗೆ ಹೂಳಲಾಗಿದೆ. ಜಿಂಕೆಯ ಕೊಂಬು, ಸಾಬೂನುಗಲ್ಲಿನ ವಸ್ತು ಹಾಗೂ ತಟ್ಟೆಯಾಕಾರದ ಮಣಿಗಳನ್ನು ಈ ಕಾಣಿಕೆಗಳು ಒಳಗೊಂಡಿವೆ. ಹೂಳಲ್ಪಟ್ಟವನ ಬುರುಡೆಗೆ ಏಳು ರಂಧ್ರಗಳಿವೆ. ಈ ವಿಶಿಷ್ಟ ಆಚರಣೆಯನ್ನು ತಲೆಚಿಪ್ಪು ಕೊರೆಯುವುದು (ಟ್ರೆಪಾನಿಂಗ್ ಅಥವಾ ಟ್ರೆಪೈನಿಂಗ್) ಎಂದು ಕರೆಯಲಾಗಿದೆ. ಇದು ಏಷಿಯಾ ಹಾಗೂ ಯುರೋಪಿನ ಇತರ ನವಶಿಲಾಯುಗದ ಸಂಸ್ಕೃತಿಗಳಲ್ಲಿಯೂ ಆಚರಣೆಯಲ್ಲಿತ್ತು ಎಂದು ಕಾಣುತ್ತದೆ. ಈ ತಲೆಚಿಪ್ಪು ಕೊರೆಯುವುದು ಮಾನವನ ಮೊದಲ ಶಸ್ತ್ರಚಿಕಿತ್ಸೆಯ ಗಂಭೀರ ಪ್ರಯತ್ನ. ಇದು ಮೆದುಳಿನ ಒಳ ಒತ್ತಡ ತಗ್ಗಿಸುತ್ತದೆ ಎಂಬ ಸುಳ್ಳು ಸಿದ್ಧಾಂತವನ್ನು ಆಧರಿಸಿತ್ತು ಅಥವಾ ಮನುಷ್ಯನಿಗೆ ತೊಂದರೆ ಕೊಡುತ್ತಿದ್ದ ದುಷ್ಟಶಕ್ತಿಯನ್ನು ಓಡಿಸುವ ಮೂಢನಂಬಿಕೆಯನ್ನು ಆಧರಿಸಿತ್ತು. ಕಲ್ಲಿನ ಪರಿಕರಗಳಿಂದ ಮಾಡಿದ ಶಸ್ತ್ರಚಿಕಿತ್ಸೆಯ ನಂತರವೂ ಜನರು ಬದುಕಿ ಉಳಿದದ್ದು ಆಶ್ಚರ್ಯವನ್ನುಂಟು ಮಾಡುತ್ತದೆ.

ಉತ್ತರದ ನವಶಿಲಾಯುಗವು ಬಹುಶಃ ಪಾಕಿಸ್ತಾನದ ರಾಜಧಾನಿಯಾದ ಇಸ್ಲಾಮಾಬಾದ್ ಹತ್ತಿರ ಇರುವ ಸರಾಯ್ ಖೋಲಾವರೆಗೂ ವ್ಯಾಪಿಸಿದೆ. ಇದರ ಕಾರ್ಬನ್ ನಿರ್ಣಯಿತ ಕಾಲಮಾನ ಕ್ರಿ ಪೂ 3360 ರಿಂದ 2525. ಬಹುಶಃ ಪಂಜಾಬ್‌ನಲ್ಲಿ ಹಿಮಾಲಯ ಬುಡದಲ್ಲಿ ಸಹ ಇದರ ಇತರ ನಿವೇಶನಗಳು

ಇದ್ದಿರಬಹುದು. ಗಲಿಫಾಯ್ (ಕ್ರಿ ಪೂ 3000 ದಿಂದ 1900) ಪ್ರತಿನಿಧಿಸುವಂತೆ ಸ್ವಾಟ್ ನವಶಿಲಾಯುಗ ಸಂಸ್ಕೃತಿಯು (ಪಾಕಿಸ್ಥಾನದ ವಾಯುವ್ಯ ಗಡಿಪ್ರಾಂತ) ಕೈಯಿಂದ ಮಾಡಿದ ಮಡಕೆಯಿಂದ ಪ್ರಾರಂಭವಾಯಿತು ಮತ್ತು ನಂತರದ ಹಂತದಲ್ಲಿ, ಮಡಕೆ ಪ್ರಕಾರದ ಆಧಾರದ ಮೇಲೆ ಹೇಳುವುದಾದರೆ, ಬುರ್ಝಹೋಮ್‌ನೊಂದಿಗೆ ಸಂಬಂಧ ಹೊಂದಿತ್ತೆಂದು ಭಾಸವಾಗುತ್ತದೆ. ಸ್ವಾಟ್ ಕಣಿವೆಯಲ್ಲಿ ಗೋದಿ ಮತ್ತು ಬಾರ್ಲಿಗಳನ್ನು ನವಶಿಲಾಯುಗದ ಪ್ರಾರಂಭದಿಂದಲೂ ಬೆಳೆಯಲಾಗುತ್ತಿತ್ತು. ಕ್ರಿ. ಪೂ.2000ಕ್ಕೂ ಮುಂಚೆಯೇ ಇಲ್ಲಿ ವ್ಯವಸಾಯ ಮಾಡಿದ ಭತ್ತವೂ ಕಾಣಿಸಿಕೊಂಡಿರಬೇಕು.

ಪೂರ್ವದ ನವಶಿಲಾಯುಗದಂತಲ್ಲದೆ, ಈ ಉತ್ತರದ ನವಶಿಲಾಯುಗವು ನಿಸ್ಸಂದೇಹವಾಗಿಯೂ ಸಿಂಧೂ ತಪ್ಪಲಿನ ಸಂಸ್ಕೃತಿಗಳೊಂದಿಗೆ, ಕೋಟ್ ದಿಜಿಯನ್ ಹಾಗೂ ಕ್ರಿ.ಪೂ. ಮೂರನೆಯ ಸಹಸ್ರಮಾನದ ಪಕ್ವ ಸಿಂಧೂ ಸಂಸ್ಕೃತಿಗಳೊಂದಿಗೆ ಸಂಬಂಧ ಹೊಂದಿತ್ತು. ಆದರೆ ಇವೆರಡರಿಂದಲೂ ಭೌತಿಕ ಸಂಸ್ಕೃತಿ, ಕಲೆ, ಕರ್ಮವಿಧಿಗಳಲ್ಲಿ ಅದು ಸ್ವತಂತ್ರವಾಗಿತ್ತು. ಈ ವಿಷಯದಲ್ಲಿ ಅದು ಒಳ ಏಷಿಯಾದ ನವಶಿಲಾಯುಗದ ಸಂಸ್ಕೃತಿಗಳೊಂದಿಗೆ ಹೆಚ್ಚಿನ ಸಂಬಂಧ ಹೊಂದಿತ್ತು, ಉತ್ತರ ಚೈನಾದ ಯಾಂಗ ಶಾವೊ (ಕ್ರಿ ಪೂ 5100–2900)ದೊಂದಿಗೆ ಇಂತಹ ನಿಕಟತೆಯನ್ನು ಗುರುತಿಸಲಾಗಿದೆ. ಇದು ಭಾರತ, ಇತರ ಎಲ್ಲಾ ದೇಶಗಳಂತೆ, ಬಹಳ ಪ್ರಾಚೀನ ಕಾಲದಿಂದಲೂ ನಿರಂತರವಾಗಿ ಹೊರಗಿನ ಎಲ್ಲಾ ದಿಕ್ಕುಗಳಿಂದಲೂ ಪ್ರಭಾವವನ್ನು ಸ್ವೀಕರಿಸಿದೆ ಎಂಬುದನ್ನು ಮತ್ತೊಮ್ಮೆ ಹೇಳುತ್ತದೆ.

ನಾವು ಇಂದಿನ ಲಭ್ಯ ಮಾಹಿತಿಯ ಆಧಾರದ ಮೇಲೆ ಹೇಳುವುದಾದರೆ ಬಹುಶಃ ಪೂರ್ಣವಾಗಿ ಸ್ಥಳೀಯ ಮೂಲ ಹೊಂದಿರುವ ಏಕೈಕ ನವಶಿಲಾಯುಗ ಸಂಸ್ಕೃತಿಯೆಂದರೆ ದಕ್ಷಿಣದ್ದು. ಈ ದಾಕ್ಷಿಣಾತ್ಯ ನವಶಿಲಾಯುಗದ ಕ್ಷೇತ್ರ ಸುಮಾರಾಗಿ ಆಧುನಿಕ ಕರ್ನಾಟಕದ ಪ್ರದೇಶದಲ್ಲಿ ಇತ್ತು, ಕೆಲವು ಆಂಧ್ರ ಪ್ರದೇಶ ಮತ್ತು ತಮಿಳುನಾಡು

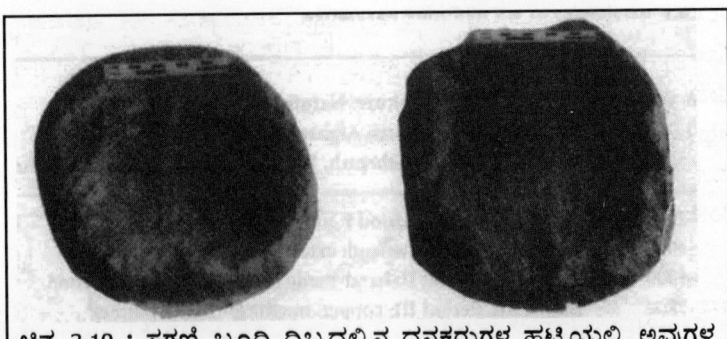

ಚಿತ್ರ 3.10 : ಸಗಣಿ ಬೂದಿ ದಿಬ್ಬದಲ್ಲಿನ ದನಕರುಗಳ ಹಟ್ಟಿಯಲ್ಲಿ ಅವುಗಳ ಗೊರಸಿನ ಮುದ್ರೆ (ಚಿತ್ರ ಬಿ. ಮತ್ತು ಆರ್. ಅಲ್ಚಿನ್)

ಭಾಗಗಳನ್ನು ಕೂಡಾ ಒಳಗೊಂಡಿತ್ತು. ಕೊಡೆಕಲ್ ಹಾಗೂ ಉತ್ತನೂರಿನಲ್ಲಿ ಪಡೆದ ಕಾರ್ಬನ್ ಕಾಲಮಾನ ಸೂಚಿಸುವಂತೆ ಇದರ ಆರಂಭವನ್ನು ಸುಮಾರು ಕ್ರಿ ಪೂ 3000ಕ್ಕೆ ಇರಿಸಬಹುದು. ಇಲ್ಲಿ ನಾವು ಪರಿಶೀಲಿಸುವ ಪ್ರಾರಂಭಿಕ ಕಾಲಮಾನ ಸುಮಾರು ಕ್ರಿ.ಪೂ. 2100ರವೆಗೂ ಇತ್ತು. ನುಣುಪುಗೊಳಿಸಿದ ಕೊಡಲಿ, ತಿಕ್ಕುವ ಕಲ್ಲುಗಳು ಹಾಗೂ ಬೀಸುಗಲ್ಲುಗಳು ಇಲ್ಲಿ ವ್ಯವಸಾಯ ನಡೆಸಲಾಗಿತ್ತು ಎಂದು ಸೂಚಿಸುತ್ತವೆ. ಆದರೆ ಯಾವುದೇ ಧಾನ್ಯಗಳು ಪತ್ತೆಯಾಗಿಲ್ಲ. ದನಗಳು, ಕುರಿ ಹಾಗೂ ಮೇಕೆ ಸಾಕಾಣಿಕೆ ಇತ್ತು. ಉತ್ತನೂರಿನ ಸಗಣಿ-ಬೂದಿ ದಿಬ್ಬ ಸೂಚಿಸುವಂತೆ ದನಗಳನ್ನು ಒಂದೆಡೆ ಕೂಡಿಹಾಕಲಾಗುತ್ತಿತ್ತು (ಚಿತ್ರ 3.10). ಮಡಕೆಯನ್ನು ಸಂಪೂರ್ಣವಾಗಿ ಕೈಯಿಂದ ತಯಾರಿಸಲಾಗುತ್ತಿತ್ತು. ಆದರೆ ನಿಧಾನವಾಗಿ ತಿರುಗಿಸುವ ಒಡ್ಡಾದ ಒಂದು ತಿರುಗು ಪದ್ಧತಿಯಲ್ಲಿ (ವೇಗವಾಗಿ ತಿರುಗುವ ಕುಂಬಾರನ ಚಕ್ರವಲ್ಲ) ತಿರುಗಿಸುವ ಮೂಲಕ ಒಂದು ರೀತಿಯ ದುಂಡು ಆಕಾರವನ್ನು ಮಡಕೆಗೆ ಕೊಡಲಾಗುತ್ತಿತ್ತು.

ಕೋಷ್ಟಕ 3.1 ನವಶಿಲಾಯುಗ ಕ್ರಾಂತಿಯ ಕಾಲಾನುಕ್ರಮಣಿಕೆ

ಕ್ರಿ ಪೂ	
10000 –9000	ಪ್ರಾರಂಭಿಕ ನವಶಿಲಾಯುಗ ಸಂಸ್ಕೃತಿ: ಪ್ಯಾಲೆಸ್ಟೈನ್ ಮತ್ತು ಸಿರಿಯಾದ ನಟುಫಿಯನ್
10000 –7500	ನವಶಿಲಾಯುಗ ಸಂಸ್ಕೃತಿ,ಉತ್ತರ ಅಫಘಾನಿಸ್ತಾನ: ಮಡಕೆ ಪೂರ್ವ
7000 – 5000	ನವಶಿಲಾಯುಗ ಸಂಸ್ಕತಿ, ಮೆಹರ್‌ಘಡ್, ಕಾಲಮಾನ ೞ:ಮಡಕೆ ಪೂರ್ವ, ಗೋದಿ,ಬಾರ್ಲಿ ವ್ಯವಸಾಯ
5365 – 2650	ಬಾಗೊರ್ ಮಧ್ಯಶಿಲಾಯುಗ, ಕಾಲಮಾನ I : ಮಡಕೆ ಪೂರ್ವ
5000 – 4000	ಚೈನಾ, ವಿಯೆಟ್ನಾಂ, ಥಾಯಲ್ಯಾಂಡ್: ಭತ್ತದ ವ್ಯವಸಾಯದ ವಿಸ್ತರಣೆ
5000– 4000	ಮೆಹರ್‌ಘಡ್, ಕಾಲಮಾನ II : ಕೈಯಿಂದ ಮಾಡಿದ ಮಡಕೆ, ಹತ್ತಿಯ ವ್ಯವಸಾಯ
4300 – 3800	ಮೆಹರ್‌ಘಡ್, ಕಾಲಮಾನ III : ತಾಮ್ರ ಕರಗಿಸುವಿಕೆ; ತೊಗಾವು ಮಡಕೆ
4000	ಮೆಹರ್‌ಘಡ್: ಕುಂಬಾರನ ಚಕ್ರ
3800 –3200	ನವಶಿಲಾಯುಗದ ಕೆಚಿ-ಬೇಗ್ ಮತ್ತು ಹಾಕ್ರ ಮಡಕೆ ಸಂಸ್ಕೃತಿಗಳು: ಚಕ್ರದಿಂದ ತಯಾರಿಸಿದ ಮಡಕೆ
3385 –2780	ಬೇಲಾನ್ ಮಧ್ಯಶಿಲಾಯುಗ: ಕೈಯಿಂದ ತಯಾರಿಸಿದ ಮಡಕೆ
3500 –1200	ವಿಂಧ್ಯಾದ ನವಶಿಲಾಯುಗ: ಪ್ರಮುಖವಾಗಿ ಕೈಯಿಂದ ಮಾಡಿದ ಮಡಕೆ; ಭತ್ತ ವ್ಯವಸಾಯ
3000 –2100	ದಕ್ಷಿಣ ಭಾರತದ ನವಶಿಲಾಯುಗ: ಮುಖ್ಯವಾಗಿ ಕೈಯಿಂದ ತಯಾರಿಸಿದ ಮಡಕೆ

3000 –1900	ಸ್ವಾಟ್ ನವಶಿಲಾಯುಗ: ಮಡಕೆ; ಗೋದಿ, ಬಾರ್ಲಿ ವ್ಯವಸಾಯ
2800 –2500	ಉತ್ತರದ(ಕಾಶ್ಮೀರ) ನವಶಿಲಾಯುಗ, ಹಂತ I : ಮಡಕೆ ಪೂರ್ವ
2500 –2000	ಉತ್ತರದ (ಕಾಶ್ಮೀರ) ನವಶಿಲಾಯುಗ, ಹಂತ II : ಕೈಯಿಂದ ಮಾಡಿದ ಮಡಕೆ; ಗೋದಿ, ಬಾರ್ಲಿ ಮತ್ತು ಅವರೆಯಂತಹ ಬೀಜಗಳ ವ್ಯವಸಾಯ
2500(?)– 2000	ಪೂರ್ವದ ನವಶಿಲಾಯುಗ, ಪಾಂಡು ರಾಜರ್ ಧಿಬಿ,ಹಂತ I : ಕೈಯಿಂದ ಮಾಡಿದ ಮಡಕೆ; ಭತ್ತ ವ್ಯವಸಾಯ
2100 –1400	ಚಿರಾಂದ್‌ನ ನವಶಿಲಾಯುಗ, ಅವಧಿ I : ಕೈಯಿಂದ ಮಾಡಿದ ಮಡಕೆ; ಭತ್ತ ವ್ಯವಸಾಯ

ಟಿಪ್ಪಣಿ : ಕಾರ್ಬನ್ ಕಾಲಮಾನಗಳಲ್ಲಿ ಕೆಲವು ಒಂದರ ಮೇಲೊಂದು ವ್ಯಾಪಿಸಿವೆ, ಈ ಸಮಸ್ಯೆ ಇನ್ನೂ ಪರಿಹಾರವಾಗಿಲ್ಲ. ಅನುಕ್ರಮವು ಸ್ಪಷ್ಟವಾಗಿರುವ ಕಾರಣ ವಿಂಧ್ಯಾ ನವಶಿಲಾಯುಗದ ಕೆಲವು ಕಾರ್ಬನ್ ಕಾಲಮಾನಗಳು ಹಿಂದಿನ ಕಾಲ ಸೂಚಿಸುತ್ತಿದ್ದಾಗ್ಯೂ ವಿಂಧ್ಯಾ ಶಿಲಾಯುಗವನ್ನು ಬೇಲಾನ್ ಮಧ್ಯಶಿಲಾಯುಗದ ನಂತರ ಇರಿಸಲಾಗಿದೆ.

ಟಿಪ್ಪಣಿ 3.1 ಮರುಭೂಮಿಂಯು ಕಳೆದುಹೋದ ನದಿ

ಈಗಿರುವ ವಾತಾವಾರಣ ವ್ಯವಸ್ಥೆ ಭೂಗರ್ಭಶಾಸ್ತ್ರೀಯ ಯುಗವಾದ ಹೊಲೋಸಿನ್‌ನ ಪ್ರಾರಂಭದಿಂದಲೂ ಅಂದರೆ ಸುಮಾರು 10 ಸಾವಿರ ವರ್ಷಗಳ ಹಿಂದಿನಿಂದಿಲೂ ಇತ್ತೆಂಬ ಬಗ್ಗೆ ಯಾರಿಗೂ ಅನುವಾನವಿಲ್ಲ. ಈ ವ್ಯವಸ್ಥೆಯಲ್ಲಿ ಮುಖ್ಯವಾಗಿ ಭೂಮಿಗೆ ನೀರು ಕೊಡುವುದು ಮಾನ್ಸೂನ್ ಮಳೆ. ಇದರೊಳಗೆ ಬಿಸಿ ಮತ್ತು ತಂಪು ಅಥವಾ ಒಣ ಮತ್ತು ಆರ್ದ್ರ ಕಾಲಗಳು ಇದ್ದವು ಎಂದು ಕೆಲವೊಮ್ಮೆ ಸೂಚಿಸಲಾಗಿದೆ. ಭಾರತಕ್ಕೆ ಸಂಬಂದಪಟ್ಟಂತೆ ಈ ಬಗೆಗಿನ ಹೆಚ್ಚಿನ ಊಹೆಗಳು 19ನೆಯ ಶತಮಾನದಲ್ಲಿ ಮರುಭೂಮಿಯ ಕಳೆದುಹೋದ ನದಿ ಎಂದು ಗುರುತಿಸಿದ ಸಮಸ್ಯೆಗೆ ಸಂಬಂಧಿಸಿದ್ದವೇ ಆಗಿದ್ದವು. ಈಗ ಇದು ಸರಸ್ವತಿ ನದಿಯ ಪ್ರಶ್ನೆಯಾಗಿ ರೂಪಗೊಂಡಿದೆ.

ಸಟ್ಲೇಜ್ ಹಾಗೂ ಯಮುನಾದ ನಡುವೆ ಬಯಲಿಗೆ ಹರಿದು ಬರುವ ನದಿಗಳೆಲ್ಲಾ ಶಿವಾಲಿಕದಲ್ಲಿ ಅಥವಾ ಕೆಳ ಹಿಮಾಲಯದ ಇಳಿಜಾರುಗಳಲ್ಲಿ ಹುಟ್ಟುತ್ತವೆ ಎಂದು ಕಂಡು ಬಂದಿದೆ. ಅವುಗಳ ನೀರಿನ ಮೂಲ ಮಳೆಯಿಂದ ಹರಿದು ಬರುವ ನೀರು. ಈ ಝರಿಗಳಲ್ಲಿ ಹೆಚ್ಚಿನವು ಚೌತಾಂಗ್ ಮತ್ತು ಘಗ್ಗರ್ ಎಂಬ ಇಲ್ಲಿಯ ಎರಡು ಮುಖ್ಯ ನದಿಗಳ ಉಪನದಿಗಳು. ಇಂದು ಇವೆರಡೂ ನದಿಗಳೂ ಪಶ್ಚಿಮ ರಾಜಸ್ಥಾನದ ಥಾರ್ ಮರುಭೂಮಿಗೆ ಬಹು ಮುಂಚೆಯೇ ಒಣಗಿಹೋಗುತ್ತವೆ. ಚೌತಾಂಗ್‌ನ ಒಣ ಪಾತ್ರವು ಪಶ್ಚಿಮಕ್ಕೆ ಹರಿಯಾಣದಿಂದ ರಾಜಸ್ಥಾನಕ್ಕೆ ಸಾಗುತ್ತದೆ. ಇಲ್ಲಿ ಅದು ಘಗ್ಗರ್‌ನ ಒಣ ಪಾತ್ರವನ್ನು ಸೇರುತ್ತದೆ. ಸರುಸತಿ (ಸರಸ್ವತಿ) ಈ ಘಗ್ಗರ್‌ನ ಉಪನದಿಗಳಲ್ಲಿ ಒಂದು. ಈ ಚೌತಾಂಗ್ ಹಾಗೂ ಘಗ್ಗರ್‌ನ ಸಂಯುಕ್ತ ಒಣ ಪಾತ್ರ ಪಶ್ಚಿಮಕ್ಕೆ ಪಾಕಿಸ್ತಾನದ ಬಹವಲ್‌ಪುರ ಜಿಲ್ಲೆಯಲ್ಲಿ ಹರಿದು, ಅಲ್ಲಿ ಉತ್ತರದಿಂದ ಬಂದ ಇನ್ನೊಂದು ನದಿಯ ಒಣ ಪಾತ್ರವನ್ನು ಸೇರಿ ಹಾಕ್ರ ಎಂಬ ಹೆಸರು ಪಡೆಯುತ್ತದೆ. ಆ ಜಿಲ್ಲೆಯ ದೇರವಾರ್ ಹತ್ತಿರ ಈ ಪಾತ್ರವು ನದಿಗಳು ಮುಖಜ ಭೂಮಿಯಲ್ಲಿ ಕವಲೊಡೆದಂತೆ

ಕವಲೊಡೆಯುತ್ತದೆ. ಇದಕ್ಕೂ ಮತ್ತು ಸಿಂಧದಲ್ಲಿನ ಪೂರ್ವ ನಾರಕ್ಕೂ ಸಂಬಂಧ ಕಲ್ಪಿಸುವುದಕ್ಕೆ ಯಾವುದೇ ಆಧಾರವಿಲ್ಲ. ಸಿಂಧೂ ನದಿಗೆ ಹತ್ತಿಕೊಂಡು ಹುಟ್ಟುವ ಈ ಪೂರ್ವ ನಾರ ದಕ್ಷಿಣಕ್ಕೆ ಕಚ್‌ನ ರಣ್‌ಗೆ ಹರಿಯುತ್ತದೆ; ಐತಿಹಾಸಿಕ ಕಾಲದಲ್ಲಿ ಈ ನದಿಯು ಸಿಂಧೂನ ಪ್ರವಾಹ ನೀರನ್ನು ಬಸಿಯುವ ಕಾಲುವೆಯಾಗಿ ಕೆಲಸ ಮಾಡುತ್ತಿತ್ತು. ಅದರ ಹಿಂದೆಯೂ ಅದು ಇದೇ ಕೆಲಸವನ್ನು ಅದು ಮಾಡುತ್ತಿದ್ದಿರಬಹುದು (ನೋಡಿ ನಕ್ಷೆ 3.2).

ಘಗ್ಗರ್, ಹಾಕ್ರ ಮತ್ತು ನಾರ ನದಿಗಳ ಈ ಒಣ ಪಾತ್ರಗಳಲ್ಲಿ ಸರಸ್ವತಿ ಎಂದು ಗುರುತಿಸಬಹುದಾದ ಒಂದು ಸತತವಾಗಿ ಹರಿಯುತ್ತಿದ್ದ ನದಿಯ ಜಾಡುಗಳು ಸಿಗುತ್ತವೆ ಎಂಬ ವಾದವನ್ನು ಮುಂದಿಡಲಾಗುತ್ತಿದೆ. ಋಗ್ವೇದ ಮಂತ್ರಗಳ ಆಧಾರದ ಮೇಲೆ ಈ ಬೃಹತ್ ನದಿಯು ಕಚ್‌ನ ರಣ್‌ಗೆ ಹರಿಯುತ್ತಿತ್ತು ಎಂದು ವಾದ ಹೂಡಲಾಗುತ್ತಿದೆ. ಸಟ್ಲೇಜ್ ಮತ್ತು ಯಮುನಾ ಎರಡೂ ಅಥವಾ ಒಂದರ ನಂತರ ಒಂದು ಈ ಸರಸ್ವತಿ ನದಿಯ ಉಪನದಿಗಳಾಗಿದ್ದರಿಂದ ಇದು ಸಾಧ್ಯವಾಯಿತು ಎಂದು ಹೇಳಲಾಗುತ್ತಿದೆ. ಉಪಗ್ರಹ (ಲ್ಯಾಂಡ್‌ಸಾಟ್)ದ ಚಿತ್ರವು ಸಟ್ಲೇಜ್ ಮತ್ತು ಯಮುನಾದ ಪ್ರಾಚೀನ ಪಾತ್ರಗಳು ಈಗಿನ

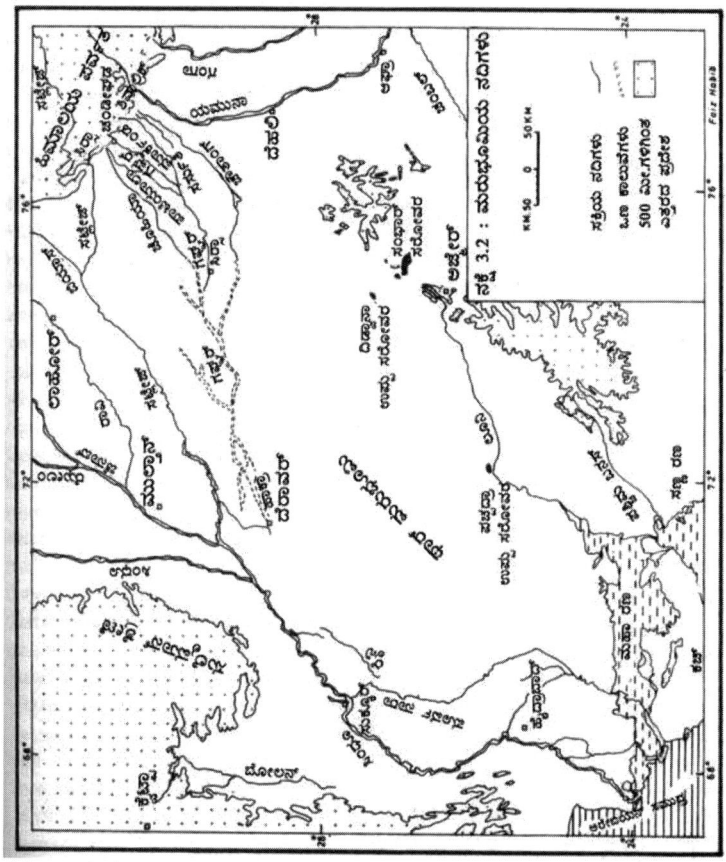

ಈ ನದಿಗಳ ಪಾತ್ರಗಳಿಗಿಂತ ಭಿನ್ನವಾಗಿ ಹಾಕ್ರಾದ ಜಲಾನಯನ ಪ್ರದೇಶಕ್ಕೆ ಹರಿಯುತ್ತಿದ್ದವು ಎಂಬ ಕ್ಷೇತ್ರ ಸರ್ವೇಕ್ಷಣೆಯನ್ನು ಆಧರಿಸಿದ ಹಳೆಯ ಸೂಚನೆಗಳಿಗೆ ಬಲಕೊಟ್ಟಿದೆ. ದಿಡ್‌ವಾನ ಹಾಗೂ ಇತರ ರಾಜಸ್ಥಾನದ ಉಪ್ಪು ಸರೋವರಗಳನ್ನು ಕುರಿತ ಗುರುದೀಪ್ ಸಿಂಗ್‌ರ ಅಧ್ಯಯನಗಳು ಹಿಂದಿನ ಒಂದು ತೀವ್ರ ಒಣ ಹಂತವು ಕ್ರಿ. ಪೂ. 12000ಕ್ಕೆ ಅಂತ್ಯವಾಯಿತೆಂತಲೂ, ಕ್ರಿ. ಪೂ. 4420 ಹಾಗೂ ಕ್ರಿ ಪೂ 2230ರ ಮಧ್ಯದಲ್ಲಿ ಅರೆ-ಆರ್ದ್ರ ಹಂತವಿತ್ತೆಂದೂ ಸೂಚಿಸಿದೆ. ಈ ಆರ್ದ್ರ ಹಂತಗಳಲ್ಲಿ ಈಗಿನದ್ದಕಿಂತ ಹೆಚ್ಚಿನ ಪ್ರಮಾಣದಲ್ಲಿ ಸಿಹಿ ನೀರು ಲಭ್ಯವಾಗುತ್ತಿದ್ದಿರಬೇಕು, ಅದರಿಂದಾಗಿ ಇಂದಿಗಿಂತ ಹೆಚ್ಚು ಮಳೆಯಿದ್ದಿರಬೇಕು ಎಂದು ವಾದ ಮಾಡಲಾಗುತ್ತದೆ. ಹೆಚ್ಚಿನ ಮಳೆನೀರು ದೊರೆಯುತ್ತಿದ್ದುದರಿಂದ ನದಿಗಳಿಗೆ ಹೆಚ್ಚು ನೀರು ಹರಿಯುತಿದ್ದ ಕಾರಣಕ್ಕೆ ಆ ಆರ್ದ್ರ ಹಂತದಲ್ಲಿ ಸರಸ್ವತಿಯು ಒಂದು ಮಹಾ ನದಿಯಾಗಿ ಹರಿಯುತ್ತಿರಲು ಸಾಧ್ಯವಿತ್ತೆಂದು ತರ್ಕಿಸಲಾಗಿದೆ.

ಈ ವಾದ ಒಪ್ಪಿಕೊಳ್ಳಲು ಹಲವು ದುಸ್ತರವಾದ ಆಕ್ಷೇಪಗಳಿವೆ. ಸರಸ್ವತಿ (ಮಧ್ಯಕಾಲೀನ ಹಾಗೂ ಆಧುನಿಕ ಸರಸುತಿ) ಶಿವಾಲಿಕದ ಇಳಿಜಾರುಗಳಲ್ಲಿ ಹುಟ್ಟಿ ಹರಿಯಾಣದ ತಾನೇಸರ್ ಬಳಿಯಿಂದ ಹರಿಯುವ ಒಂದು ಸಣ್ಣ ನದಿಗೆ ಪ್ರಾಚೀನಕಾಲದಿಂದಲೂ ಕೊಟ್ಟ ಹೆಸರು. ಅದು ತಾನಾಗಿಯೇ ಎಂದೂ ಹಿಮಾಲಯದ ಉನ್ನತ ಶ್ರೇಣಿಗಳಿಂದ ಹುಟ್ಟಿ ಬರುವ ನದಿಗಳಿಗೆ ಹೋಲಿಸಬಹುದಾದ ಒಂದು ದೊಡ್ಡ ನದಿಯಾಗಿರಲು ಸಾಧ್ಯವಿರಲಿಕ್ಕಿಲ್ಲ. ಘಗ್ಗರ್ ಮತ್ತು ಹಾಕ್ರ ನದಿಯ ಯಾವುದೇ ಒಣ ಪಾತ್ರವನ್ನೂ ಕೂಡಾ ಸರಸುತಿ ಎಂಬ ಹೆಸರಿನಲ್ಲಿ ಕರೆಯುವುದಿಲ್ಲ. ಸಟ್ಲೇಜ್ ಅಥವಾ ಯಮುನಾ ಎಂದಾದರೂ ಘಗ್ಗರ್ ಅಥವಾ ಹಾಕ್ರದ ಪಾತ್ರಗಳಿಗೆ ಹರಿಯುತ್ತಿದ್ದರೆ ಇಂತಹ ಜಂಟೀ ಪಾತ್ರಕ್ಕೆ ಆ ಎರಡು ನದಿಗಳಲ್ಲೊಂದರ ಹೆಸರು ಇರುತ್ತಿತ್ತೇ ಹೊರತು ಸರಸ್ವತಿ ಎಂಬ ಹೆಸರಿರುತ್ತಿರಲಿಲ್ಲ. ಅಲ್ಲದೆ ಯಮುನಾ ಅದರ ಹಿಂದೆ ಹರಿಯುತ್ತಿದ್ದ ಪಶ್ಚಿಮ ತಟದಲ್ಲಿನ ದಿಬ್ಬಗಳಿಗೆ ಹೋಲಿಸಿದಲ್ಲಿ ಇಂದು ಎಷ್ಟು ಆಳವಾದ ಕೊರಕಲಿನಲ್ಲಿ ಹರಿಯುತ್ತಿದೆ ಎಂದರೆ ಅದು ಕನಿಷ್ಟ ಕಳೆದ ಹತ್ತು ಸಾವಿರ ವರ್ಷಗಳೊಳಗೆಯಂತೂ ಘಗ್ಗರ್‌ನ ಜಲಾನಯನ ಪ್ರದೇಶಕ್ಕೆ ಹರಿಯುತ್ತಿದ್ದ ಸಾಧ್ಯತೆ ಕಾಣಿಸುವುದಿಲ್ಲ. ಉಪಗ್ರಹ ಚಿತ್ರದಿಂದ ಘಗ್ಗರ್‌ನ ಒಳಕ್ಕೆ ಹರಿಯುವಂತೆ ಭಾಸವಾಗುವ ಸಟ್ಲೇಜ್ ನದಿಯ ಪಾತ್ರ ಇಂದಿನ ಬಸಿಯುವಿಕೆ ವ್ಯವಸ್ಥೆಗೆ ಎಷ್ಟು ಭಿನ್ನವಾಗಿದೆಯೆಂದರೆ ಇದು ಕೂಡಾ ಸರಸುತಿ ಮತ್ತು ಘಗ್ಗರ್‌ಗಳೆರಡನ್ನೂ ಒಳಗೊಂಡ ಈಗಿನ ಬಸಿಯುವಿಕೆ ವ್ಯವಸ್ಥೆ ಸ್ಥಾಪನೆಗೊಂಡ ನಂತರವಂತೂ ಸಕ್ರಿಯವಾಗಿರುವ ಸಾಧ್ಯತೆ ಇಲ್ಲ. ಈಗಿನ ಬಸಿಯುವಿಕೆ ವ್ಯವಸ್ಥೆ ಪ್ಲಿಸ್ಟೋಸಿನ್ ಅವಧಿಯಲ್ಲೆಂದೋ ಸ್ಥಾಪನೆಗೊಂಡಿರಬೇಕು. ಅದರ ಮೊದಲೂ ಆಗಿರಬಹುದು. ಕ್ರಿ ಪೂ 2230ರ ವರೆಗೂ ವಿಪರೀತ ಮಳೆ ಸುರಿದಿರಬಹುದಾದ ದೀರ್ಘ ಅವಧಿಗಳಿದ್ದವು ಎಂದು ವಾದಕ್ಕೆ ಒಪ್ಪಿಕೊಂಡರೂ (ಪಚಪದ್ರ ಉಪ್ಪು ಜಲಾನಯನ ಪ್ರದೇಶಗಳ ಅಧ್ಯಯನಗಳು ಸೂಚಿಸುವಂತೆ ಇದೇನೂ ದೃಢವಾಗಿ ಸ್ಥಾಪಿತವಾಗಿಲ್ಲ), ಹಾಕ್ರದವರೆಗಿನ ಇಂದಿನ ಒಣ ಪಾತ್ರಗಳು ಹೇಗೆ ಉಂಟಾದವು ಎಂದಷ್ಟೇ ಇದು ವಿವರಿಸ ಬಲ್ಲದು. ಆದರೆ ಇದರಿಂದ ಸರಸ್ವತಿಯನ್ನು ಹಿಮಾಲಯದ ಹಿಮ ಪೋಷಿತ ನದಿಗಳಿಗಿಂತ ದೊಡ್ಡದು ಎಂದು ಸಾಧಿಸುವುದು ಒತ್ತಟ್ಟಿಗಿರಲಿ, ಆ ವರ್ಗದಲ್ಲಿಯೂ ಅದನ್ನು ಪರಿಗಣಿಸಲು ಸಾಧ್ಯವಾಗುವುದಿಲ್ಲ. ಏಕೆಂದರೆ ಆ ಅವಧಿಗಳಲ್ಲಿ ಹಿಮಾಲಯದ ಆ ನದಿಗಳಲ್ಲೂ ಕೂಡಾ ಅವುಗಳ ಇನ್ನೂ ಹೆಚ್ಚು ವಿಶಾಲವಾದ ಜಲಾನಯನ ಪ್ರದೇಶದಿಂದಾಗಿ ಹೆಚ್ಚಿನ ನೀರು ಹರಿಯುತ್ತಿದ್ದಿರಬಹುದು.

ಹಾಕ್ರ ನದಿಯು ನವಶಿಲಾಯುಗದ ಕಾಲಕ್ಕೆ (ಕ್ರಿ.ಪೂ. 4ನೆಯ ಸಹಸ್ರಮಾನ) ಬಹಾವಲ್‌ಪುರದಲ್ಲಿನ ದೇರವರ್ ಆಚೆಗೆ ನೀರನ್ನು ಒಯ್ಯುತ್ತಿರಲಿಲ್ಲ ಎನ್ನಲು ಹಾಕ್ರ ಮಡಿಕೆಗಳ

ನಿವೇಶನಗಳೇ ಒಂದು ಆಧಾರ. ನಂತರದ ಸಿಂಧೂ ಸಂಸ್ಕೃತಿಯ ನಿವೇಶನಗಳಂತೆ ಈ ನಿವೇಶನಗಳು ದೇರವರ್‌ನ ಸುತ್ತಲಿನ ಅದರ ಮುಖಜ ಪ್ರದೇಶದ ಕವಲುಗಳಲ್ಲೇ ಕೇಂದ್ರೀಕೃತವಾಗಿವೆ. ಬೇರೆ ರೀತಿಯಲ್ಲಿ ಹೇಳುವುದಾದರೆ ಅಂದು ಹಾಕ್ರ ನದಿಯಲ್ಲಿ ನೀರು ಹರಿಯುತ್ತಿತ್ತು, ಆದರೆ ಅದು ಬಹಾವಲ್‌ಪುರದಲ್ಲಿನ ಮರುಭೂಮಿಯವರೆಗೆ ತಲುಪಲು ಮಾತ್ರ ಸಾಕಾಗುತ್ತಿದ್ದು, ಅಲ್ಲಿ ಅದು ಒಣಗಿ ಹೋಗುತ್ತಿತ್ತು.

ಈ ಕಳೆದು ಹೋದ ನದಿಯ ಇಂದಿನ ಒಣ ಪಾತ್ರಗಳಲ್ಲಿ ಒಮ್ಮೆ ನೀರು ಹರಿಯಲು ಹೇಗೆ ಸಾಧ್ಯವಾಗಿತ್ತು ಎಂದು ಅರಿತುಕೊಳ್ಳಲು, ದೊಡ್ಡ ಮಟ್ಟದ ವಾತಾವರಣ ಬದಲಾವಣೆಯಾಗಿರಬೇಕೆಂದು ಯೋಚಿಸ ಬೇಕಾಗಿಲ್ಲ, ಮಾನವನ ಕೈಚಳಕದ ಬಗ್ಗೆಯಷ್ಟೆ ಯೋಚಿಸಿದರೆ ಸಾಕು. ಎಷ್ಟರ ಮಟ್ಟಿಗೆ ಮಾನವ ಅರಣ್ಯ ಹಾಗೂ ಗಿಡ ಗಂಟೆಗಳನ್ನು ಸವರಿದನೋ, ಅಷ್ಟು ಮಣ್ಣಿನ ನೀರು ಹಿಡಿದಿಡುವಿಕೆಯ ಶಕ್ತಿಯು ಕುಗ್ಗಿತು, ಅಷ್ಟೇ ಅಲ್ಲ, ನದಿಯ ನೀರಿನ ಹರಿವಿನ ನಿರಂತರತೆ ಕಡಿಮೆಯಾಯಿತು ಮತ್ತು ಹೆಚ್ಚಿನ ಪ್ರಮಾಣದಲ್ಲಿ ನದಿಯ ನೀರು ಭೂಮಿಯಲ್ಲಿ ಹಿಂಗಿ ನಷ್ಟಗೊಂಡಿತು. ಅಲ್ಲದೆ ಅಧ್ಯಾಯ 1.3 ರಲ್ಲಿ ನೋಡಿದಂತೆ ಅರಣ್ಯದ ಹಾಸು ಹಿಂದೆ ಸರಿದಂತೆ ಘನೀಭವನವೂ ಇಳಿಮುಖಗೊಂಡು ಮಳೆಯೂ ಕಡಿಮೆಯಾಗುತ್ತದೆ. ಕೊನೆಯದಾಗಿ, ಬಹುಶಃ 3–4 ಸಾವಿರ ವರ್ಷಗಳಿಂದ ಪೂರ್ವ ಪಂಜಾಬ್ ಹಾಗೂ ಹರಿಯಾಣದಲ್ಲಿ ನೀರಾವರಿಗಾಗಿ ಝರಿಗಳ ಮೇಲೆ, ಪ್ರವಾಹ ಕಾಲುವೆಗಳ ಮೇಲೆ ಏರಿಗಳನ್ನು ನಿರ್ಮಿಸಲಾಗುತ್ತಿದ್ದು ಇದು ಸಹಜವಾಗಿಯೇ ಹಾಕ್ರಾಕ್ಕೆ ನೀರು ಪೂರೈಕೆಯನ್ನು ಮುಚ್ಚಿಬಿಟ್ಟಿತು. ಇಂದು ಏಕೆ ಹಾಕ್ರ ನದಿ ಇಂದು ನೀರು ಹೊಂದಿಲ್ಲ, ಆ ಹೆಸರಿನ ಒಂದು ಒಣ ಪಾತ್ರವಾಗಿ ಮಾತ್ರ ಉಳಿದುಕೊಂಡಿದೆ ಎಂಬುದನ್ನು ವಿವರಿಸಲು ಈ ಎಲ್ಲಾ ಕಾರಣಗಳು ಸಾಕಾಗುತ್ತವೆ.

ಋಗ್ವೇದದ ಸರಸ್ವತಿಯ ಬಗೆಗೆ ಹೇಳುವುದಾದರೆ ಅದನ್ನೊಂದು ದೈವಿಕ ನದಿ, ಸರಸ್ವತಿ ದೇವಿಯ ನದಿ, ಭೂಮಿಯ ಮೇಲಿನ ನದಿಯಲ್ಲ ಎಂದು ಭಾವಿಸುವುದು ಹೆಚ್ಚು ಸಮಾಧಾನಕರ ಪರಿಹಾರವಾಗಬಹುದು. ಇನ್ನೊಂದು ದೃಷ್ಟಿಕೋಣದ ಪ್ರಕಾರ, ಇಂತಹ ಸಂದರ್ಭಗಳಲ್ಲಿ ಸರಸ್ವತಿ ನದಿ ಸರಸುತಿ ಎಂಬ ಹೆಸರಿನಲ್ಲಿ ತಾನೇಶ್ವರ್ ಹತ್ತಿರ ಹರಿಯುವ ಆಧುನಿಕ ಪ್ರವಾಹವಲ್ಲ, ಅದು ಸಿಂಧೂ ನದಿ ಅಥವಾ ಅಫಘಾನಿಸ್ತಾನದಲ್ಲಿನ ಅರ್‌ಘಂದಾಬ್–ಹೆಲ್ಮಂದ್ (ಅವೆಸ್ತಾದ ಹರಖ್ವೈತಿ = ಸರಸ್ವತಿ, ಸಂಸ್ಕೃತದ ಸ ಅವೆಸ್ತಾದಲ್ಲಿ ಹ್/ಖ್ ಆಗುತ್ತದೆ) ಕೂಡಾ ಆಗಿರಬಹುದು. ಒಂದೇ ಹೆಸರನ್ನು ಕೆಲವೊಮ್ಮೆ ಬೇರೆ ಬೇರೆ ನದಿಗಳಿಗೆ ಕೊಡಲಾಗಿದೆ. ಉದಾಹರಣೆಗೆ, ಇಂದು ಸರಸುತಿ ಯಾವ ನದಿಯೊಳಗೆ ಹರಿಯುತ್ತದೆಯೋ ಆ ಘಗ್ಗರ್ ನದಿ ಹಾಗೂ ಉತ್ತರ ಪ್ರದೇಶದ ಬಯಲಿನಲ್ಲಿ ಹರಿಯುತ್ತಿರುವ, ಹಿಮಾಲಯದ ನದಿಯಾದ ಘಾಘರ ಎಂಬ ಹೆಸರನ್ನು ಹೋಲಿಸಿ ನೋಡಿ. ಅದೇ ರೀತಿ ಕಾಶ್ಮೀರ ಮತ್ತು ಮಧ್ಯ ಭಾರತದಲ್ಲಿ ಸಿಂಧೂ ಎಂಬ ಹೆಸರಿನ ಸಣ್ಣ ನದಿಗಳಿರುವುದನ್ನು ನಾವು ಗಮನಿಸ ಬಹುದು. ಋಗ್ವೇದದ ನಂತರದ ಭಾಗಗಳಲ್ಲಿ, ವಿಶೇಷವಾಗಿ ಹತ್ತನೆಯ ಮಂಡಲದ ನದಿ ಮಂತ್ರದಲ್ಲಿನ ಸರಸ್ವತಿ ಬಗೆಗಿನ ಉಲ್ಲೇಖ ಆಧುನಿಕ ಸರುಸತಿಗೆ ಸರಿಹೊಂದುವಂತೆ ಕಾಣುತ್ತದೆ. ಏಕೆಂದರೆ ಅಲ್ಲಿ ಅದು ಯುಮುನಾ ಮತ್ತು ಶತುದ್ರು ಅಥವಾ ಸಟ್ಲೆಜ್ ಮಧ್ಯ ಹರಿಯುವಂತದು ಎನ್ನಲಾಗಿದೆ. ಆದರೆ ಅದರಲ್ಲಿ ಅದೊಂದು ದೊಡ್ಡ ನದಿ ಅಥವಾ ಪವಿತ್ರ ನದಿಯೆಂಬ ಸೂಚನೆಯೇನೂ ಕಾಣುವುದಿಲ್ಲ. ಬೇರೆ ಮಂತ್ರಗಳಲ್ಲಿ ಸಿಂಧೂ ನದಿಯ ಹಿರಿಮೆಯ ಬಗೆಗೂ ಇದೇ ರೀತಿಯ ವರ್ಣನೆ ಮಾಡಲಾಗಿದೆ.

ಟಿಪ್ಪಣಿ 3.2

ಗ್ರಂಥಸೂಚಿ ಕುರಿತ ಟಿಪ್ಪಣಿ

ವಿ.ಗೋಲ್ಡನ್ ಚೈಲ್ಡ್‌ರವರು *ಮ್ಯಾನ್ ಮೇಕ್ಸ್ ಹಿಂಸೆಲ್ಫ್*, ಲಂಡನ್, 1936 (ನಂತರ ಹಲವು ಆವೃತ್ತಿಗಳು ಬಂದಿವೆ), ಅಧ್ಯಾಯ 5 ರಲ್ಲಿ ನವಶಿಲಾಯುಗದ ಕ್ರಾಂತಿಯ ತನ್ನ ಸಿದ್ಧಾಂತವನ್ನು ಮುಂದಿಟ್ಟರು. ಇದು ಈಗಲೂ ಓದಬೇಕಾದ್ದು. ಏಕೆಂದರೆ ಈ ಪರಿಕಲ್ಪನೆಯ ಮೇಲೆ ನಂತರ ಬಂದ ಹಲವು ಆಕ್ಷೇಪಣೆಗಳನ್ನು ಅದು ಮೊದಲೇ ನಿರೀಕ್ಷಿಸಿದೆ. ಅವರ *ವಾಟ್ ಹೆಪ್ಪಂಡ್ ಇನ್ ಹಿಸ್ಟರಿ*, ಪೆಂಗ್ವಿನ್, 1942, ಅಧ್ಯಾಯ 3 ಸಹ ನೋಡಿ. ನವಶಿಲಾಯುಗ ಕ್ರಾಂತಿಯ ಬಗ್ಗೆ ಅತ್ಯಂತ ಇತ್ತೀಚಿನ ಸಮಗ್ರ ಸಂಪುಟವೆಂದರೆ ಡೇವಿಡ್ ಆರ್. ಹ್ಯಾರಿಸ್ಸ್ ರವರ ಸಂಪಾದಕತ್ವದ *ದಿ ಒರಿಜಿನ್ಸ್ ಅಂಡ್ ಸ್ಪ್ರೆಡ್ ಆಫ್ ಅಗ್ರಿಕಲ್ಚರ್ ಅಂಡ್ ಪೆಸ್ಟೊರಲಿಸಂ ಇನ್ ಯುರೇಶಿಯಾ*, ಲಂಡನ್, 1996. ಇದರಲ್ಲಿ ಭಾರತವೂ ಸೇರಿದಂತೆ ವಿಭಿನ್ನ ಪ್ರದೇಶಗಳ ಮೇಲೆ ಪ್ರಖ್ಯಾತ ಪುರಾತತ್ವಶಾಸ್ತ್ರಜ್ಞರ ಹಲವು ಪ್ರಬಂಧಗಳಿವೆ.

ಡೇವಿಡ್ ಆರ್. ಹ್ಯಾರಿಸ್ಸ್ (ಸಂ.), *ದಿ ಒರಿಜಿನ್ಸ್ ಅಂಡ್ ಸ್ಪ್ರೆಡ್ ಆಫ್ ಅಗ್ರಿಕಲ್ಚರ್ ಅಂಡ್ ಪೆಸ್ಟೊರಲಿಸಂ ಇನ್ ಯುರೇಶಿಯಾ*, ಲಂಡನ್, 1996 ಸಹ ನೋಡಿ. ಇದರಲ್ಲಿ ಈ ಅಧ್ಯಾಯಕ್ಕೆ ಸಂಬಂಧಪಟ್ಟಂತೆ ಹಲವು ಸಾಮಗ್ರಿಗಳಿವೆ.

ಈ ಅಧ್ಯಾಯದಲ್ಲಿ ಪರಿಶೀಲಿಸಿದ ವಿಷಯ ಕುರಿತಂತೆ ಸಾರ್ವತ್ರಿಕ ಓದಿಗಾಗಿ ಬ್ರಿಡ್ಗೆಟ್ ಮತ್ತು ರೇಮಂಡ್ ಅಲ್ಚಿನ್, *ದಿ ರೈಸ್ ಆಫ್ ಸಿವಿಲಿಝೇಶನ್ ಇನ್ ಇಂಡಿಯ ಅಂಡ್ ಪಾಕಿಸ್ತಾನ್*, ಭಾರತೀಯ ಆವೃತ್ತಿ, ನವದೆಹಲಿ, 1983, ವಿಶೇಷವಾಗಿ ಅಧ್ಯಾಯ 3 ಈಗಲೂ ಲಭ್ಯವಿರುವ ಅತ್ಯುತ್ತಮ ಪಠ್ಯ. ಇವೇ ಲೇಖಕರು ತಮ್ಮ *ಒರಿಜಿನ್ಸ್ ಆಫ್ ಸಿವಿಲಿಝೇಶನ್*, ನವದೆಹಲಿ, 1997, ಅಧ್ಯಾಯ 5ರಲ್ಲಿ ಒಂದು ಹೊಸ ಸರ್ವೆಯನ್ನು ಕೊಟ್ಟಿದ್ದಾರೆ. ದಿಲೀಪ್ ಕೆ. ಚಕ್ರಬರ್ತಿ, *ಇಂಡಿಯಾ: ಏನ್ ಆರ್ಕಿಯೊಲೊಜಿಕಲ್ ಹಿಸ್ಟರಿ*, ನವದೆಹಲಿ, 1999, ಅಧ್ಯಾಯಗಳು 4 ಮತ್ತು 5 ಸಹ ನೋಡಿ. ಈ ಅವಧಿಗೆ(ಮತ್ತು ಎಲ್ಲಾ ಆರಂಭದ ಇತಿಹಾಸದ ಘಟ್ಟಗಳಿಗೆ) ಒಂದು ಮಹತ್ವದ ಪರಾಮರ್ಶನ ಕೃತಿಯೆಂದರೆ ಎ. ಘೋಷ್(ಸಂ.), *ಏನ್ ಎನ್ಸೈಕ್ಲೋಪೀಡಿಯ ಆಫ್ ಇಂಡಿಯನ್ ಆರ್ಕಿಯೊಲೊಜಿ*, 2 ಸಂಪುಟಗಳು, ನವದೆಹಲಿ, 1989. ಸಂಪುಟ 1 ವಿಷಯಗಳ ಬಗ್ಗೆಯಿದೆ, ಸಂಪುಟ 2 ಪುರಾತತ್ವ ನಿವೇಶನಗಳ ಗೆಝೆಟಿಯರ್. ಅದನ್ನು ಬಳಸುವಾಗ, ಅದು 1970ರ ದಶಕದ ಕೊನೆಯ ಭಾಗದಲ್ಲಿ ಪುರಾತತ್ವಶಾಸ್ತ್ರಜ್ಞರಿಗೆ ಏನು ತಿಳಿದಿತ್ತೋ ಅವನ್ನು ಮುಂದಿಡುತ್ತದೆ, ಪಾಕಿಸ್ತಾನ ಮತ್ತು ಬಾಂಗ್ಲಾದೇಶ ಇದರ ವ್ಯಾಪ್ತಿಯಲ್ಲಿಲ್ಲ ಎಂಬುದನ್ನು ನೆನಪಿನಲ್ಲಿಟ್ಟುಕೊಳ್ಳಬೇಕು.

ಗ್ರೆಗರಿ ಎಲ್. ಪೊಸೆಹ್ಲ್ ರವರ *ಇಂಡಸ್ ಏಜ್: ದಿ ಬಿಗಿನಿಂಗ್ಸ್*, ನವದೆಹಲಿ, 1999, ಭೌಗೋಳಿಕ ಸನ್ನಿವೇಶಗಳು, ಸಸ್ಯ ಮತ್ತು ಪ್ರಾಣಿಇತಿಹಾಸ, ಪಶ್ಚಿಮ ಏಶ್ಯಾ ಸಂಪರ್ಕಗಳು, ಮತ್ತು ಬಲೂಚಿಸ್ತಾನ ಹಾಗೂ ಸಿಂಧೂ ನವಶಿಲಾಯುಗ ಸಂಸ್ಕೃತಿಗಳನ್ನು ಕುರಿತಂತೆ ಎಲ್ಲಾ ಸಂಬದ್ಧ ಮಾಹಿತಿಗಳನ್ನು ಒಟ್ಟು ಸೇರಿಸಿದ ಒಂದು ಸಮಗ್ರ ಕೃತಿ. ಇದಲ್ಲದೆ ಈ ಕೃತಿಯಲ್ಲಿ ಹಲವು ಅನ್ಯ ಸೈದ್ಧಾಂತಿಕ ಮತ್ತು ಇತರ ಪ್ರಸ್ತಾಪಗಳಿವೆ. ಇವುಗಳಿಂದಾಗಿ ಇದೊಂದು ಓದಲು ಬಹಳ ಉತ್ತೇಜನಕಾರಿಯಾದ ಪುಸ್ತಕವಾಗಿದೆ. ಪಶ್ಚಿಮದ ನವಶಿಲಾಯುಗದ ಸಂಸ್ಕೃತಿಗಳಿಗೆ,

ಮೆಹರಘಡ I ರಿಂದ ಹಕ್ರಾ-ಮಡಕೆ ಘಟ್ಟದವರೆಗೆ , ವಿವಿಧ ನಿವೇಶನಗಳ ಕಾರ್ಬನ್-14 ದಿನಾಂಕಗಳು ಒಂದು ನೇರ ಅನುಕ್ರಮತೆಯನ್ನು ತೋರಿಸದಿದ್ದರೂ, ನಾವು ಪೊಸೆಹ್ಲ್ ರವರ ಕಾಲಾನುಕ್ರಮಣಿಕೆಯನ್ನು ಸ್ವೀಕರಿಸಿದ್ದೇವೆ. ಸಾಂಸ್ಕೃತಿಕ ಉಳಿಕೆಗಳು ಸೂಚಿಸುವ ಸರಣಿ ಮತ್ತು ಏಕಕಾಲಿಕತೆಯನ್ನು ಸರಿಹೊಂದಿಸಲು ಅವರು ಪ್ರಯತ್ನಿಸಿದ್ದು ಸರಿಯಾಗಿದೆ. ಕಾರ್ಬನ್ ದಿನಾಂಕಗಳ ಪ್ರಯೋಗಶಾಲಾ ವರದಿಗಳಿಗೆ ಪೊಸೆಹ್ಲ್ ರವರದ್ದೇ ಕೃತಿ *ರೆಡಿಯೋಕಾರ್ಬನ್ ಡೇಟ್ಸ್ ಫಾರ್ ಸೌತ್ ಏಶ್ಯನ್ ಆರ್ಕಿಯೋಲೊಜಿ* , ಪೆನ್ಸಿಲ್ವೇನಿಯಾ ವಿಶ್ವವಿದ್ಯಾಲಯ, ಪೆನ್ಸಿಲ್ವೇನಿಯಾ, 1989 ನೋಡಿ.

ಎಂ. ಜಾನ್ಸೆನ್, ಎಂ. ಮುಲ್ಲೊಯ್ ಮತ್ತು ಜಿ. ಅರ್ಬನ್ ಸಂಪಾದಿಸಿದ *ಫೊರ್ಗೊಟನ್ ಸಿಟೀಸ್ ಆಫ್ ಇಂಡಸ್*, ಮೈನ್ಝ್, 1991, ಇದರಲ್ಲಿ ಮೆಹರಘಡದ ಮೇಲೆ ಜೆ.ಎಫ್. ಜಾರ್‍ರಿಗೆ ಮತ್ತು ಅವರ ಸಹಯೋಗಿಗಳ ಆರು ಉತ್ಕೃಷ್ಟ ಅಧ್ಯಾಯಗಳಿವೆ (ಪುಟ 59–103).

ಜಿ.ಆರ್.ಶರ್ಮ, ವಿ.ಡಿ.ಮಿಶ್ರ ಮತ್ತಿತರರ *ಫ್ರಂ ಹಂಟಿಂಗ್ ಅಂಡ್ ಫುಡ್ ಗ್ಯಾದರಿಂಗ್ ಟು ಡೊಮೆಸ್ಟಿಕೇಶನ್ ಆಫ್ ಪ್ಲಾಂಟ್ಸ್ ಅಂಡ್ ಅನಿಮಲ್ಸ್....(ಎಕ್ಸ್ಕವೇಶನ್ಸ್ ಅಟ್ ಚೊಪನಿ ಮಂಡೊ, ಮಹಾದಹ ಅಂಡ್ ಮಹಗರ)*, ಅಲಹಾಬಾದ್, 1980. ಈ ಪುಸ್ತಕ ವಿಂಧ್ಯ ಮತ್ತು ತಡವಾದ ಮಧ್ಯಶಿಲಾಯುಗ ಹಾಗೂ ನವಶಿಲಾಯುಗದ ಘಟ್ಟಗಳಿಗೆ ಮಹತ್ವದ್ದು. ಒಂದೇ ದೋಷವೆಂದರೆ ನವಶಿಲಾಯುಗ ಘಟ್ಟಕ್ಕೆ ಅದು ಅಸಾಧ್ಯವೆನಿಸುವಷ್ಟು ಹಿಂದಿನ ದಿನಾಂಕವನ್ನು ಅಂಗೀಕರಿಸಿದ್ದು (ಇದನ್ನು ಅಧ್ಯಾಯ 3.4ರ ಪ್ರಮುಖ ಪಠ್ಯದಲ್ಲಿ ಪರಿಶೀಲಿಸಲಾಗಿದೆ.)

ಭಾರತದಲ್ಲಿ ಪುರಾತತ್ವ ನಿವೇಶನಗಳ ಮೇಲಿನ ವರದಿಗಳಿಗೆ ಒಂದು ಪ್ರಮುಖ ಮೂಲವೆಂದರೆ ಆರ್ಕಿಯೋಲೊಜಿಕಲ್ ಸರ್ವೇ ಆಫ್ ಇಂಡಿಯಾದ *ಇಂಡಿಯನ್ ಆರ್ಕಿಯೋಲೋಜಿ: ಎ ರಿವ್ಯೂ*, ಒಂದು ವಾರ್ಷಿಕ ಪ್ರಕಟಣೆ, ಈಗ ಬಹಳ ವರ್ಷಗಳಿಂದ ಬಾಕಿಯಿದೆ. ಇದಕ್ಕೆ ಪೂರಕವಾಗಿ ಮ್ಯಾನ್ *ಅಂಡ್ ಎನ್ವಾಯರ್ನ್‍ಮೆಂಟ್*, ಪುಣೆ ಮತ್ತು *ಪಾಕಿಸ್ತಾನ್ ಆರ್ಕಿಯೊಲೊಜಿ*, ಕರಾಚಿ ಇವುಗಳ ಸಂಪುಟಗಳನ್ನು ನೋಡಬಹುದು. ಇದು ಅನಿಯಮಿತವಾಗಿ ಪ್ರಕಟವಾಗುತ್ತದೆ. *ಸೌತ್ ಏಶ್ಯನ್ ಆರ್ಕಿಯೋಲೊಜಿ*ಯ ಸಂಪುಟಗಳನ್ನು ವಿಶೇಷವಾಗಿ ಶಿಫಾರಸು ಮಾಡಬೇಕು (ಈ ಬಗ್ಗೆ ಟಿಪ್ಪಣಿ 2.2 ನೋಡಿ).

ಸರಸ್ವತಿ ನದಿಯ ಸಮಸ್ಯೆಯ ಮೇಲೆ ಬಹಳಷ್ಟು ಬರೆಯಲಾಗಿದೆ. ಟಿಪ್ಪಣಿ 3.1 ಬಹುಪಾಲು *ಸೋಶಿಯಲ್ ಸೈಂಟಿಸ್ಟ್*, ಸಂಪುಟ XXIX, ಸಂಚಿಕೆ 1–2, ನವದೆಹಲಿ, 2001 ರಲ್ಲಿ ಇರ್ಫಾನ್ ಹಬೀಬ್ ರವರ ಇಮೇಜಿಂಗ್ ದಿ ರಿವರ್ ಸರಸ್ವತಿ: ಎ ಡಿಫೆನ್ಸ್ ಆಫ್ ಕಾಮನ್ ಸೆನ್ಸ್ (ಪುಟ 46–74)ನ್ನು ಆಧರಿಸಿದೆ.

ಪದಕೋಶ

(ಈ ಅನುವಾದದಲ್ಲಿ ಬಳಸಿದ ಕೆಲವು ತಾಂತ್ರಿಕ ಪದಗಳು)

ಸ್ತರಭಂಗ	–	fault line
ಬಸಿಯುವಿಕೆ	–	drain
ಜರೀಗಿಡ	–	foin
ಪಳೆಯುಳಿಕೆ	–	fossil
ಶಿರಸಂಪುಟ	–	cranial
ಉಪಕರಣ/ಪರಿಕರ	–	tool
ಚಕ್ಕೆ ಕಲ್ಲಿನ ಪರಿಕರ	–	flaked pebble tool
ದ್ವಿಮುಖ	–	bifacial
ಹಸ್ತಕೃತಿ	–	artefact
ಹಿಂಬದಿಯಿರುವ ಅಲಗು	–	backed blade
ಸಮಾಂತರ	–	parallel
ಪೂರ್ವೇತಿಹಾಸ	–	prehistory
ಆದಿ–ಇತಿಹಾಸ	–	proto history
ಪ್ರಾಚೀನ ಕಾಂತತ್ವ	–	palaeo magnetism
ಕ್ರಮಾಂಕನ	–	calibration
ಪ್ರಾಕ್ತನಶಾಸ್ತ್ರ	–	archeology
ಪುರಾತತ್ವಶಾಸ್ತ್ರ	–	archeology
ಖಂಡಾಂತರ ಚಲನೆ	–	continental driff
ಖಂಡಗಳ ಅಲೆತ	–	continental driff
ಶಿಲಾಫಲಕಗಳು	–	Techtonic plates
ಆಸ್ತೆನೆಗೋಳ	–	asthenosphere
ಶೀತಲ	–	alpine
ನರವಾನರ	–	hominid
ವಾನರ	–	ape

ಪ್ರಕಟಣೆಗಳು

ಚರಿತ್ರೆ

ಪುರಾಣ ಮತ್ತು ವಾಸ್ತವ
ಲೇ: ಡಿ.ಡಿ.ಕೊಸಾಂಬಿ ಅನು: ಟಿ.ಎಸ್.ವೇಣುಗೋಪಾಲ ಮತ್ತು ಶೈಲಜಾ ರೂ.150

ಕನ್ನಡದೊಳ್ ಭಾವಿಸಿದ ಜನಪದಂ
ಸಂ: ವಸು ಎಂ.ವಿ. ರೂ.375

ಪ್ರಾಚೀನ ಭಾರತದ ಸಂಸ್ಕೃತಿ ಮತ್ತು ನಾಗರಿಕತೆ – ಚಾರಿತ್ರಿಕ ರೂಪುರೇಷೆ
ಲೇ: ಡಿ.ಡಿ.ಕೊಸಾಂಬಿ ಅನು: ಟಿ.ಎಸ್.ವೇಣುಗೋಪಾಲ ಮತ್ತು ಶೈಲಜಾ ರೂ.250

ದೇವದುರ್ಗ ಚಾರಿತ್ರಿಕ ಅಧ್ಯಯನ
ಲೇ:ಅಮರೇಶ ಆಲ್ಕೋಡ ರೂ.125

ವಾಸ್ತವದ ಒಡಕುಗಳು ಇತಿಹಾಸದ ತೊಡಕುಗಳು
ಬಾರ್ಕೂರು ಉದಯ ರೂ.200

ವಿಶ್ಲೇಷಣೆಗಳು

ಭಾರತದಲ್ಲಿ ಶಿಕ್ಷಣ ಸವಾಲು ಸಾಧ್ಯತೆ
ಲೇಖಕರು: ರೊಮಿಲಾ ಥಾಪರ್, ಇರ್ಫಾನ್ ಹಬೀಬ್, ಪ್ರಭಾತ್ ಪಟ್ನಾಯಕ್, ಸಿ.ಪಿ.ಚಂದ್ರ ಶೇಖರ್, ಕೆ.ಎಂ. ಶೀಮಾಲಿ, ಶಮೀಮ್ ಅಖ್ತರ್, ಅರ್ಜುನ್ ದೇವ್, ವಿಜೇಂದ್ರ ಶರ್ಮ, ಅನುಭೂತಿ ಮೌರ್ಯ;
ಅನುವಾದ: ಆರ್. ಪಿ. ಹೆಗಡೆ ರೂ.60

ಪರಿಸರ ಸ್ನೇಹಿ ಕೃಷಿ ಕ್ಯೂಬಾ ಮಾದರಿ
ಲೇಖಕರು : ಜೈಕುಮಾರ್ ರೂ.20

ನೆಲದ ಪಿಸುಮಾತು
ಲೇಖಕರು: ನೀಲಾ ಕೆ ರೂ.60

ಬಿತ್ತಿದ್ದೀರಿ... ಅದಕ್ಕೆ ಅಳುತ್ತೀರಿ..
ಲೇಖಕರು: ಪಿ.ಸಾಯಿನಾಥ್, ಅನುವಾದ: ಟಿಎಲ್.ಕೃಷ್ಣೇಗೌಡ ರೂ.100

ಹಸಿವಿನ ಸಾಮ್ರಾಜ್ಯಕ್ಕೆ ಕೊನೆಯೆಂತು?
ಲೇಖಕರು: ವಸಂತರಾಜ ಎನ್.ಕೆ. ರೂ.100

ಅಂಬೇಡ್ಕರೋತ್ತರ ದಲಿತ ಸಂಘರ್ಷ ದಾರಿ–ದಿಕ್ಕು
ಡಾ. ಆನಂದ ತೇಲ್ತುಂಬ್ಡೆ, ಅನು: ರಾಹು ರೂ.100

ಹಿಂದುತ್ವ ಮತ್ತು ದಲಿತರು ಕೋಮುವಾದಿ – ರಾಜಕಾರಣ ಒಂದು ತಾತ್ತಿಕ ಪರಾಮರ್ಶೆ
ಸಂ:ಡಾ.ಆನಂದ ತೇಲ್‌ತುಂಬ್ಡೆ, ಅನು.ಸಂ:ಪ್ರೊ.ಬಿ.ಗಂಗಾಧರಮೂರ್ತಿ   ರೂ.120

ಅಳುವ ಯೋಗಿಯ ನೋಡಿಲ್ಲಿ
ಲೇಖಿಕರು: ಪಿ.ಸಾಯಿನಾಥ್,ಅನು: ಟಿ.ಎಲ್. ಕೃಷ್ಣೇಗೌಡ   ರೂ.15

ನೀರ ಮೇಲಣ ಗುಳ್ಳೆ – ಜಾಗತಿಕ ಹಣಕಾಸು ಬಿಕ್ಕಟ್ಟು ಕುರಿತು
ಲೇ:ಪ್ರೊ.ಪ್ರಭಾತ್ ಪಟ್ನಾಯಕ್,ಸಂಗ್ರಹ–ಅನುವಾದ:ವೇದರಾಜ ಎನ್.ಕೆ.   ರೂ.50

ಮಹಾತ್ಮ ಮತ್ತು ಗುರುದೇವ ಸಂವಾದ–ದೇಶ ಕಟ್ಟುವ ಕನಸು ಕಾಣ್ಕೆಗಳು
ಸಂ: ಎಸ್. ಶಿವಾನಂದ   ರೂ.225

ಮಲಪ್ರಭೆಯ ಮಡಿಲಿನಿಂದ ಸಿಡಿದೆದ್ದ ರೈತ
ಲೇ:ಬಿ.ಎಸ್.ಸೊಪ್ಪಿನ   ರೂ.70

ರಥಿಕ ಸಾರಥಿ ಸಂವಾದ (ಭಗವದ್ಗೀತೆಯ ಭೌತವಾದಿ ವ್ಯಾಖ್ಯಾನ)
ಲೇ:ವಿ.ಎಂ.ಮೋಹನರಾಜ್ ಅನು:ಡಾ.ಮಹಾಬಲೇಶ್ವರ ರಾವ್   ರೂ.110

ಕಾರ್ಪೋರೇಟ್ ಕಾಲದಲ್ಲೂ ಕಾರ್ಲ್ ಮಾರ್ಕ್ಸ್ ಪ್ರಸ್ತುತ
ಲೇ:ಟೆರ್ರಿ ಈಗಲ್‌ಟನ್ ಅನು:ರಾಹು   ರೂ.260

ವ್ಯಕ್ತಿ–ವಿಚಾರ

ಸಹಯಾನ
ಸಂಪಾದಕರು: ಎಂ. ಜಿ. ಹೆಗಡೆ   ರೂ.50

ಜ್ಯೋತಿ ಬಸು ಅಧಿಕೃತ ಜೀವನ ಚರಿತ್ರೆ
ಮೂಲ: ಸುರಭಿ ಬ್ಯಾನರ್ಜಿ, ಅನು: ರಾಹು   ರೂ.250

ಹೀಗೆಂದರು ಭಗತ್‌ಸಿಂಗ್ ಮತ್ತು ಚೆ ಗೆವಾರ
ಸಂಗ್ರಹ ಅನುವಾದ: ದೀಪ್ತಿ ಬಿ.   ರೂ.20

Capt. Laxmi - Memoirs and Tributes
Capt.Laxmi and Subhashini Ali   Rs.75

ಫೈಜ್‌ನಾಮಾ
ಹಸನ್ ನಯೀಂ ಸುರಕೋಡ   ರೂ.190

ಸ್ಯಾಮ್ ಅಂಕಲ್‌ಗೆ ಪತ್ರಗಳು ಮತ್ತು ಇತರ ಕಿಡಿಗೇಡಿ ಬರಹಗಳು
ಸಾದತ್ ಹಸನ್ ಮಂಟೋ ಅನು:ಹಸನ್ ನಯೀಂ ಸುರಕೋಡ   ರೂ.140

ಪುಸ್ತಕ ಮಾಲಿಕೆಗಳು
ಭಾರತದ ಜನ ಇತಿಹಾಸ

ಪೂರ್ವೇತಿಹಾಸ
ಲೇ:ಇರ್ಫಾನ್ ಹಬೀಬ್, ಅನು:ಬಿ ಪ್ರದೀಪ್ ಬಿ   ರೂ.80